कृषी व अन्न क्षेत्रातील
नोबेल समकक्ष

जागतिक अन्न पुरस्कार विजेत्यांची कर्तृत्वगाथा

(१९८७-२०१८)

डॉ. योगेंद्र नेरकर

सकाळ प्रकाशन

सकाळ प्रकाशन

Krushi Va Anna Kshetratil Nobel Samkaksha
Jagtik Anna Puraskar Vijetyanchi Kartrutwagatha (1987-2018)

कृषी व अन्न क्षेत्रातील नोबेल समकक्ष
जागतिक अन्न पुरस्कार : विजेत्यांची कर्तृत्वगाथा (१९८७ - २०१८)

लेखक : डॉ. योगेंद्र नेरकर

प्रथम आवृत्ती : सप्टेंबर २०१८

मुखपृष्ठ : यशोधन लोवलेकर

अक्षरजुळवणी : अश्विनी महाजन

प्रकाशक : सकाळ मीडिया प्रा. लि.
५९५, बुधवार पेठ,
पुणे ४११ ००२

ISBN : 978-93-87408-39-5

संपर्क : ८८८८८ ४९०५०
sakalprakashan@esakal. com

प्रस्तावना

१९६०च्या आसपास एका अमेरिकन अर्थतज्ज्ञाने असे भाकीत केले होते, की १९७०च्या दशकात आशिया खंडातील भारतासारख्या गरीब देशांमध्ये दुष्काळामुळे आणि उपासमारीमुळे लाखो लोकांना आपले प्राण गमवावे लागतील. म्हणून 'अमेरिकेने अशा देशांना आपली मदत देणे थांबवावे' असा सल्ला त्याने अमेरिकन प्रशासनाला दिला होता. तथापि, डॉ. नॉर्मन बोरलॉग यांनी मेक्सिकोमधील आंतरराष्ट्रीय गहू व मका संशोधन केंद्रात विकसित केलेल्या गव्हाच्या ठेंगण्या वाणांच्या लागवडीद्वारे जगात हरितक्रांती घडून आली, आणि अनेक विकसनशील देश अन्नधान्य उत्पादनात स्वावलंबी झाले. नोबेल पुरस्कार समितीने अन्नसुरक्षा आणि जागतिक शांतता यांच्या परस्पर संबंधाला मान्यता देऊन डॉ. बोरलॉग यांना १९७० या वर्षाचा नोबेल शांतता पुरस्कार प्रदान केला. फिलीपीन्समधील आंतरराष्ट्रीय भात संशोधन संस्थेमधील शास्त्रज्ञांनी विकसित केलेल्या सुधारित भात-वाणांच्या प्रसाराने वैश्विक स्तरावर भात उत्पादनात भरघोस वाढ झाली. या घटनांमुळे जागतिक स्तरावर दारिद्र्य आणि भूक निवारण कार्यास मोठी मदत झाली.

सध्याची जागतिक लोकसंख्या ७५० कोटी असून ती २०५०मध्ये ९०० कोटी इतकी वाढणार आहे, असा अंदाज आहे. वाढत्या लोकसंख्येची अन्नाची गरज भागवण्यासाठी अन्नधान्य उत्पादनवाढीचा वेग लोकसंख्यावाढीच्या वेगापेक्षा अधिक ठेवला तरच उपासमार टाळता येईल. आजसुद्धा विश्वातील ८० कोटी लोक उपाशीपोटी झोपी जातात. आणि ५० टक्के जनतेला कुपोषणाला सामोरे जावे लागते. भूक आणि कुपोषणाशी लढा देण्यासाठी जागतिक स्तरावर अन्नधान्य उत्पादकता आणि उत्पादन वाढवण्यासाठी निकडीची गरज आहे.

शास्त्रज्ञांनी आणि नेत्यांनी स्फूर्ती घेऊन वैश्विक स्तरावर अन्न उत्पादनात मोठ्या प्रमाणावर योगदान द्यावे यासाठी डॉ. बोरलॉग यांनी विशेष प्रयत्न करून अमेरिकेतील एम्स येथे 'जागतिक अन्न प्रतिष्ठान'ची १९८६मध्ये स्थापना केली. या प्रतिष्ठानातर्फे १९८७पासून

दर वर्षी 'जागतिक अन्न पुरस्कार' देण्यास सुरुवात झाली. आज जागतिक अन्न पुरस्काराला कृषी व अन्न क्षेत्रासाठी नोबेल पुरस्कार अशी वैश्विक स्तरावर मान्यता मिळाली आहे. डॉ. एम. एस. स्वामीनाथन हे या पुरस्काराचे प्रथम मानकरी ठरले आहेत. जागतिक अन्न उत्पादनात किंवा अन्नाच्या दर्जात वाढ करणाऱ्या, तसेच गरीब व उपाशी लोकांना अन्न उपलब्ध करून देणाऱ्या व्यक्तींना आणि संस्थांना जागतिक अन्न पुरस्कार दिला जातो.

नामांकित कृषी शास्त्रज्ञ डॉ. योगेंद्र नेरकर यांनी १९८७पासूनच्या अन्न पुरस्कार विजेत्यांचे जीवन आणि उत्तुंग योगदान या प्रकाशनात ग्रथित केले आहे, याचा मला आनंद होत आहे. या पुस्तकापासून स्फूर्ती घेऊन तरुण जागतिक अन्न व पोषण सुरक्षेसाठी अथक परिश्रम घेतील, अशी मला खातरी आहे. कृषी क्षेत्रात कार्यरत विद्यार्थ्यांना आणि संशोधकांना विजेत्यांपासून निश्चितच स्फूर्ती मिळेल.

या कार्यासाठी मी डॉ. नेरकर यांचे मन:पूर्वक अभिनंदन करतो.

राजेंद्र सिंह परोदा

अध्यक्ष, कृषी शास्त्रांच्या उत्कर्षासाठी ट्रस्ट (टीएएएस),
भूतपूर्व महासंचालक, भारतीय कृषी संशोधन परिषद,
सचिव, कृषी संशोधन व शिक्षण विभाग, भारत सरकार

मनोगत

अन्न ही मानवाची अत्यावश्यक मूलभूत गरज आहे. अन्न उत्पादनात आणि पोषणमूल्यात वाढ करण्यासाठी आणि जगभरातील जनतेला ते उपलब्ध करून देण्यासाठी कार्य करणाऱ्या व्यक्ती आणि संस्था मानव समाजाची अमूल्य सेवा करत असतात. त्यांच्या सेवेला मान्यता देऊन, अशा व्यक्तींचा किंवा संस्थांचा गौरव करावा व इतरांना स्फूर्ती मिळावी या उद्देशाने अन्न व कृषी क्षेत्रामध्ये जगात अलौकिक योगदान देणाऱ्यांना दर वर्षी जागतिक अन्न पुरस्कार दिला जातो. हा पुरस्कार नोबेल पुरस्कारांइतकाच मानाचा समजला जातो.

नोबेल शांतता पुरस्काराचे १९७० या वर्षाचे मानकरी आणि जागतिक हरितक्रांतीचे प्रणेते डॉ. नॉर्मन बोरलॉग यांच्या प्रयत्नातून 'जागतिक अन्न पुरस्कार प्रतिष्ठान'ची स्थापना झाली. १९८७पासून या जागतिक पातळीवरील संस्थेकडून पुरस्कार देण्यास प्रारंभ झाला. या पुरस्काराचे पहिले मानकरी ठरले थोर भारतीय कृषी शास्त्रज्ञ डॉ. एम. एस. स्वामीनाथन. १९६७पूर्वी भारतातील जनतेची अन्नधान्याची गरज भागवण्यासाठी दर वर्षी परदेशातून ३०-४० लक्ष टन अन्नधान्याची आयात करावी लागत असे. डॉ. स्वामीनाथन आणि त्यांच्या सहकाऱ्यांनी देशात पहिली हरितक्रांती घडवून आणली. भारताला अन्नधान्याबाबत स्वयंपूर्ण करण्यात महत्त्वाचा वाटा उचलला. भारत आज अन्नधान्याचे पुरेसे साठे शिल्लक ठेवून निर्यातही करत आहे.

१९६०च्या सुमारास अमेरिकन अर्थतज्ज्ञांनी भाकीत केले होते की, आशिया खंडातील भारतासारख्या मागास देशात लोकसंख्यावाढीचा वेग अन्नधान्य उत्पादनवाढीच्या वेगापेक्षा अधिक असेल. १९७०च्या दशकात दुष्काळामुळे या देशामधील लाखो लोक भुकेने तडफडून मृत्युमुखी पडतील, त्यामुळे विकसित देशांनी मागास देशांना अन्नधान्याची मदत करणे व्यर्थ आहे. तथापि, भारत आणि इतर देश यांच्यामध्ये घडून आलेल्या गहू व भात उत्पादनक्रांतीने त्यांचे भाकीत फार आधीच खोटे ठरवले. विश्वातील अन्नसुरक्षेत भर घालण्याचे प्रयत्न अविरतपणे चालूच आहेत. गेल्या ३२ वर्षांतील जागतिक अन्न पुरस्कार विजेत्यांची त्रोटक माहिती पुरस्कारांच्या वेबसाइटवरून मिळाली. अधिक माहिती एखाद्या पुस्तकात संग्रहित केली आहे काय, याचा शोध घेतला. तथापि, तसा ग्रंथ आढळून आला नाही. टोनी मॉरिसन यांचे शब्द आठवले, ''एखाद्या विषयावरचे पुस्तक वाचण्याची तुम्हांला तीव्र इच्छा असते, पण तुमच्या असे लक्षात येते की, त्या विषयावर पुस्तक लिहिलेच गेलेले नाही. तेव्हा, त्या विषयावर तुम्हीच पुस्तक लिहिले पाहिजे असे तुम्हांला वाटू लागते आणि तुम्ही लिहायला बसता.'' माझेही काहीसे तसेच झाले.

बत्तीस वर्षांतील जागतिक अन्न पुरस्कार विजेत्यांची प्राथमिक माहिती मी लिहून काढली आहे. ललितलेखन करण्याचा माझा उद्देश नाही. तथापि, या असामान्य विजेत्यांपैकी प्रत्येकावर कुणीतरी प्रतिभावंत निश्चितच उत्कृष्ट ललितलेखन करायला सरसावेल. बहुसंख्य विजेते सामान्य शेतकरी कुटुंबातून वर आले. मोठ्या जिद्दीने त्यांनी शिक्षण घेतले, संशोधन केले आणि विश्वातल्या वंचितांच्या, दरिद्री लोकांच्या भूकमुक्तीसाठी आपले आयुष्य वेचले. २०१८पर्यंत ४८ असामान्य कर्तृत्वाच्या व्यक्तींना जागतिक अन्न पुरस्काराचा सन्मान प्राप्त झाला आहे. त्यापैकी सात भारतीय आहेत. अन्न-उत्पादनवाढीसाठी आपल्या देशातील कृषी शास्त्रज्ञांनी केलेल्या देदीप्यमान कार्याची ही पावतीच होय. देशासाठी ही बाब गौरवास्पद आणि अभिमानास्पद आहे.

विकसनशील देशांमधील लोकसंख्या वाढतच आहे. दरिद्री आणि श्रीमंत लोकांमधील दरी रुंदावत आहे. अजूनही जगातील २५ टक्के जनतेला उपासमारीला सामोरे जावे लागते. ५० टक्के लोकांना सकस अन्न मिळत नाही, आणि दर वर्षी ५० हजार बालके कुपोषणाला बळी पडतात. ६ ऑक्टोबर १९८७ रोजी जागतिक अन्न पुरस्कार स्वीकारल्यानंतर केलेल्या भाषणात डॉ. स्वामीनाथन म्हणाले होते, ''आज सायंकाळी आपण सर्व जण रात्रीच्या भोजनासाठी येथून परत जात असताना आपल्याला जर अशी बातमी मिळाली, की वैश्विक कुटुंबातली प्रत्येक घटक-व्यक्ती पोषक अन्न सेवन करून झोपी जाणार आहे, तर त्यापेक्षा अधिक आनंददायी आणि समाधानकारक भावना कोणतीच असणार नाही.

जोपर्यंत ही गोष्ट प्रत्यक्षात उतरत नाही, तोपर्यंत आपले कार्य अपूर्णच ठरणार आहे.'' डॉ. स्वामीनाथन यांच्या अपेक्षेप्रमाणे संपूर्ण मानवजातीला पोटभर पोषक अन्न मिळण्याचे स्वप्न पूर्ण करण्यासाठी जागतिक अन्न पुरस्कार सतत प्रोत्साहन देत राहील.

सदर पुस्तकातील कर्तृत्वगाथा वाचून शेतकीच्या विद्यार्थ्यांना स्फूर्ती मिळून त्यांनी भूकमुक्तीच्या यज्ञात आपल्या समिधा टाकल्या तर मला धन्यता वाटेल तसेच कृषिक्षेत्राबाहेरील सुजाणांचासुद्धा शेतकी, शेतकरी आणि शेतीक्षेत्रातल्या कार्यकर्त्यांविषयीचा दृष्टिकोण सकारात्मक होऊन आपल्या अन्नदात्यांविषयी कृतज्ञता निर्माण झाली तर माझा हा प्रयत्न सफल झाल्याचे मला समाधान लाभेल.

सकाळ प्रकाशनाचे प्रमुख आशुतोष रामगीर, ऐश्वर्या कुमठेकर, ॲग्रोवनचे आनंद गाडे, अक्षरजुळणी करणाऱ्या अश्विनी महाजन आणि माझे मित्र डॉ. भास्कर पाटील यांनी केलेल्या मदतीबद्दल मी त्यांचा ऋणी आहे.

– योगेंद्र शंकर नेरकर

अनुक्रमणिका

जागतिक अन्न पुरस्काराविषयी...

पृथ्वीवरील अन्न उत्पादन, दर्जा किंवा उपलब्धता यामध्ये सुधारणा करून मानवी विकासात अलौकिक प्रगती साधणाऱ्या व्यक्तींच्या किंवा संस्थांच्या सन्मानाप्रीत्यर्थ 'जागतिक अन्न पुरस्कार' दिला जातो. जागतिक अन्न पुरवठ्यात भर घालणाऱ्या विशेषतः कृषिशास्त्रे आणि तंत्रज्ञान, अन्न पौष्टिकता व प्रक्रिया उद्योग, कृषी मालाचे पणन व अर्थशास्त्र, गरिबी निवारण आणि भूकमुक्तीसाठी केलेले सामाजिक कार्य व राजकीय कर्तृत्व या क्षेत्रांचा गौरव व्हावा म्हणून हा आंतरराष्ट्रीय पुरस्कार दिला जातो.

पुरस्काराचा इतिहास

नोबेल शांतता पुरस्काराचे १९७० या वर्षाचे मानकरी डॉ. नॉर्मन अर्नेस्ट बोरलॉग या कृषी शास्त्रज्ञाच्या कल्पकतेमधून जागतिक अन्न पुरस्काराचा जन्म झाला. जागतिक लोकसंख्येला पोषक अन्नाचा शाश्वत पुरवठा होत राहावा यास्तव इतरांना स्फूर्तिदायक ठरणाऱ्या आदर्श व्यक्ती या पुरस्काराद्वारे उदयाला येत राहाव्यात, असे या महान शास्त्रज्ञाला अभिप्रेत होते. शांततेचे नोबेल पारितोषिक मिळाल्यानंतर काही कालावधीतच त्यांनी नोबेल पुरस्कार समितीशी संपर्क साधून अन्न व कृषी क्षेत्रात उत्तुंग कार्य करणाऱ्या व्यक्तींचा आणि संस्थांचाही सन्मान व्हावा याकरिता स्वतंत्र नोबेल पुरस्कार दिला जावा, अशी विनंती केली. तथापि, नोबेल पुरस्कारांचे जन्मदाते अल्फ्रेड नोबेल यांच्या इच्छापत्रात कृषी क्षेत्राला पुरस्कार देण्याविषयीचा उल्लेख नाही, या मुद्द्यावरून समितीने डॉ. बोरलॉग यांची विनंती अमान्य केली.

म्हणून स्वतःच अशा नवीन पुरस्काराची निर्मिती करण्याची खूणगाठ त्यांनी मनाशी बांधली. १९८५मध्ये त्यांच्या प्रयत्नांना यश आले.

अमेरिकेतील दानशूर व्यक्ती श्री. कार्लटन स्मिथ आणि जनरल फूड्स कॉर्पोरेशन (जीएफसी) या कंपनीचे कार्यकारी अधिकारी श्री. जेम्स फर्गसन यांनी कृषी क्षेत्रासाठी जागतिक सन्मानाच्या पुरस्कारासाठी आर्थिक तरतूद करण्याचे मान्य केले. 'जीएफसी'च्या व्यवस्थापन मंडळाच्या इच्छेनुसार 'शेतीपासून भोजनाच्या ताटापर्यंत कार्यरत अन्नसाखळीतील सर्वच घटकां'चा पुरस्कारासाठी विचार केला जावा, असे ठरले. अखेर डॉ. बोरलॉग यांच्या प्रेरणेने १९८६मध्ये 'जागतिक अन्न पुरस्कार प्रतिष्ठान'ची स्थापना करण्यात आली. १९८७पासून 'जागतिक अन्न पुरस्कारा'चे वितरण या प्रतिष्ठानाकडून सुरू झाले.

अमेरिकन संघराज्यातील आयोवा या राज्याची राजधानी असलेल्या देस मॉइंस या शहरातील विधान भवनात दर वर्षी पुरस्कार समारंभ आयोजित केला जातो. त्यात पुरस्कारार्थींचा शासकीय इतमामाने सत्कार करून अधिकृतपणे पुरस्कार प्रदान केला जातो. समारंभासाठी सुमारे ८०० आंतरराष्ट्रीय पाहुण्यांना आमंत्रित केले जाते आणि समारंभानंतर सर्व निमंत्रितांना रात्र भोजनाची मेजवानी दिली जाते. अगदी स्वीडनमध्ये किंवा नॉर्वेमध्ये आयोजित केल्या जाणाऱ्या नोबेल पुरस्कार सोहळ्यासारखाच हा सोहळादेखील दिमाखदार असतो.

तत्पूर्वी निवड समितीतर्फे जगभरातून निमंत्रित चार हजारपेक्षा अधिक नामांकनांमधून योग्य व्यक्तीची किंवा संस्थेची निवड करून नाव जाहीर केले जाते. २००४पासून वॉशिंग्टन येथील गृहमंत्रालयाच्या भवनात वसंत ऋतूच्या काळात समारंभ आयोजित करून अमेरिकेच्या गृहमंत्र्यांच्या उपस्थितीत पुरस्कारार्थींचे नाव जाहीर होते.

दर वर्षी साधारणतः १६ ऑक्टोबर या जागतिक अन्न दिनाच्या दरम्यान पुरस्काराचे वितरण केले जाते. पुरस्कार विजेत्यांना अडीच लाख अमेरिकन डॉलर आणि सन्मानपत्रासह गौरवण्यात येते.

पुरस्काराचा आर्थिक स्रोत

पहिली चार वर्षे जीएफसी कंपनीने दिलेल्या निधीतून पुरस्कारासाठी आर्थिक तरतूद केली गेली. पाचव्या वर्षी जीएफसी आणि इतर दात्यांच्या देणगीतून संयुक्तपणे पुरस्कार दिले गेले. १९९०नंतर श्री. जॉन रुआन (द्वितीय) या मानवतावादी व्यावसायिकाने पुरस्काराला पुरस्कृत करण्याची जबाबदारी आपल्या शिरावर घेतली. सध्या प्रमुख आश्रयदात्यांमध्ये

आयोवा राज्य प्रशासन, आयोवा आर्थिक विकास महामंडळ, जॉन रुआन प्रतिष्ठान आणि रॉकफेअर फाउंडेशन यांचा समावेश होतो. इतर सुमारे शंभराहून अधिक सेवाभावी प्रतिष्ठाने, संशोधन संस्था, औद्योगिक कंपन्या आणि व्यक्ती यांचेसुद्धा आर्थिक पाठबळ पुरस्काराला लाभले आहे. आरंभापासूनच श्री. जॉन रुआन (द्वितीय) यांनी जागतिक अन्न पुरस्कार प्रतिष्ठानाचे अध्यक्षपद सांभाळले. त्यांच्या मृत्यूनंतर २००३पासून त्यांचे पुत्र श्री. जॉन रुआन (तृतीय) हे अध्यक्षपदाची धुरा सांभाळत आहेत.

नॉर्मन बोरलॉग पुरस्कार विजेता भवन (नॉर्मन बोरलॉग हॉल ऑफ लॉरेट्स)

जागतिक अन्न पुरस्कार प्रतिष्ठानाच्या कार्याला बळकटी येऊन अधिक चालना मिळावी, या उद्देशाने २००८मध्ये मोनसँटो या बहुराष्ट्रीय कंपनीने प्रतिष्ठानकडे ४० लाख अमेरिकन डॉलर इतका निधी सुपूर्द केला. या देणगीतून देस मॉइंस या शहरातल्या ऐतिहासिक सार्वजनिक वाचनालयाच्या भव्य वास्तूचा जीर्णोद्धार करून तिचे सार्वजनिक वस्तुसंग्रहालयात रूपांतर करण्यात आले. डॉ. नॉर्मन बोरलॉग आणि पुरस्कार विजेत्यांच्या सन्मानार्थ या संग्रहालयाचे 'नॉर्मन बोरलॉग पुरस्कार विजेता भवन' (हॉल ऑफ लॉरेट्स) असे नामकरण करण्यात आले. येथील बागेत डॉ. बोरलॉग आणि श्री. जॉन रुआन (द्वितीय) यांच्या पुतळ्यांची स्थापना केली आहे. पुरस्कार विजेत्यांच्या योगदानाची माहिती भवनात संग्रहित केली असून, येथे विविध परिसंवादांचेसुद्धा आयोजन केले जाते.

प्रतिष्ठानाचे इतर उपक्रम

अ) नॉर्मन बोरलॉग आंतरराष्ट्रीय परिसंवाद (बोरलॉग डायलॉग) : पुरस्कार वितरणाच्या कालावधीत डॉ. बोरलॉग यांच्या सन्मानार्थ 'बोरलॉग डायलॉग' या नावाने तीन दिवसीय आंतरराष्ट्रीय परिसंवादाचे आयोजन केले जाते. वैश्विक भूकमुक्ती आणि अन्नसुरक्षेसंबंधित एखाद्या विषयावर परिसंवादात चर्चा घडवून आणली जाते. सुमारे ६५ देशांमधून ११०० इतक्या मोठ्या संख्येने आलेले शास्त्रज्ञ व धुरीण या परिसंवादात सहभागी होत असतात.

ब) बोरलॉग-रुआन आंतरराष्ट्रीय पाठ्यवृत्ती : माध्यमिक विद्यालयातील विद्यार्थ्यांना आंतरराष्ट्रीय संशोधन केंद्रांमध्ये कार्यरत जगप्रसिद्ध शास्त्रज्ञ किंवा धोरणकर्त्यांसमवेत प्रत्यक्ष कामाचा अनुभव मिळावा, या हेतूने दोन महिन्यांसाठी अंतर्वासी पाठ्यवृत्ती दिली जाते. डॉ. बोरलॉग यांच्या प्रेरणेने १९९४मध्ये सुरू केलेल्या या पाठ्यवृत्तीसाठी दर वर्षी विविध देशांमधून २४ शालेय विद्यार्थ्यांची निवड केली जाते.

क) **विश्व युवा अन्न पुरस्कार संस्था :** डॉ. बोरलॉग यांनी १९९४मध्ये सुरू केलेल्या विश्व युवा अन्न पुरस्कार संस्थेकडून दर वर्षी ऑक्टोबर महिन्यात जगभरातून निवड केलेले २०० विद्यार्थी आणि २०० शिक्षक यांची तीन दिवसीय विश्व युवा परिषद भरवली जाते. या परिषदेत भूक निवारणासंबंधित विषयांवर तरुणांमध्ये चर्चा घडवून आणली जाते. त्यांना तज्ज्ञांशी चर्चा करण्याची, पुरस्कार समारंभ पाहण्याची आणि संशोधन प्रकल्पांना भेट देण्याची संधी मिळते.

ड) **आयोवा भूक शिखर परिषद :** भूकमुक्तीसाठीची लढाई आणि अन्नसुरक्षा कार्याची प्रगती या विषयांचा आढावा घेऊन पुढील धोरण ठरवण्यासाठी २००७पासून दर वर्षी देशातील धोरणकर्त्यांची एक दिवसीय 'आयोवा भूक शिखर परिषद' आयोजित केली जाते. भूकमुक्तीसाठी विशेष कार्य करणाऱ्या आयोवा राज्यातील व्यक्तीला या परिषदेत 'रॉबर्ट डी. रे मानवतावादी पुरस्कार' देऊन गौरवले जाते.

इ) **नॉर्मन बोरलॉग प्रक्षेत्र पुरस्कार :** आंतरराष्ट्रीय स्तरावर कृषी आणि अन्न उत्पादन विषयांत प्रक्षेत्रावरील संशोधनाचे व उपयोजनाचे असामान्य कार्य करणाऱ्या चाळीस वर्षांच्या आतील वयाच्या तरुण संशोधकाचा सन्मान करण्याकरिता हा पुरस्कार दिला जातो. रॉकफेलर फाउंडेशनतर्फे दिलेल्या देणगीतून २०१२पासून दर वर्षी हा पुरस्कार दिला जातो. दहा हजार अमेरिकन डॉलर इतकी या पुरस्काराची रक्कम आहे.

फ) **नॉर्मन बोरलॉग पदक :** अन्नसुरक्षेच्या क्षेत्रात अलौकिक कार्य करणाऱ्या जागतिक नेत्यांचा किंवा संस्थांचा गौरव करण्यासाठी २००७पासून हे पदक दिले जाते. जागतिक अन्न पुरस्कारासाठी ज्यांचा विचार झाला नाही अशांना हे पदक दिले जाते.

ग) **यूएसडीए वालेस-कार्व्हर पाठ्यवृत्ती :** अमेरिकन शासनाचा कृषी विभाग आणि जागतिक अन्न पुरस्कार फाउंडेशन यांच्यातर्फे संयुक्तपणे ही पाठ्यवृत्ती २०१७पासून दिली जाते. अद्वितीय बुद्धिमत्तेच्या निवडक महाविद्यालयीन विद्यार्थ्यांना अमेरिकन कृषी विभागच्या प्रयोगशाळांमध्ये काही दिवस राहून शास्त्रज्ञांच्या संशोधन कार्यात सहभागी होता येते.

ह) **जॉर्ज वॉशिंग्टन कार्व्हर पाठ्यवृत्ती :** जागतिक अन्न पुरस्कार फाउंडेशनच्या मुख्यालयात तीन महिने राहून जागतिक भूक निवारण कार्याचे नियोजन आणि अंमलबजावणी यांचा अनुभव घेण्यासाठी महाविद्यालयातील आणि विद्यापीठातील असामान्य विद्यार्थ्यांना २०१७पासून ही पाठ्यवृत्ती दिली जाते.

❑

जागतिक अन्न पुरस्काराचे संस्थापक

डॉ. नॉर्मन अर्नेस्ट बोरलॉग

(Dr. Norman Ernest Borlaug)

(१९१४-२००९)

डॉ. नॉर्मन अर्नेस्ट बोरलॉग यांनी विकसित केलेल्या गव्हाच्या असामान्य वाणांच्या लागवडीमुळे १९६०च्या दशकामध्ये वैश्विक हरितक्रांती घडून आली. त्यामुळे विकसनशील देशांमध्ये कोट्यवधी गरीब व भुकेल्या लोकांचे प्राण वाचले. म्हणूनच १९७० या वर्षाचा नोबेल शांतता पुरस्कार देऊन डॉ. बोरलॉग यांना गौरवण्यात आले. अन्नसुरक्षा क्षेत्रात अलौकिक कार्य करणाऱ्या व्यक्तींना व संस्थांना सतत स्फूर्ती मिळत राहावी आणि त्यांच्या कार्याला वैश्विक सन्मान प्राप्त व्हावा यासाठी डॉ. बोरलॉग यांनी 'जागतिक अन्न पुरस्कार प्रतिष्ठान'ची स्थापना केली आणि १९८७पासून दर वर्षी पुरस्कार प्रदान करण्यास सुरुवात झाली.

पार्श्वभूमी

जगभरातल्या उपाशीपोटी जनतेला पोटभर अन्न मिळावे यासाठी डॉ. नॉर्मन अर्नेस्ट बोरलॉग यांनी आपले आयुष्य वेचले. मध्य अमेरिकेतल्या मेक्सिको या देशातील 'आंतरराष्ट्रीय गहू व मका संशोधन केंद्र' (सिमीट) येथे संशोधन करून त्यांनी गव्हाच्या उच्च उत्पादन देणाऱ्या, तांबेरा रोगप्रतिरोधक आणि विविध हवामानांशी जुळवून घेणाऱ्या अप्रतिम वाणांची मालिका निर्माण केली. शास्त्रज्ञ या नात्याने डॉ. बोरलॉग यांचे योगदान अलौकिक आहेच; परंतु शेतीच्या विविध अंगांचे संशोधन निष्कर्ष एकत्रित करून त्यांनी अन्नधान्य उत्पादनवाढीचे कार्यक्षम तंत्रज्ञान विकसित केले आणि हे तंत्रज्ञान आपापल्या देशात राबवण्यासाठी विश्वातल्या राजकीय नेत्यांना उद्युक्त करण्यात ते यशस्वी झाले, ही त्यांची सर्वश्रेष्ठ कामगिरी आहे. त्यांनी आयुष्यभर केलेल्या संघर्षातूनच जगात हरितक्रांतीची पहाट होऊन मानवजातीच्या भूकमुक्तीचा सूर्योदय झाला. लोकांच्या पोटातला वडवानल शांत झाला की समाजात शांतता नांदण्यास मदत होते. डॉ. बोरलॉग यांच्या भूकमुक्तीच्या कार्यामुळे जगात शांतता प्रस्थापित होण्यास अप्रत्यक्षरीत्या मदत झाली. म्हणूनच १९७० या वर्षी जागतिक शांततेसाठी दिला जाणारा 'नोबेल पुरस्कार' हरितक्रांतीचे जनक डॉ. नॉर्मन बोरलॉग यांना बहाल करण्यात आला. कृषी व अन्न क्षेत्रात कार्य करणाऱ्या व्यक्तीला प्रथमच, डॉ. नॉर्मन बोरलॉग यांच्या रूपाने, वैश्विक बहुमानाचा 'नोबेल पुरस्कार' देऊन सन्मानित करण्यात आले.

बालपण व पूर्वायुष्य

एकोणिसाव्या शतकात युरोप खंडातल्या देशांमधून बऱ्याच कुटुंबांनी उपासमारीपासून बचावासाठी अमेरिकन संघराज्यात स्थलांतर केले होते. त्यापैकी १८५४मध्ये नॉर्वेमधून आलेल्या कुटुंबात, आयोवा राज्यातल्या क्रेस्को शहरानजीकच्या एका लहानशा शेतवाडीवर २५ मार्च १९१४ रोजी नॉर्मन यांच्या जन्म झाला. पिके आणि पशुपालन अशी संमिश्र शेती करणाऱ्या कुटुंबाच्या वस्तीवर नॉर्मन यांचे बालपण गेले. बालपणीच त्यांना शेतीचा लळा लागला आणि कष्टाळूपणाचे बाळकडू मिळाले. एका खोलीत भरणाऱ्या जवळच्याच ग्रामीण शाळेत त्यांचे प्राथमिक शिक्षण झाले. शालेय जीवनात त्यांनी उत्कृष्ट खेळाडू म्हणून लौकिक मिळवला. शालेय शिक्षण पूर्ण केल्यानंतर त्यांनी शेतमजूर म्हणून प्रति दिन ५० सेंट (अर्धा डॉलर) रोजंदारीवर काम केले. महाविद्यालयाचे एक वर्षाचे शुल्क भरण्याइतके पैसे साठवल्यानंतर नॉर्मन त्यांनी मिन्नेसोटा विद्यापीठात कृषिविज्ञान शाखेमध्ये प्रवेश घेतला. क्रीडानैपुण्यामुळे त्यांना विद्यापीठात प्रवेश मिळवणे सोपे गेले. कॉफी स्टॉलवरील 'बॉय' आणि जेवणाचे डबे पोहोचवणारा गडी अशी कामे त्यांनी येथे केली.

या पैशांवर ते विद्यापीठातला खर्च भागवत. शिक्षणाबरोबर त्यांनी आपला क्रीडाव्यासंगही चालू ठेवला आणि नामांकित कुस्तीगीर अशी ख्याती मिळवली. १९३७मध्ये नॉर्मन यांनी वानिकी (फॉरेस्ट्री) या विषयात बी.एस्सी. पदवी संपादन केली आणि लगेचच अमेरिकन संघराज्याच्या वानिकी सेवेत रेंजर म्हणून कार्यरत झाले.

इदाहो, मॅसॅच्युसेट्स आणि कनेक्टीकट या राज्यांमध्ये पसरलेल्या विस्तीर्ण वनविभागात काही वर्षे काम केल्यानंतर नॉर्मन यांना वृक्षराजींविषयी प्रेम वाटू लागले. वानिकी सेवेतच आयुष्य व्यतीत करण्याचे त्यांनी ठरवले. परंतु वन खात्याच्या आर्थिक अडचणींमुळे बोरलॉग यांना रेंजरच्या नोकरीस मुकावे लागले. त्यांनी पदव्युत्तर शिक्षणासाठी मिन्नेसोटा विद्यापीठात पुन्हा प्रवेश घेतला. त्या काळचे प्रसिद्ध वनस्पतिरोगशास्त्रज्ञ डॉ. एलव्हीन स्टॅकमन यांच्या मार्गदर्शनाखाली नॉर्मन यांनी १९४०मध्ये एम.एस्सी. पदवी आणि १९४२ मध्ये पीएच.डी. ही सर्वोच्च पदवी संपादन केली. याच काळात मागरिट गिब्सन यांच्याशी नॉर्मनची ओळख झाली. ओळखीचे पुढे लग्नात पर्यवसान झाले.

वनस्पतिरोगशास्त्र आणि अनुवंशशास्त्र या विषयात डॉक्टरेट झाल्यावर त्यांच्याकडे ड्यू पाँट या नामांकित बहुराष्ट्रीय कंपनीची नोकरी चालून आली. सूक्ष्मजीवशास्त्रज्ञ या पदावर ते रुजू झाले. ड्यू पाँट या कंपनीत डॉ. बोरलॉग यांनी दुसऱ्या जागतिक महायुद्धाच्या समाप्तीपर्यंत युद्धकाळातली सक्तीची सेवा पूर्ण केली (१९४२-४४).

आंतरराष्ट्रीय गहू व मका संशोधन केंद्र (सिमीट) या संस्थेतील कार्य

अमेरिकेतील सुप्रसिद्ध रॉकफेलर फाउंडेशन आणि मेक्सिको सरकारच्या माध्यमातून आंतरराष्ट्रीय गहू व मका संशोधन केंद्र (सिमीट) या संस्थेची १९४३मध्ये मेक्सिकोमध्ये स्थापना करण्यात आली होती. अन्नसुरक्षेसाठी कार्य करणाऱ्या या केंद्रातर्फे मेक्सिको देशामध्ये कृषी विकास कार्यक्रम राबवला जात होता. या संस्थेमध्ये १९४४मध्ये प्रमुख गहू संशोधक पदावर डॉ. बोरलॉग रुजू झाले. तेथील मेक्सिकन भाषा तर ते शिकलेच, पण स्थानिक शेतकऱ्यांच्या विकासातही भाग घेऊ लागले आणि 'डॉ. नॉर्म' या आपुलकीच्या नावाने संबोधले जाऊ लागले. ज्या समस्यांमुळे गव्हाच्या उत्पादनावर मर्यादा पडतात, त्या दूर करण्यासाठी डॉ. बोरलॉग यांनी मोठ्या चिकाटीने येथे संशोधन केले. सोळा वर्षांच्या प्रदीर्घ संशोधनानंतर त्यांनी गव्हाच्या सरस वाणांच्या एकामागोमाग मालिकाच विकसित केल्या. या वाणांमध्ये उच्च उत्पादनक्षमतेच्या जोडीला तांबेरा (रस्ट) या रोगाविरुद्ध टिकाऊ अशी प्रतिरोधकतासुद्धा अंतर्भूत केली. तांबेरा हा बुरशीजन्य रोग गहू पिकाचा कर्दनकाळ समजला जातो, म्हणूनच सुधारित गहू वाणांच्या पैदास प्रक्रियेत तांबेराविरुद्ध आनुवंशिक प्रतिरोधकता अंतर्भूत करण्यास प्राधान्य दिले जाते. डॉ. बोरलॉग यांनी निर्मिलेल्या उच्च

उत्पादनक्षम आणि तांबेराप्रतिरोधक वाणांच्या लोंबी वजनदार होत्या. परंतु त्यांचे तणीस (खोड) कमकुवत असल्याने पावसाने व वाऱ्याने झाड जमिनीवर लोळण घेई त्यामुळे दाणे जमिनीवर पसरून उत्पादनात घट येई आणि दाण्यांची प्रतही कमी होई. म्हणून या सुधारित वाणांचा त्यांनी अमेरिकेतून आणलेल्या ठेंगण्या, जमिनीवर न लोळणाऱ्या गहू वाणाशी (ठेंगणा जपानी, 'नोरीन १०' × उंच अमेरिकन, 'ब्रेव्हर १४' या संकरातून विकसित केलेला वाण) संकर करून नवीन सुधारित वाण तयार केले. आता या नवीन वाणांमध्ये उच्च उत्पादनक्षमता, तांबेरा प्रतिरोधकता आणि अर्ध-ठेंगूपणा (लोळण्यास प्रतिरोधकता) या गुणांचा संगम झाला होता. डॉ. बोरलॉग यांनी गव्हाच्या पैदास पद्धतीत आणखी एक नावीन्यपूर्ण तंत्रज्ञान विकसित केले. या तंत्रज्ञानानुसार, उन्हाळ्यात मध्य मेक्सिकोतील उंचीवरील केंद्रात गव्हाच्या दोन किंवा अधिक वाणांचे संकरण केल्यानंतर, पुढच्या पिढ्यांची लागवड आलटूनपालटून वेगवेगळ्या कृषी हवामानात करत. यातून प्रत्येक वातावरणात सरस व कणखर झाडांची निवड करत. सात-आठ पिढ्यांपर्यंत लागवड करून निवडलेल्या झाडांपासून योग्य असे वाण विकसित करण्यात येत असत.

डॉ. बोरलॉग यांनी मेक्सिकोच्या उत्तरेकडील (सखल, उष्ण व कोरडे हवामान असलेल्या) आणि दक्षिणेकडील (उंचीवरील, थंड व दमट हवामान असलेल्या) एकमेकांपासून १००० किलोमीटर अंतरावर आणि उंचीत २६०० मीटर फरक असलेल्या केंद्रांवर आलटूनपालटून लागवड करून नवीन गहू वाणांची निर्मिती केली. या पैदास पद्धतीला त्यांनी 'शटल ब्रीडिंग' असे नाव दिले. या वाणांमध्ये अपेक्षित गुणधर्मांबरोबरच तांबेरा प्रतिरोधकता व हवामानातील ताणांविरुद्ध आनुवंशिक सहनशीलता अंतर्भूत करणे शक्य झाले. शेतकऱ्यांच्या शेतांवर नवीन सुधारीत वाणांच्या विस्तृत चाचण्या घेतल्यानंतर योग्य वाणांची निवड करून ते सर्वत्र लागवडीसाठी प्रसारित केले गेले.

तांबेरा रोगाच्या व्यवस्थापनासाठी डॉ. बोरलॉग यांनी 'मल्टीलाईन' वाण विकसित केले. तांबेरा बुरशीच्या विविध प्रजातींना प्रतिरोधक जनुक असलेल्या गहू वाणांचे मिश्रण यात असते. १९४४मध्ये मेक्सिकोचे गहू उत्पादन आपल्या गरजेच्या निम्मेच होते. डॉ. बोरलॉग यांनी विकसित केलेले गव्हाचे सुधारित वाण (पिटिक ६२ व पेंजामो ६२) आणि त्यांची सुधारित लागवड पद्धती यांच्या प्रसाराने मेक्सिकोमध्ये १९५०च्या दशकात गहू उत्पादनाचा चमत्कार घडून आला. अवघ्या सहा वर्षांत १९५६मध्ये मेक्सिको अन्नधान्याच्या बाबतीत स्वयंपूर्ण झाला. १९६३-६४मध्ये डॉ. बोरलॉग यांनी आणखी चार सुधारित वाण (लर्मा रोहो ६४, सीटे सेरोस, सोनोरा ६४ आणि सुपर एक्स) लागवडीसाठी वितरित केले. १९६४मध्ये मेक्सिकोचे गव्हाचे उत्पादन १९४४च्या तुलनेत सहापट वाढले

आणि हा देश केवळ स्वयंपूर्ण नव्हे, तर गहू निर्यातदार झाला. डॉ. बोरलॉग हे मेक्सिकोतल्या शेतकऱ्यांच्या गळ्यातले ताईत बनले. 'सिमीट'मधल्या अनुभवाने डॉ. नॉर्मन बोरलॉग यांचे कृषी संशोधन आणि विकासाचे तत्त्वज्ञान विकसित झाले.

'सिमीट'पासून निघालेल्या हरितक्रांतीच्या ज्योतीचा सर्व खंडांमध्ये प्रसार

सिमीट या संस्थेने मेक्सिकोत घडवून आणलेल्या गहू उत्पादनाच्या चमत्कारातून स्फूर्ती घेऊन, संयुक्त राष्ट्र संघटनेची (युनो) अन्न व कृषी संघटना (एफएओ) आणि रॉकफेलर फाउंडेशन यांनी डॉ. बोरलॉग यांना मध्य पूर्वेतील आणि दक्षिण आशियाई देशांच्या गहू उत्पादनवाढीसाठी लक्ष केंद्रित करण्याची विनंती केली. मेक्सिकोप्रमाणेच या देशांमध्येसुद्धा वारंवार पीक नष्ट होण्याची समस्या आणि त्यामुळे होणारी शेतकऱ्यांची हलाखीची परिस्थिती हे प्रश्न भेडसावत होते. दुसऱ्या महायुद्धानंतर दुष्काळाने व लोकसंख्यावाढीच्या स्फोटाने त्यात भरच पडली होती. बंगालमधील १९४२च्या दुष्काळात भुकेने लाखो लोकांचे बळी घेतले होते. जवळपास अशीच स्थिती दक्षिण अमेरिका आणि इतर खंडातल्या देशांचीसुद्धा होती. डॉ. बोरलॉग यांनी मेक्सिकोत गहू संशोधनाचे कार्य करत असताना या देशांतील अनेक तरुण शास्त्रज्ञांनासुद्धा गहू पैदासपद्धतीचे सखोल प्रशिक्षण दिले होते. या प्रशिक्षित शास्त्रज्ञांच्या मदतीने नवीन आव्हान स्वीकारण्यास डॉ. बोरलॉग पुढे सरसावले. सुरुवातीला भारत आणि पाकिस्तान येथील शेतकरी आणि नेते 'सिमीट'मधील सुधारित गहू-वाण आणि त्यांची लागवडपद्धती स्वीकारण्यास नाखूष होते. त्या वेळचे पाकिस्तानचे कृषिमंत्री मलीक खुदाबक्ष बुक्का आणि भारताचे अन्न व कृषिमंत्री श्री. सी. सुब्रह्मण्यम यांची डॉ. बोरलॉग यांनी नवीन वाणाच्या व तंत्रज्ञानाच्या क्षमतेविषयी खातरी करून दिली.

डॉ. एम. एस. स्वामीनाथन यांच्यासारखे आघाडीचे शास्त्रज्ञ आणि त्यांचे तरुण संशोधक सहकारी यांनी भारतात, तसेच पाकिस्तानातील संशोधकांनी डॉ. बोरलॉग यांच्या तंत्रज्ञानाचा अवलंब करण्याचा धाडसी निर्णय घेऊन गहू उत्पादनवाढीचा कार्यक्रम तडीस नेला आणि चमत्कार घडू लागला. १९६०च्या दशकाच्या उत्तरार्धात भारत आणि पाकिस्तान येथील गव्हाचे उत्पादन तीन ते चार पटींनी वाढले. १९६५मध्ये भारताचे गहू उत्पादन १२.३ दशलक्ष टन होते ते १९७०मध्ये २०.१ दशलक्ष टन झाले, आणि २०००मध्ये ७६.४ दशलक्ष टनांइतके वाढले. तसेच पाकिस्तानचे १९६५मधील ४.६ दशलक्ष टन गहू उत्पादन १९७०मध्ये ७.३ दशलक्ष टन आणि २०००मध्ये २१ दशलक्ष टन इतके झाले. पारंपरिकपणे अन्नधान्य आयात करणारे हे देश अत्यंत थोड्या काळात स्वावलंबी झाले आणि लाखो लोकांचे प्राण वाचले. त्यानंतरही जवळजवळ प्रत्येक गहू हंगामात डॉ. बोरलॉग भारत-पाकिस्तानला भेट देऊन गहू पिकवणाऱ्या क्षेत्रांचा विस्तृत दौरा करून

शास्त्रज्ञ, शेतकरी आणि राज्यकर्ते यांना नियमितपणे मार्गदर्शन करत असत. डॉ. बोरलॉग यांनी १९६०च्या दशकात सुरू केलेल्या कार्याचा विस्तार दक्षिण अमेरिका, मध्य-पूर्व आणि उत्तर आफ्रिकेतील देशांमध्येसुद्धा झाला. सर्वच गहू पिकवणाऱ्या देशांमध्ये डॉ. बोरलॉग यांच्या तंत्रज्ञानामुळे उत्पादनक्रांती घडून आली. या क्रांतीलाच पुढे 'युएसएआयडी'मधील शास्त्रज्ञ डॉ. विल्यम गॉड यांनी 'हरितक्रांती' (ग्रीन रिव्होल्युशन) असे नाव दिले.

नोबेल शांतता पुरस्काराने सन्मान

डॉ. बोरलॉग यांचे संशोधन आणि दूरदृष्टी यांमुळे जगभरातील अनेक देशांनी अन्नधान्य स्वयंपूर्णतेची पहाट पाहिली. हरितक्रांतीमुळे जगातील गरिबी व कुपोषण कमी होण्यास मदत झाली. बालमृत्यूचे प्रमाण कमी झाले. लोकांचे जीवनमान सुधारले आणि लोकांमधले वैमनस्यसुद्धा कमी झाले. कोट्यवधी लोकांच्या पोटातला वडवानल शांत झाल्याने जगात शांतता प्रस्थापित होण्यास मदत झाली. म्हणूनच १९७०मध्ये हरितक्रांतीचे जनक डॉ. बोरलॉग यांची नोबेल शांतता पुरस्कारासाठी निवड करण्यात आली. २० ऑक्टोबर १९७० रोजी नोबेल पुरस्कारासाठी त्यांची निवड झाल्याचा दूरध्वनी मेक्सिकोतल्या घरी आल्यानंतर त्यांच्या पत्नी मागरिट कारने एक तासभर प्रवास करून डॉ. बोरलॉग काम करत असलेल्या शेतात पोहोचल्या. ती आनंदाची बातमी देऊन मागरिट यांनी घरी परतण्याची त्यांना विनंती केली. परंतु गव्हाच्या निरीक्षणाचे काम मध्येच सोडून पत्रकारांना मुलाखत देण्यासाठी वेळ नसल्याचे ते म्हणाले. त्यानंतर पत्रकार व दूरचित्रवाणीचे प्रतिनिधी त्यांचा शोध घेत शेतावर पोहोचले आणि कार्यरत डॉ. बोरलॉग यांची मुलाखत घेतली.

१० डिसेंबर १९७० रोजी डॉ. नॉर्मन बोरलॉग यांनी नॉर्वेमध्ये जाऊन नोबेल शांतता पुरस्काराचा स्वीकार केला, त्या परमोच्च क्षणी त्यांच्या जीवनाचे वर्तुळ पूर्ण झाले. अन्नाचे भीषण दुर्भिक्ष असल्याने नॉर्वे हा देश सोडून अमेरिकेत स्थलांतर केलेल्या कुटुंबातला मुलगा नॉर्मन, जगातला अन्नपुरवठा वाढवण्यासाठी त्याने निभावलेल्या भूमिकेच्या सन्मानार्थ, जगातील सर्वोच्च पुरस्कार स्वीकारण्यासाठी आपल्या मूळदेशी परतला!

ओस्लो विद्यापीठाच्या ग्रेट हॉलमध्ये त्यांना दिल्या गेलेल्या सन्मानपत्रात लिहिले होते, 'दुर्दम्य माणूस, ज्याने गव्हाचा तांबेरा रोग आणि प्रशासकीय लाल फीत यांचा सामना करून आपल्या काळातल्या कुणाही व्यक्तीपेक्षा सर्वाधिक प्रमाणात जगाला अन्न पुरवले.'

सन्मानानंतर केलेल्या उत्तराच्या भाषणात डॉ. बोरलॉग म्हणाले, ''कृषी क्षेत्रातल्या ज्या दूरगामी यशाबद्दल माझा सन्मान होत आहे, ते यश म्हणजे काळाच्या क्षितिजावरील एक छोटासा झरोका आहे, ज्यातून जगाला भेडसावणाऱ्या वाढत्या जनसमूहाचे पोषण करण्याचे महान कार्य करावयाचे आहे.''

नोबेल पुरस्कारानंतरचे कार्य

नोबेल पुरस्कार मिळाल्यानंतरही डॉ. बोरलॉग यांचे कार्य थांबले नाही. त्यानंतर पुढे चार दशके त्यांनी अधिक जोमाने कुपोषण आणि भूक यांच्या विरुद्ध लढा दिला. भूकमुक्तीच्या प्रकल्पांना गती देणे, अन्नसुरक्षा सुधारण्यासाठी शास्त्र व तंत्रज्ञान यांचा वापर वाढावा यासाठी आवाहन करणे, जैवतंत्रज्ञानाचे शिक्षण व त्याचा वापर व्हावा यासाठी प्रयत्न करणे, पर्यावरण संवर्धनाचा प्रसार करणे, इत्यादी कार्यासाठी त्यांनी जगभर विस्तृत प्रवास केला आणि वयाच्या नव्वदीनंतरसुद्धा, अखेरपर्यंत पूर्णपणे आपला वेळ दिला.

- **चीनच्या कृषी क्षेत्रात परिवर्तन घडवून आणण्यास मदत :** पाश्चात्त्य देशांतील शास्त्रज्ञांशी चीनचा संपर्क प्रस्थापित होण्यासाठी डॉ. बोरलॉग यांनी व्यक्तिशः खूप प्रयत्न केले. त्यांनी विकसित केलेले, वसंत ऋतूत लागवडीस योग्य असलेले गहू वाण (स्प्रिंग व्हीट) १९६०च्या दशकात पाकिस्तानमार्गे चीनमध्ये पोहोचले होते. चिनी शास्त्रज्ञांनी या वाणांपासून निवडपद्धतीने, तसेच स्थानिक वाणांशी संकरण करून तेथील वातावरणास योग्य अशा वाणांची निर्मिती केली. त्यामुळे चीनला अन्नधान्य उत्पादनात स्वावलंबी होण्यास मदत झाली. प्रथम १९७४मध्ये आणि त्यानंतर १९७७मध्ये डॉ. बोरलॉग यांनी चीनला भेट दिली होती. १९८० आणि १९९०च्या दशकांमध्ये चीनच्या गहू व मका पिकवणाऱ्या क्षेत्रांचा त्यांनी विस्तृतपणे दौरा करून तेथील शास्त्रज्ञांना व शेतकऱ्यांना मार्गदर्शन केले. चिनी शास्त्रज्ञ आणि नेते हे डॉ. बोरलॉग यांच्याकडे मार्गदर्शक मित्र म्हणून पाहत असत. १९९४मध्ये चीनमधील कृषिशास्त्रज्ञांच्या प्रबोधिनीने मानद सदस्य पदी निवड करून त्यांचा बहुमान केला.
- **जागतिक अन्न पुरस्कारांची स्थापना (१९८६) :** डॉ. बोरलॉग यांच्यानंतरही अन्न आणि कृषी क्षेत्रात उत्तुंग कार्य करणाऱ्या व्यक्तींना किंवा संस्थांना नोबेल पारितोषिक दिले जावे यासाठी त्यांनी केलेल्या प्रयत्नांना यश आले नाही. म्हणूनच अशा व्यक्तींच्या किंवा संस्थांच्या सन्मानासाठी नोबेल पारितोषिकाच्या तोडीचे समजले जाईल असे 'जागतिक अन्न पारितोषिक' द्यावे यासाठी डॉ. बोरलॉग यांनी १९८६मध्ये प्रतिष्ठान स्थापन करून त्यातर्फे १९८७पासून दर वर्षी पुरस्कार देणे सुरू केले.
- **सासाकावा वैश्विक २००० कार्यक्रम :** अमेरिकेचे माजी अध्यक्ष आणि नोबेल शांतता पुरस्काराचे मानकरी जिमी कार्टर यांच्याबरोबर डॉ. बोरलॉग यांनी 'सासाकावा वैश्विक २०००' कार्यक्रमाचे नेतृत्व केले. १९८६मध्ये स्थापन झालेल्या 'सासाकावा आफ्रिकन असोसिएशन'चे डॉ. बोरलॉग सुरुवातीपासून २००९पर्यंत प्रमुख होते.

आफ्रिका खंडातली गरिबी आणि कुपोषण नष्ट करणे, हे या कार्यक्रमाचे उद्दिष्ट असून अल्प जमीनधारणा असलेल्या शेतकऱ्यांच्या शेतीवर शास्त्रोक्त लागवडीद्वारे उत्पन्नवाढीवर भर दिला जातो. सकस प्रथिनयुक्त मका-वाणांच्या लागवडीच्या प्रसारामुळे १२ देशांतील मुलांच्या कुपोषणाची समस्या दूर झाली. जपानी उद्योगपती सासाकावा यांच्या आर्थिक पाठबळावर हा प्रकल्प सुरू आहे.

- **तरुणांचे प्रशिक्षण :** डॉ. बोरलॉग यांनी तरुण शास्त्रज्ञ आणि शेतकरी यांच्यासाठी कार्य केले. 'सिमीट'मध्ये संशोधन करत असताना ते मेक्सिकोतील शालेय विद्यार्थ्यांना स्काऊट मास्टर आणि बेसबॉलचे प्रशिक्षण देत असत. टेक्सास विद्यापीठात ते मानद प्राध्यापक म्हणून १९८४पासून अखेरपर्यंत शिकवत होते. त्यांनी जगभरात शेकडो भाषणे दिली. जागतिक अन्न पुरस्कार प्रतिष्ठान स्थापन केल्यानंतर दर वर्षी ऑक्टोबर महिन्यात जगातील निवडक १०० शिक्षकांना आणि १०० विद्यार्थ्यांना आयोवा राज्यात बोलावून त्यांच्याशी विश्वातल्या भूक निवारण कार्यासंबंधी चर्चा करत. ही प्रथा आजही सुरू आहे.

पुरस्कार, सन्मान व वारसा

- मिन्नेसोटा विद्यापीठाने त्यांच्या स्मरणार्थ कृषिविद्या शाखेच्या इमारतीचे नाव 'डॉ. बोरलॉग हॉल' असे ठेवले.
- *अटलांटिक* मासिकाने १९९७मध्ये घेतलेल्या आढाव्यानुसार असे प्रसिद्ध केले, की 'डॉ. बोरलॉग यांच्या कृतीमुळे जगातल्या १०० कोटी लोकांना पोटभर अन्न मिळून त्यांचे प्राण वाचले.'
- *टाइम* या नियतकालिकाने विसाव्या शतकावर ठसा उमटवणाऱ्या सर्वात महत्त्वाच्या शंभर व्यक्तींमध्ये त्यांची गणना केली होती.
- भारत सरकारने १९ ऑगस्ट २०१३ रोजी दिल्ली येथील राष्ट्रीय कृषिशास्त्र प्रबोधिनी (एनएएएस)च्या प्रांगणात डॉ. बोरलॉग यांच्या पूर्णाकृती पुतळ्याची स्थापना करून या महापुरुषाप्रति आपली कृतज्ञता व्यक्त केली आहे.
- अमेरिकेच्या प्रतिनिधीगृहामध्ये (युनायटेड स्टेट्स कॅपिटल) २५ मार्च २०१४ रोजी त्यांच्या पुतळ्याचे अनावरण झाले. जगातील अनेक देशांतील संशोधन संस्थांना व आणि प्रयोगशाळांना त्यांचे नाव दिले आहे.
- अठरा प्रमुख देशांमधील विद्यापीठांनी त्यांना दिलेल्या सन्माननीय डॉक्टरेटची संख्या पन्नासपेक्षाही अधिक आहे. तसेच २२ देशांच्या राष्ट्रीय शास्त्र प्रबोधिनींनी त्यांची सदस्यपदी निवड केली आहे.

डॉ. बोरलॉग यांना मिळालेले प्रमुख पुरस्कार

- नोबेल शांतता पुरस्कार (१९७०)
- हरियाणा कृषी विद्यापीठाचे शांती पदक (१९७१)
- अमेरिकन राष्ट्राध्यक्षांचे शांतता पदक (१९७७)
- सार्वजनिक सेवेचे रॉजर हॉरचो पदक (१९८०)
- हेन्री बेनेट अति विशिष्ट सेवा पुरस्कार (१९८४)
- अमेरिकन राष्ट्रीय शास्त्र प्रबोधिनीचे सार्वजनिक कल्याण पारितोषिक (२००२)
- भारतातर्फे पद्म विभूषण पुरस्कार (२००६)
- डॅनफोर्थ पुरस्कार (२००६)
- अमेरिकन काँग्रेसचा सर्वोच्च नागरी पुरस्कार (२००७)

वयाच्या ९५व्या वर्षी १२ सप्टेंबर २००९ रोजी डॉ. नॉर्मन बोरलॉग या महानायकाचे निधन झाले. अखेरच्या श्वासापर्यंत ते लोकशिक्षणाचे कार्य करतच राहिले. त्यांचे अखेरचे शब्द होते, 'तंत्रज्ञान शेतकऱ्यांपर्यंत न्या!'

नोबेल पारितोषिकांच्या शताब्दी महोत्सवासाठी डिसेंबर २००१मध्ये ओस्लो येथील कार्यक्रमात सहभागी पुरस्कारांच्या मानकऱ्यांविषयी अमेरिकेचे राजदूत केन्नेथ क्विन यांचे उद्‌गार होते, ''येथे जमलेल्या सर्व विजेत्यांनी जेवढ्या माणसांचे प्राण वाचवले असतील त्यापेक्षाही अधिक माणसांचे प्राण डॉ. बोरलॉग यांच्या कार्यामुळे वाचले आहेत.''

आपल्या अलौकिक कार्यामुळे डॉ. नॉर्मन बोरलॉग यांचे नाव जागतिक इतिहासात कोरले गेले आहे.

❑

भारतीय हरितक्रांतीचे जनक

डॉ. एम. एस. स्वामीनाथन

(Dr. M. S. Swaminathan)

(१९२५)

थोर भारतीय कृषी शास्त्रज्ञ डॉ. एम. एस. स्वामीनाथन हे १९८७मध्ये जागतिक अन्न पुरस्काराचे प्रथम मानकरी ठरले. गव्हाच्या उच्च उत्पादनक्षम मेक्सिकन वाणांचे महत्त्व ओळखून त्यांनी या वाणांचा देशात सर्वत्र प्रसार केला. मेक्सिकन गव्हाच्या लागवडीमुळे देशाचे गहू उत्पादन दुप्पट झाले. या हरितक्रांतीमुळे इतर देशांकडून अन्नधान्य आयात करणारा भारत १९६०-७० या दशकामध्ये स्वयंपूर्ण झाला. फिलीपीन्समधील भाताच्या उच्च उत्पादनक्षम वाणांची भारतात व इतर आशियाई देशांत लागवड करून डॉ. स्वामीनाथन यांनी भाताच्या जागतिक उत्पादनवाढीतही योगदान दिले. त्यांच्या मार्गदर्शनाखाली सुवासिक बासमती तांदळाचे उच्च उत्पादनक्षम व दर्जेदार वाण विकसित झाले. डॉ. स्वामीनाथन यांची दूरदृष्टी, मानवतावादी दृष्टिकोण आणि कृषी विकासासाठी राज्यकर्ते व प्रशासक यांना प्रेरित करण्याची विलक्षण हातोटी, यांमुळे त्यांचा जगभरात 'कृषी पुनरुज्जीवनाचे पाईक' म्हणून सन्मान झाला आहे.

बालपण आणि पूर्वायुष्य

तमिळनाडूतील कुंभकोणम येथे ७ ऑगस्ट १९२५ रोजी मोणकोंबू सांबसिवन स्वामीनाथन यांचा जन्म झाला. बालपणी केरळमध्ये महात्मा गांधी यांच्या भेटीमुळे त्यांच्यावर गांधी तत्त्वज्ञानाचा प्रभाव पडला. १९४४मध्ये त्यांनी त्रावणकोर विद्यापीठातून बी.एस्सी. पदवी संपादन केली. १९४७मध्ये कोईम्बतूर येथील कृषी महाविद्यालयातून त्यांनी मद्रास विद्यापीठाची बी.एस्सी. (कृषी) पदवी संपादन केली. नवी दिल्ली येथील भारतीय कृषी संशोधन संस्थेमध्ये प्रवेश घेऊन त्यांनी अनुवंशशास्त्रात असोसिएटशिप (एम.एस्सी. समकक्ष) हा अभ्यासक्रम १९४९मध्ये पूर्ण केला. युरोपात अभ्यासासाठी मिळालेल्या युनेस्को शिष्यवृत्तीवर त्यांनी हॉलंडमधील वागनिंगन विद्यापीठात एक वर्ष (१९४९-५०) संशोधन केले. १९५०-५२ या काळात त्यांनी इंग्लंडमधील केंब्रिज विद्यापीठातून पीएच.डी. संपादन केली. या पदवीसाठी त्यांनी युरोपियन लोकांचे प्रमुख अन्न असलेल्या बटाटा पिकाची आनुवंशिक उत्पत्ती शोधून काढण्याचे मौलिक संशोधन केले. केंब्रिज विद्यापीठात या संशोधनाचा गौरव तर झालाच; पण त्यांना अमेरिकन संघराज्यातल्या विस्काँसीन विद्यापीठात पुढील संशोधन करण्यासाठी शिष्यवृत्तीसुद्धा मिळाली. १९५२-५३ या काळात अमेरिकेतील संशोधन पूर्ण करून डॉ. स्वामीनाथन भारतात परतले आणि त्यांनी भारतीय कृषी संशोधन परिषदेत (आयसीएआर) सेवा सुरू केली. भारतीय पोलीस सेवेत (आयपीएस) निवड झालेली असतानाही कृषी संशोधन हेच आपले जीवितकार्य ठरवले. १९५४मध्ये काही काळ ओरिसा राज्यातल्या कटक येथील केंद्रीय भात संशोधन संस्थेत साहाय्यक वनस्पतिशास्त्रज्ञ या पदावर कार्य केल्यानंतर ते दिल्लीच्या भारतीय कृषी संशोधन संस्थेत (आयएआरआय) पेशी अनुवंशशास्त्रज्ञ या पदावर रुजू झाले.

आयएआरए (पुसा इन्स्टिटयूट)मधील कार्य व हरित क्रांती

पेशी अनुवंशशास्त्रज्ञ या पदावर काही काळ कार्य केल्यानंतर डॉ. स्वामीनाथन यांची संस्थेच्या वनस्पतिशास्त्र विभागाच्या प्रमुखपदी नेमणूक झाली. पुसा संस्थेमधील सुरुवातीच्या संशोधनात त्यांनी क्ष-किरण व गॅमा-किरण यांच्यापासून होणाऱ्या विकीरणाचे पेशींवर आणि पिकांवर होणाऱ्या आनुवंशिक बदलांचे (म्युटेशन - उत्परिवर्तन) पायाभूत आणि उपयोजित संशोधन केले. डॉ. स्वामीनाथन यांचे हे संशोधन देशात आणि परदेशांत मान्यता पावले. त्यांना १९६१मध्ये 'शांतिस्वरूप भटनागर पुरस्कार' या बहुमानाने गौरवण्यात आले. तसेच १९६५मध्ये आंतरराष्ट्रीय पातळीवरील चेकोस्लोव्हॉक ॲकॅडमी ऑफ सायन्सेसतर्फे 'मेंडेल स्मृती पुरस्कार' देऊन सन्मानित करण्यात आले. १९६६मध्ये भारतीय वनस्पतिशास्त्र सोसायटीचे 'बिरबल साहनी पदक' त्यांना बहाल करण्यात आले.

मेक्सिकोमध्ये डॉ. नॉर्मन बोरलॉग यांनी विकसित केलेल्या गव्हाच्या ठेंगण्या, तांबेरा रोगाला प्रतिरोधक आणि उच्च उत्पादनक्षमता असलेल्या वाणांचे महत्त्व ओळखून डॉ. स्वामीनाथन यांनी भारतात आपल्या सहकाऱ्यांमार्फत १९६२-६४ या काळात मेक्सिकन वाणांचे क्षेत्रीय चाचणी प्रयोग घेतले. त्यातील काही वाणांनी स्थानिक भारतीय सर्वोत्तम वाणांच्या तुलनेत तिपटीने उत्पादन दिले. मेक्सिकन वाणांची भारतात लागवडीसाठी उपयुक्ततेची खातरी झाल्यावर त्यांनी त्या काळचे भारताचे अन्न व कृषिमंत्री सी. सुब्रह्मण्यम यांना मेक्सिकन वाणांचे महत्त्व पटवून दिले. त्वरित योग्य ती प्रशासकीय परवानगी घेऊन मेक्सिकोहून एक जहाज भरून (१८ हजार मेट्रिक टन) गव्हाच्या सुधारित वाणांचे बियाणे मागवले गेले. १९६५च्या रब्बी हंगामात देशातल्या गहू पिकवणाऱ्या विविध प्रदेशांमध्ये या बियाण्याच्या लागवडीची प्रात्यक्षिके शेतकऱ्यांच्या शेतावर आयोजित केली गेली. त्या प्रात्यक्षिकांचे डॉ. स्वामीनाथन यांनी 'राष्ट्रीय प्रात्यक्षिक योजना' असे नामविधान केले होते. संपूर्ण देशातून या प्रात्यक्षिकांचे निष्कर्ष हाती आले तेव्हा मेक्सिकन वाणांनी स्थानिक गहू वाणांच्या दुपटी-तिपटीपेक्षाही अधिक उत्पन्न दिल्याचे आढळून आले. प्रात्यक्षिकांद्वारे देशभरातल्या शेतकऱ्यांची नवीन वाणांच्या उच्च उत्पादनक्षमतेविषयी खातरी पटली होती. मेक्सिकन वाणांचे लागवड तंत्रज्ञान विकसित करण्यात आले. मोठ्या प्रमाणावर बीजगुणन करण्यात आले आणि देशात सर्वत्र मोठ्या प्रमाणावर त्या बियाण्याची लागवड करण्यात आली.

अवघ्या चार वर्षांच्या कालावधीत किमया घडली. भारताच्या वार्षिक गहू उत्पादनात क्रांती झाली. भारताला दर वर्षी तीन ते चार दशलक्ष टन अन्नधान्य अमेरिकेतून (पी. एल. ४८० मदत कार्यक्रमांतर्गत) आयात करून जनतेची भूक भागवावी लागत असे. मात्र, १९६७मध्ये गव्हाचे उत्पादन दुपटीने वाढल्याने भारत प्रथमच अन्नधान्यात स्वयंपूर्ण झाला. तत्पूर्वी १९६०च्या दरम्यान अमेरिकेतल्या अर्थतज्ज्ञांनी भाकीत केले होते की, 'आशिया खंडातल्या भारतासारख्या मागास देशात लोकसंख्यावाढीचा वेग अन्नधान्य उत्पादनवाढीच्या वेगापेक्षा अधिक असल्याने १९७०च्या दशकात दुष्काळ पडून या देशातील लाखो लोक भुकेमुळे मृत्युमुखी पडतील.' तथापि, गहू उत्पादन क्रांतीने त्यांचे भाकीत १९६७मध्येच खोटे ठरवले. भारताच्या तत्कालीन पंतप्रधान इंदिरा गांधी यांनी १९६८मध्ये पुसा संस्थेला भेट देऊन शास्त्रज्ञांचे आणि शेतकऱ्यांचे अभिनंदन केले. त्यानिमित्त झालेल्या समारंभात त्यांनी 'गहू क्रांती'ची आठवण म्हणून टपाल तिकीट प्रसिद्ध केले. डॉ. स्वामीनाथन यांच्याबद्दल श्रीमती इंदिराजी म्हणाल्या होत्या, "डॉ. स्वामीनाथन हे अलौकिक क्षमतेचे शास्त्रज्ञ व मुत्सद्दी आहेत, ज्यांनी भूकमुक्तीच फक्त घडवून आणली नाही तर देशाला कृषिशक्तीत रूपांतरित केले."

उच्च तंत्रज्ञान, राजकीय इच्छाशक्ती, घटक अधिकारी-वर्ग, लहान-मोठे शेतकरी आणि प्रसारमाध्यमे यांचा उत्तम समन्वय डॉ. स्वामीनाथन यांनी घडवून आणल्यामुळेच भारतात कृषिक्रांती घडून आली. अमेरिकन तज्ज्ञ डॉ. विल्यम गॉड यांनी या क्रांतीचे 'हरितक्रांती' असे नामकरण केले. डॉ. एम. एस. स्वामीनाथन यांची 'भारतीय हरितक्रांतीचे जनक' अशी जगभरात ओळख झाली.

पुसा संस्थेचे संचालकपद

१९६६मध्ये डॉ. स्वामीनाथन यांची पुसा संस्थेच्या संचालक पदावर नेमणूक करण्यात आली. १९७२पर्यंत त्यांनी ही धुरा सांभाळली. या काळात त्यांच्या मार्गदर्शनाखाली फिलीपीन्समधील उच्च उत्पादन देणाऱ्या, ठेंगण्या भात वाणांवर भारतात संशोधन झाले. सुधारित वाणांची मोठ्या प्रमाणात लागवड झाली आणि भाताच्या उत्पादनात भरघोस वाढ झाली. बासमती भाताच्या उच्च उत्पादन देणाऱ्या सुवासिक वाणांची (पुसा बासमती) निर्मिती होऊन भात निर्यातीला वाव मिळाला. डॉ. स्वामीनाथन यांच्या मार्गदर्शनाखाली पुसा संस्थेच्या शिक्षण-संशोधन विकासाचा हा सुवर्णकाळ ठरला. तरुण कृषी-शास्त्रज्ञांचे प्रशिक्षण होऊन त्यांच्यात आत्मविश्वास निर्माण झाला. देश-विदेशांत शास्त्रज्ञांच्या कार्याला मान्यता मिळून त्यांची मान उंचावली. नवीन तंत्रज्ञानाचा अवलंब केल्यावर कृषी उत्पादनवाढ हमखास होते यावर शेतकऱ्यांचा विश्वास बसला, त्यांचा आत्मविश्वास वाढला. डॉ. स्वामीनाथन यांच्या सामुदायिक नेतृत्वाप्रीत्यर्थ त्यांना १९७१मध्ये फिलीपीन्स देशाकडून अत्यंत मानाचा आंतरराष्ट्रीय 'रेमन मॅगसेसे पुरस्कार' देऊन गौरवण्यात आले.

भारतीय कृषी संशोधन परिषदेचे महासंचालकपद

१९७२मध्ये डॉ. स्वामीनाथन यांची भारतीय कृषी संशोधन परिषद (आयसीएआर) या संस्थेच्या महासंचालकपदी निवड झाली. या पदाबरोबरच केंद्र सरकारच्या कृषी संशोधन व शिक्षण विभागाच्या सचिव पदाचीही जबाबदारी त्यांच्यावर टाकण्यात आली. त्यांच्या कार्यकाळात (१९७२-७९) भारतात अनेक कृषी विद्यापीठांची स्थापना होऊन कृषी शिक्षणाचे राष्ट्रव्यापी जाळे विणले गेले, आणि कृषी शिक्षणाचे सुसूत्रीकरण झाले.

देशाच्या विविध भागात कृषी संशोधनासाठी अनेक राष्ट्रीय संशोधन संस्थांची स्थापना झाली. विस्तारकार्यासाठी कृषी विज्ञान केंद्रांची स्थापना झाली. या सर्व संस्थांमार्फत देशातील गरिबी निवारणाच्या आणि भूकमुक्तीच्या कार्याला मोठी चालना मिळाली. तसेच शाश्वत हरितक्रांतीची मुहूर्तमेढ रोवली गेली. १९७९-८० या काळात त्यांनी केंद्रीय कृषी

मंत्रालयाच्या प्रमुख सचिव पदाची धुरासुद्धा सांभाळली, आणि देशाची धोरणे व कार्यक्रम यांना योग्य दिशा दिली. लंडनच्या रॉयल सोसायटीने डॉ. स्वामीनाथन यांची १९७३मध्ये फेलो म्हणून निवड केली, ही त्यांच्या संशोधन व विकास कार्याची पावतीच होय.

भारताच्या नियोजन आयोगाचे सदस्यत्व

१९८०मध्ये भारत सरकारच्या नियोजन आयोगाचे सदस्य या केंद्रीय मंत्री समकक्ष पदावर डॉ. स्वामीनाथन यांची नेमणूक झाली. त्या वेळी राष्ट्रीय उत्पन्नात कृषी क्षेत्राचा हिस्सा ३३ टक्के होता आणि देशातील ७० टक्के लोकसंख्या कृषी क्षेत्रावर अवलंबून होती. त्या दृष्टिकोणातून भारताच्या सहाव्या पंचवार्षिक योजनेच्या कृषी व ग्रामीण विकासकार्याला योग्य स्वरूप देण्यासाठी डॉ. स्वामीनाथन यांनी सिंहाचा वाटा उचलला (१९८०-८२). काही काळ नियोजन आयोगाचे उपाध्यक्ष म्हणूनही त्यांनी काम पाहिले (१९८०).

'आयआरआरआय'चे महासंचालकपद

फिलीपीन्समधील आंतरराष्ट्रीय भात संशोधन संस्थे (आयआरआरआय)च्या महासंचालक पदावर १९८२मध्ये डॉ. स्वामीनाथन यांची निवड झाली. या पदावर असताना त्यांनी नवनवीन संशोधन प्रकल्प सुरू करून आशिया आणि आफ्रिका खंडातल्या भात पिकवणाऱ्या देशांच्या संशोधनाला व विकासाला बळकटी आणली. परिणामस्वरूप, त्या देशांच्या भात उत्पादनात लक्षणीय वाढ झाली. डॉ. नॉरमन बोरलॉग यांच्याप्रमाणेच डॉ. स्वामीनाथन यांचाही वैश्विक हरितक्रांतीमधील वाटा मान्यता पावला आणि १९८७ या वर्षी पहिला जागतिक अन्न पुरस्कार देऊन त्यांचा सन्मान करण्यात आला. 'आयआरआरआय'च्या महासंचालक पदावरून १९८८मध्ये निवृत्ती घेऊन ते भारतात परतले. डॉ. स्वामीनाथन यांच्या सन्मानार्थ संस्थेच्या प्रशिक्षण व तंत्रज्ञान प्रसारण इमारतीचे 'एम. एस. स्वामीनाथन हॉल' असे नामकरण करण्यात आले, तसेच भात शेतीवर संशोधन करणाऱ्या महिला शास्त्रज्ञांसाठी शिष्यवृत्तीसुद्धा त्यांच्या नावाने सुरू करण्यात आली आहे.

'एम. एस. स्वामीनाथन संशोधन प्रतिष्ठान'ची स्थापना व कार्य

डॉ. स्वामीनाथन यांनी मिळालेल्या पुरस्कारांची रक्कम आणि देणगीदारांनी दिलेला निधी यातून १९८९मध्ये चेन्नई येथे स्वतंत्र संशोधन प्रतिष्ठान स्थापन केले. 'शाश्वत कृषी संशोधनासाठी एम. एस. स्वामीनाथन संशोधन प्रतिष्ठान' या नावाने सुरू केलेल्या प्रतिष्ठानाचे डॉ. स्वामीनाथन सुरुवातीपासून २०१३पर्यंत अध्यक्ष होते. विश्वातल्या गरीब आणि अर्धपोटी लोकांना पोटभर पौष्टिक अन्न मिळावे याकरिता डॉ. स्वामीनाथन यांनी जीवनभर केलेले संशोधन व विकासकार्य या प्रतिष्ठानामार्फत चालूच ठेवले आहे.

देशोदेशींच्या तरुणांना आणि शास्त्रज्ञांना चेन्नई येथे एकत्र आणून ते चर्चासत्रे, परिसंवाद व शास्त्रीय गोष्टी घडवून आणतात आणि मार्गदर्शन करतात.

प्रतिष्ठानामार्फत गरिबी व भूक निवारण, पर्यावरण व जैववैविध्यतेचे संरक्षण, जैवतंत्रज्ञान संशोधन, माहिती तंत्रज्ञानाद्वारे दर्यावर्दी मच्छिमार आणि किनारपट्टीवरील खेड्यांचे जीवनरक्षण, शेतकरी व आदिवासी यांनी पिढ्यान् पिढ्या जतन करून ठेवलेले पिकांचे वाण व ज्ञान आणि त्यांच्या स्वामित्व हक्कांचे संरक्षण, महिलांचे पोषण व सबलीकरण, शाश्वत (सस्टेनेबल) शेती आणि शाश्वत हरितक्रांती, इत्यादी नानाविध विषयांवर गेल्या २९ वर्षांपासून अव्याहतपणे संशोधन केले जाते, प्रशिक्षण दिले जाते. पर्यावरणाचा समतोल राखून आर्थिक विकासाची वाटचाल करावी यासाठी त्यांनी 'इकोटेक्नॉलॉजी' (परिसर पूरक आर्थिक विकासतंत्रज्ञान) या नावाने नवीन विचारसरणी मांडली असून, तिचे संशोधन व प्रसार यासाठी संयुक्त राष्ट्र संघटनेने एम. एस. स्वामीनाथन प्रतिष्ठानात १९९६मध्ये अध्यासन (UNESCO Cousteau Chair) निर्माण केले आहे. डॉ. स्वामीनाथन हेच या अध्यासनाचे मानद प्रमुख आहेत. देशाची अन्नसुरक्षा दीर्घ काळ टिकवून ठेवण्यासाठी कृषी धोरण व कार्यक्रम राबवण्याकरिता त्यांनी केंद्र आणि राज्य सरकारबरोबर दीर्घ काळ सहकार्य केले आहे. २०१३पासून त्यांच्या कन्या, प्रख्यात अर्थतज्ज्ञ डॉ. मधुरा स्वामीनाथन या प्रतिष्ठानाच्या अध्यक्षपदाची धुरा सांभाळत आहेत.

राष्ट्रीय कृषक आयोगाचे अध्यक्ष

देशातील शेती, संलग्न क्षेत्र व शेतकऱ्यांचे प्रश्न, समस्या आणि त्यावरील उपाययोजनांसाठी भारत सरकारने डॉ. स्वामीनाथन यांच्या नेतृत्वाखाली 'राष्ट्रीय शेतकरी आयोग' स्थापन केला. २००४ ते २००६ या काळात आयोगाने विविध राज्यांमधील शेतकऱ्यांचे प्रश्न, शेतमालाचे भाव, अन्नसुरक्षा, शेतकऱ्यांचे जीवनमान सुधारण्यासाठीचे मार्ग इत्यादी बाबींवर सखोल अभ्यास आणि चिकित्सा करून केंद्र सरकारला अहवाल सादर केला. शेतमालाला उत्पादनखर्चासह अधिकचा ५० टक्के भाव द्यायच्या त्यांच्या शिफारशीमुळे डॉ. स्वामीनाथन भारतीय शेतकऱ्यांच्या गळ्यातील ताईत झाले आहेत. सरकारने ही शिफारस मान्य केली पाहिजे, अशी शेतकऱ्यांची आजही आग्रहाची मागणी आहे.

भारतीय संसदेचे सदस्यत्व

२००७मध्ये भारताच्या राष्ट्रपतींनी डॉ. स्वामीनाथन यांची संसदेच्या वरिष्ठ सभागृहाच्या (राज्यसभा) सदस्यपदी नेमणूक केली. हे पद त्यांनी २०१३पर्यंत भूषवले आणि शेतीच्या व शेतकऱ्यांच्या प्रश्नांच्या सोडवणुकीसाठी संसदेच्या कामकाजात हिरिरीने भाग घेतला.

सन्मान, पुरस्कार व वारसा

डॉ. स्वामीनाथन यांना ७० पेक्षाही जास्त राष्ट्रीय-आंतरराष्ट्रीय पुरस्कारांनी सन्मानित करण्यात आले आहे. विविध देशांतील ७९ विद्यापीठांनी त्यांना मानद पीएच.डी. बहाल केली आहे.

डॉ. स्वामीनाथन यांना मिळालेले काही अत्यंत प्रतिष्ठेचे पुरस्कार

- भारत सरकारतर्फे पद्मश्री (१९६७), पद्मभूषण (१९७२) व पद्मविभूषण (१९८९) पुरस्कार
- फिलीपीन्स राष्ट्राध्यक्षांचा 'गोल्डन हार्ट' पुरस्कार (१९८७)
- नेदरलँड्सचा 'कमांडर ऑफ ऑर्डर ऑफ गोल्डन आर्क' पुरस्कार (१९९०)
- चार्ल्स डार्विन आंतरराष्ट्रीय शास्त्र व पर्यावरण पुरस्कार (१९९३)
- संयुक्त राष्ट्र संघटनेचा 'सासाकावा पर्यावरण पुरस्कार' (१९९४)
- युनेस्को गांधी सुवर्णपदक (१९९९)
- शांती, निःशस्त्रीकरण व विकासासाठीचा इंदिरा गांधी पुरस्कार (१९९९)
- फ्रँकलीन डी रुझवेल्ट चार स्वातंत्र्य पुरस्कार (२०००)
- फ्रान्सचा 'कमांडर ऑफ ॲग्रीकोल मेरिट' पुरस्कार (२००६)

संयुक्त राष्ट्र संघटनेच्या अन्न, कृषी व पर्यावरण या विषयीचे जागतिक धोरण आणि कृती आराखडा तयार करण्यासाठीच्या अनेक समित्यांची अध्यक्षपदे वर्षानुवर्षे डॉ. स्वामीनाथन यांनी भूषवली आहेत. निसर्ग आणि नैसर्गिक स्रोतांच्या संवर्धनासाठीच्या आंतरराष्ट्रीय संघटनेचेही ते अध्यक्ष होते (१९८८). अमेरिकेतील अतिप्रतिष्ठित आणि नोबेल शांतता पुरस्काराने सन्मानित झालेल्या 'पुग्वॉश कॉन्फरन्सेस'च्या अध्यक्षपदी २००२मध्ये डॉ. स्वामीनाथन यांची निवड झाली. जागतिक नेते आणि विचारवंत या परिषदेत युद्धाचा धोका टाळून साहचार्याने जागतिक समस्यांची उकल करून शांतता प्रस्थापित करण्याच्या ध्येयाने एकत्र येतात. संयुक्त राष्ट्र संघटनेच्या सहस्रक प्रकल्पांतर्गत (२००२) भूक निवारण कृती गटाचे डॉ. स्वामीनाथन सह-समन्वयक होते. त्यांनी डॉ. पेड्रो सँचेझ यांच्या समवेत गरिबी व भूक निवारण, शिक्षण, आरोग्य, पर्यावरण संवर्धन, महिला सबलीकरण इत्यादी बाबींची उद्दिष्ट्ये निश्चित करून दशकासाठीचा जागतिक आराखडा २००५मध्ये सादर केला आहे. २०१६मध्ये पुसा इन्स्टिट्यूटच्या आशिया खंडातील सर्वोत्तम ग्रंथसंग्रहालयाच्या सभागृहाला 'स्वामीनाथन हॉल' असे नाव देण्यात आले आहे.

डॉ. स्वामीनाथन हे द्रष्टे कृषी-शास्त्रज्ञ तर आहेतच; त्याचबरोबर ते महात्मा गांधी व रमण महर्षी यांच्या तत्त्वज्ञानाचे आचरण करणारे मानवतावादी वैश्विक नागरिक आहेत. वयाची नव्वदी ओलांडली तरी भूकमुक्तीच्या कार्यासाठी जगभरात प्रवास करून ते मार्गदर्शन करत असतात.

अद्वितीय शास्त्रीय संशोधन, उत्कृष्ट लेखनशैली आणि अमोघ वक्तृत्व यांचा दुर्लभ संगम त्यांच्या व्यक्तिमत्त्वात झाला आहे. जगातल्या विविध खंडांतले विद्यार्थी, प्राध्यापक, संशोधक, प्रशासक आणि शेतकरी अशा कृषी क्षेत्रातल्या सर्वांसाठी गेली सुमारे सहा-सात दशके डॉ. स्वामीनाथन हे आदर्श व्यक्तिमत्त्व (रोल मॉडेल) ठरले आहेत. 'रीच दी अनरीच्ड' (दुर्लक्षिलेल्या-वंचित लोकांपर्यंत पोहोचा) हे त्यांचे ब्रीदवाक्य आहे. अमेरिकेतल्या सुप्रसिद्ध *टाइम* या नियतकालिकाने त्यांची विसाव्या शतकावर ठसा उमटवणाऱ्या सर्वांत महत्त्वाच्या वीस आशियाई विभूतींमध्ये गणना करून त्यांचा गौरव केला होता. महात्मा गांधी आणि रवींद्रनाथ टागोर या त्यांत गणना झालेल्या इतर दोन भारतीय विभूती होत.

युनेस्कोचे महासचिव जेव्हिअर पेरेझ डी. क्यूलर १९८७मध्ये डॉ. स्वामीनाथन यांच्याबद्दल म्हणाले होते, ''जगाच्या इतिहासात ज्यांचे नाव अजरामर विभूती म्हणून कोरले जाईल असे असामान्य कर्तृत्व असलेले शास्त्रज्ञ ते आहेत.'' कृषी शिक्षण, संशोधन, विस्तार कार्य, प्रशासन आणि धोरण या क्षेत्रांत डॉ. स्वामीनाथन यांनी भारताला आणि विश्वातील इतर देशांना असामान्य नेतृत्व दिले आहे. जागतिक भूकमुक्ती आणि वंचितांच्या विकासाचे त्यांचे कार्य आजही अविरतपणे चालू आहे.

❑

आंतरराष्ट्रीय कृषी संस्थांच्या निर्मितीचे अग्रदूत

डॉ. रॉबर्ट फ्लिंट चँडलर (ज्युनिअर)

(Dr. Robert Flint Chandler, Junior)

(१९०७-१९९९)

फिलीपीन्स येथील आंतरराष्ट्रीय भात संशोधन संस्थेच्या स्थापनेत, त्या संस्थेला भरघोस निधी मिळवून देण्यात, तसेच इतर आंतरराष्ट्रीय संशोधन केद्रांचे जाळे निर्माण करण्यात डॉ. रॉबर्ट चँडलर यांनी दाखवलेल्या अलौकिक नेतृत्वगुणांमुळे १९८८चा जागतिक अन्न पुरस्कार देऊन त्यांचा सन्मान करण्यात आला. डॉ. चँडलर यांच्या कर्तृत्वाचा स्पर्श आशिया खंडापासून अति पूर्वेकडील देश, तसेच आफ्रिकेपासून दक्षिण अमेरिकेतील देश, अशा जगाच्या सर्व कानाकोपऱ्यांत झाला.

बालपण व पूर्वायुष्य

रॉबर्ट फ्लिंट चँडलर यांचा जन्म १९०७मध्ये अमेरिकन संघराज्यातील ओहायो राज्यात झाला. त्यांचे बालपण मैन या शहरात गेले. मैन विद्यापीठातून त्यांनी १९२९मध्ये फलोद्यान शास्त्रात पदवी प्राप्त केल्यानंतर मेरीलँड विद्यापीठातून १९३४मध्ये पीएच.डी. संपादन केली. त्यानंतर डॉ. चँडलर यानी कॉर्नेल विद्यापीठात वानिकी (फॉरेस्ट्री) मृदाशास्त्र या विषयाचे प्राध्यापक म्हणून काम केले. एका तपाच्या अध्यापनानंतर त्यांची १९४६मध्ये न्यू हॅंपशायर विद्यापीठात कृषी संशोधनाचे संचालक या पदावर नियुक्ती झाली. १९५० ते १९५४ या काळात त्यांनी न्यू हॅंपशायर विद्यापीठाचे अध्यक्ष पदही भूषवले. त्याच काळात त्यांनी मेक्सिको देशातील जमिनीचा अभ्यासदेखील केला. त्यामुळे १९५४मध्ये डॉ. चँडलर यांची रॉफकेलर फाउंडेशनच्या मेक्सिकोमधील संशोधन कार्याचे संचालक म्हणून नियुक्ती झाली. १९५८पर्यंत ते या पदावर कार्यरत होते.

आंतरराष्ट्रीय भात संशोधन संस्थेचे संस्थापक महासंचालक

शास्त्रीय संशोधन आणि प्रशासन यातील दांडग्या अनुभवामुळेच डॉ. चँडलर यांच्याकडे फिलीपीन्स या देशात आंतरराष्ट्रीय भात संशोधन संस्था (आयआरआरआय - इर्री) स्थापन करण्याची संधी १९५९मध्ये चालून आली. त्यांनी आणि पत्नी सनी यांनी मॅनिला या राजधानीच्या शहरातील एका हॉटेलमधील लहानशा खोलीतून सुरुवात करून सुमारे शंभर किलोमीटरवरील लॉस बेनॉस या शहरानजीक संस्थेची मुहूर्तमेढ रोवली. डॉ. चँडलर यांनी संस्थेची धुरा सांभाळली तेव्हा आशिया खंडातील अन्नधान्य उत्पादनाची स्थिती फारच भीषण होती. लोकसंख्या शीघ्रतेने वाढत होती, या लोकसंख्येची अन्नाची गरज भागवण्याची आशा धूसर होत चालली होती. या परिसरात सर्वदूर दीर्घ काळ भीषण दुष्काळी परिस्थिती निर्माण होईल असे भाकीत केले गेले होते.

डॉ. चँडलर यांना कल्पना होती की, आशिया खंडातील चार-पंचमांश जनतेचे मुख्य अन्न असलेल्या भात या पिकाच्या उत्पादनात भरघोस वाढ झाली तरच लोकांच्या भुकेचे निवारण होईल. तथापि, हे कार्य सोपे नव्हते. त्यासाठी या भागातील भाताचे वार्षिक उत्पादन ५० दशलक्ष टनांनी वाढवण्याची गरज होती. डॉ. चँडलर यांनी जगातील उत्कृष्ट शास्त्रज्ञ आणि प्रशासक एकत्र आणून काम करणाऱ्यांची उत्कृष्ट फळी निर्माण केली आणि विकसनशील देशांच्या कृषी समस्यांवर त्यांचे लक्ष केंद्रित केले.

शास्त्रज्ञांच्या गटाने आशिया खंडातील सर्व प्रचलित भात वाण गोळा करून त्यांचा अभ्यास केला. या पारंपरिक वाणांची उत्पादनक्षमता आनुवंशिक सुधारणेतून दुपटीने किंवा तिपटीने कशी वाढवता येईल, यासाठी कृती आराखडा तयार केला आणि त्याची अंमलबजावणी करण्यासाठी प्रयत्नांची पराकाष्ठा केली. १९६३पर्यंत हेन्री बीचेल या शास्त्रज्ञाला अशा प्रकारची भरघोस उत्पादनक्षमता असलेल्या भाताच्या वाणाची निर्मिती करण्यात यश आले होते. त्यातूनच निवड करून पुढे 'अद्‌भुत भात (मिरॅकल राइस)' म्हणून गणल्या गेलेल्या 'आयआर-८' या भात वाणाची निर्मिती झाली. आंतरराष्ट्रीय भात संशोधन संस्थेत निर्माण केलेल्या आयआर-८ आणि तत्सम भात वाणांच्या लागवडीने आशिया खंडातल्या भात उत्पादनात क्रांती घडून आली. भात उत्पादन ६६ टक्क्यांनी वाढले, त्याच काळात लोकसंख्या वाढीचा वेग ४७ टक्के इतका होता. अन्नधान्य उत्पादनाच्या वेगाने लोकसंख्या वाढीच्या वेगाला बरेच मागे टाकले. या सुधारित 'मिरॅकल राइस' वाणांच्या लागवडीखाली ५० दशलक्ष हेक्टरपेक्षाही जास्त क्षेत्र आले. डॉ. चँडलर आणि त्यांच्या सहकाऱ्यांनी आशिया खंडातील देशात घडवून आणलेली भात उत्पादनाची शीघ्र वाढ ही एक चमत्कृतीच होती. ती फलनिष्पत्ती होती दृढनिश्चयाची, संशोधनावर खर्ची घातलेल्या अमूल्य वेळेची आणि अविरत कष्ट करण्याच्या जिद्दीची!

१९६६मध्ये भारतीय कृषी संशोधन परिषदेने डॉ. चँडलर यांना सत्कारपूर्वक मानपत्र दिले. त्यात उल्लेख होता, "एक कुशाग्र बुद्धीचा संशोधक आणि धडाडीचा नेता– या डॉ. चँडलर यांच्या व्यक्तिगत गुणविशेषांमुळे इर्रीची स्थापना होऊन ही संस्था जगातील सर्वोत्तम भात संशोधन संस्था म्हणून नावारूपाला आली. मानवजातीच्या कल्याणासाठी त्यांनी शास्त्रीय संशोधनाचा उपयोग करून घेतला एवढेच केवळ त्यांचे योगदान नसून, प्रशासनात उत्क्रांती घडवून आणली - जेणेकरून विकसनशील देशांमध्ये शास्त्रीय संशोधन सामाजिक प्रगतीचे साधन बनले."

डॉ. चँडलर यांना इर्रीच्या स्थापनेत व कार्यात मिळालेल्या घवघवीत यशामुळे 'आंतरराष्ट्रीय कृषी संशोधन सल्लागार गट' (सीजीआयएआर) यांच्यातर्फे जगभर आंतरराष्ट्रीय कृषी संशोधन केंद्रांचे जाळे विणण्याची कल्पना प्रत्यक्षात अवतरली. जगातील प्रमुख देशांच्या प्रशासनाकडून दिल्या जाणाऱ्या आर्थिक सहकार्यातून या गटाच्या मदतीने अशा प्रकारची १६ संशोधन केंद्रे स्थापन झाली असून ती जगातील सर्व खंडांमध्ये विखुरलेली आहेत. प्रत्येक केंद्र वैशिष्ट्यपूर्ण असून त्याने विशिष्ट पीक, पाळीव प्राणी किंवा अन्न उत्पादनाच्या नैसर्गिक समस्येवर आपले संशोधन कार्य केंद्रित केले आहे.

आशियाई भाजीपाला संशोधन व विकास केंद्राचे महासंचालक

१९७२मध्ये तैवान देशातील 'आशियाई भाजीपाला संशोधन व विकास केंद्र' (एव्हीआरडीसी) या संस्थेचे पहिले महासंचालक म्हणून डॉ. रॉबर्ट चँडलर यांची नेमणूक झाली. त्यांच्या मार्गदर्शनाखाली या केंद्राने विषुववृत्तीय पट्ट्यात लागवडीसाठी भाजीपाला पिकांचे अनेक वाण विकसित केले. यात प्रामुख्याने उष्णता प्रतिरोधक टोमॅटो वाणांचा अंतर्भाव होतो. या वाणांची उत्पादनक्षमता २० टन प्रति हेक्टर इतकी उच्च आहे. चाळीस वर्षांपेक्षाही अधिक काळ एव्हीआरडीसीमध्ये निर्मिलेल्या भाजीपाल्याच्या सुधारित वाणांनी लाखो लोकांच्या भोजनात पौष्टिकतेची भर घातली आहे. विशेषतः स्त्रियांच्या आणि बालकांच्या जेवणातील सूक्ष्म पोषणद्रव्यांची कमतरता या सुधारित भाजीपाल्याच्या सेवनाने भरून काढली गेली. डॉ. चँडलर यांचे हे पायाभूत कार्य एव्हीआरडीसीमार्फत आजही आशिया, आफ्रिका आणि मध्य अमेरिका येथील देशांमध्ये चालू आहे.

१९७५मध्ये डॉ. चँडलर यांनी सेवानिवृत्ती स्वीकारली. निवृत्तीनंतरही त्यांनी सल्लागार म्हणून आपले कार्य चालूच ठेवले होते. नजीकच्या पूर्वेतील देशांसाठीचे फाउंडेशन, रॉकफेलर फाउंडेशन, फोर्ड फाउंडेशन, यूएसएआयडी (आंतरराष्ट्रीय विकासासाठी अमेरिकन मदत यंत्रणा) आणि जागतिक बँक यांचे ते सल्लागार होते. सत्तर वर्षांच्या प्रदीर्घ सेवेनंतर वयाच्या ९२व्या वर्षी, २३ मार्च १९९९ रोजी डॉ. रॉबर्ट चँडलर यांचे निधन झाले.

सन्मान, पुरस्कार आणि वारसा

डॉ. रॉबर्ट चँडलर यांना मिळालेले पुरस्कार

- भारतातर्फे सुवर्णपदक (१९६६)
- पाकिस्तानतर्फे 'सितारा-इ-इम्तियाज' किताब (१९६८)
- इंडोनेशियाचा 'स्टार ऑफ मेरिट' किताब (१९७२)
- फिलीपीन्सच्या राष्ट्राध्यक्षांचा 'गोल्डन हार्ट' पुरस्कार (१९७२)
- चीनचा 'ऑर्डर ऑफ दी ब्रिलियंट स्टार' पुरस्कार (१९७५)
- अमेरिकन राष्ट्रपतींचे 'भूकमुक्ती' पारितोषिक (१९८६)
- जागतिक अन्न पुरस्कार (१९८८)

अमेरिकेने दिलेल्या मानपत्रात, 'भूकमुक्त जग निर्माण करण्यासाठीची दृष्टी आणि पुढाकार असलेले नेतृत्व' असा त्यांच्यासंबंधी गौरवपूर्ण उल्लेख होता.

❑

भारतीय धवलक्रांतीचे जनक

वर्गीस कुरियन

(Verghese Kurien)

(१९२१-२०१२)

वर्गीस कुरियन यांनी ग्रामीण भागातल्या दूध उत्पादकांच्या कौशल्याची आणि ज्ञानाची सुयोग्य धोरणाशी सांगड घालून सहकारी तत्त्वावर दूध उत्पादनातील 'धवल क्रांती' देशात घडवून आणली. दुग्धोत्पादनातील क्रांतिकारक वाढ, दूध संकलन आणि वितरणातील सुयोग्य धोरण व कार्यक्षम व्यवस्थापन या गोष्टींसाठी त्यांना १९८९चा जागतिक अन्न पुरस्कार दिला गेला.

बालपण व पूर्वायुष्य

केरळमधील कोझिकोड शहरातील एका उच्चभ्रू कुटुंबात २६ नोव्हेंबर १९२१ या दिवशी वर्गीस कुरियन यांचा जन्म झाला. १९४०मध्ये त्यांनी मद्रास विद्यापीठाची बी.एस्सी. पदवी आणि १९४३मध्ये अभियांत्रिकी विषयातील पदवी (बी.ई. मेकॅनिकल) प्राप्त केली. त्यानंतर जमशेदपूर येथील 'टाटा आयर्न अॅण्ड स्टील कंपनी'च्या प्रशिक्षण संस्थेतून त्यांनी १९४६मध्ये अभियांत्रिकी शाखेत विशेष प्रशिक्षण घेऊन बंगलोरच्या 'राष्ट्रीय दुग्धशाळा संशोधन संस्था' येथे नऊ महिन्यांचा अभ्यासक्रम पूर्ण केला. पुढे त्यांना परदेशी शिक्षणासाठी शासकीय शिष्यवृत्ती मिळाली. अमेरिकेतील मिशिगन विद्यापीठात प्रवेश घेऊन त्यांनी १९४८मध्ये एम.एस्सी. (मेकॅनिकल इंजिनिअरिंग) पदवी विशेष प्रावीण्यासह संपादन केली. अभियांत्रिकी क्षेत्रातील प्रशिक्षणाच्या पाठबळावर कुरियन यांना १९४९मध्ये गुजरातमधील आणंद येथील केंद्र सरकारच्या शासकीय दुग्धशाळा संशोधन केंद्रात अभियंता म्हणून नोकरी मिळाली. डेअरी तंत्रज्ञानाचा सखोल अभ्यास करण्यासाठी त्यांनी न्यूझीलंडमध्ये १९५२-५३मध्ये आणि नंतर ऑस्ट्रेलियात प्रशिक्षण घेतले.

भारतीय सहकारी दुग्धव्यवसाय उद्योगाची मुहूर्तमेढ

गुजरातमध्ये श्री. त्रिभुवनदास पटेल यांनी 'खेडा जिल्हा सहकारी दूध उत्पादक संघ' स्थापन केला होता. या संघाशी समन्वय साधून कुरियन यांनी आणंद येथे शेतकऱ्यांचा दूध प्रक्रिया प्रकल्प स्थापन केला आणि मध्यस्थांशिवाय ग्राहकांना दूध पुरवठा करण्यासाठी संघाची स्वतःची वितरण व्यवस्था निर्माण केली. सुरुवातीच्या काळात त्यांना अतिशय धडपड करावी लागली. नंतर मात्र दूध उत्पादक आणि उपभोक्ते अशा दोघांसाठी विस्मयकारक फायदे दिसून आले. सुमारे २० लाख उत्पादकांचा सहभाग असलेल्या 'अमूल' ब्रँडच्या दुग्धप्रक्रिया उद्योगाचा जन्म झाला. 'अमूल' डेअरीद्वारे प्रक्रिया केलेले दूध आणि उत्पादित दुग्धजन्य पदार्थांचे वितरण करण्यासाठी १९७३मध्ये कुरियन यांनी 'गुजरात सहकारी दुग्ध विपणन महासंघ' आणंद येथे स्थापन केला. या महासंघाचे अध्यक्षपद त्यांनी प्रथमपासून २००६पर्यंत सांभाळले. २०१८ पर्यंत या विपणन महासंघाला ३६ लाख उत्पादकांचे १८ सहकारी संघ संलग्न आहेत; रोज २११ लाख लिटर दूध गोळा केले जाते. 'अमूल' आणि 'सागर' या ब्रँडने विक्री केली जाते.

खेडा जिल्हा दूध उत्पादक संघाच्या यशाने प्रभावित होऊन भारताचे तत्कालीन पंतप्रधान लाल बहादूर शास्त्री यांनी १९६५मध्ये राष्ट्रीय दुग्धविकास महामंडळ (नॅशनल डेअरी डेव्हलपमेंट बोर्ड : एनडीडीबी) या संस्थेची स्थापना केली. वर्गीस कुरियन यांचा सहकारी क्षेत्रातला यशस्वी 'आणंद पॅटर्न' राष्ट्रीय स्तरावर राबवला जावा, हा त्यामागील उद्देश होता. साहजिकच एनडीडीबीच्या अध्यक्ष पदावर कुरियन यांची नेमणूक झाली.

एनडीडीबी आणि दुधाचा महापूर (ऑपरेशन फ्लड) प्रकल्प

१९६५मध्ये नेमणूक झाल्यापासून १९९८मध्ये सेवानिवृत्त होईपर्यंत वर्गीस कुरियन यांनी एनडीडीबीच्या अध्यक्ष पदाची धुरा सांभाळली. १९७०मध्ये सुरुवात झाली तेव्हा 'दुधाचा महापूर' (ऑपरेशन फ्लड) या प्रकल्पांतर्गत २ लाख ७८ हजार शेतकरी सदस्यांकडून १ लाख ९० हजार टन दूध संकलन केले जात होते. १९९८पर्यंत, म्हणजे डॉ. कुरियन सेवानिवृत्त होईपर्यंत, एनडीडीबीच्या दूध उत्पादक सदस्यांची संख्या एक कोटीपर्यंत पोहोचली. सहकारी संस्थांची संख्या ८१,००० आणि वार्षिक दूध संकलन ५० लाख टनांइतके अवाढव्य झाले. देशातल्या लहान-मोठ्या १००० शहरांत दूध वितरण होऊ लागले. पंचवीस कोटी ग्राहकांपर्यंत वितरण करणारा 'दुधाचा महापूर' हा जगातील सर्वात मोठा कृषी विकास कार्यक्रम ठरला. अमेरिकन संघराज्याला मागे टाकून भारताने १९९८मध्ये 'जगातील सर्वाधिक दूध उत्पादक देश' म्हणून प्रथम क्रमांक पटकावला.

कुरियन यांच्या मार्गदर्शनाखाली चाळीस वर्षांत भारताचे वार्षिक दुग्ध उत्पादन २ कोटी ३३ लाख टनांपासून (१९६८-६९) १० कोटी ९ लाख टनांइतके (२००६-०७) वाढले. ते २०१७-१८ मध्ये १६.७ कोटी टनांइतके झाले आहे. २०२१-२२ पर्यंत १८ कोटी टनांपर्यंत उत्पादन वाढवण्याचे ध्येय एनडीडीबीने निश्चित केले आहे. भारतातील दुधाचे दरडोई सेवन १९७०मध्ये १०७ ग्रॅम होते, ते २००६मध्ये दुपटीपेक्षाही जास्त, म्हणजे २३० ग्रॅम इतके वाढले. सध्या (२०१८) ते ३६० ग्रॅम आहे. देशातील दूध पुरवठ्याचा वार्षिक दर चार टक्के, म्हणजे लोकसंख्यावाढीच्या (२ टक्के) वेगाच्या दुप्पट झाला. अशा प्रकारे कुपोषणग्रस्त भारतीय लोकांच्या आहारातील प्रथिनांची उपलब्धता दुधाद्वारे वाढली. वर्गीस कुरियन यांच्या कार्यप्रणालीतील मुख्य घटक आहे प्राथमिक दूध उत्पादक शेतकरी किंवा शेतमजूर. उत्पादक, सहकारी क्षेत्रातला व्यवस्थापक आणि सरकारी अधिकारी यांच्यातील उत्कृष्ट समन्वयाद्वारे कुरियन यांनी 'दुधाचा महापूर' हा प्रकल्प यशस्वीपणे राबवला. १९७० ते १९९६ या काळात देशभरातल्या शहरी लोकांना दूध व दुग्धजन्य पदार्थांचा पुरवठा करणारा असा दूध उत्पादक शेतकऱ्यांच्या मालकीचा उत्पादन, प्रक्रिया व वितरण करणारा व्यवसाय म्हणून 'दुधाचा महापूर' हा प्रकल्प वाखाणला गेला. अमूल डेअरीने जगात प्रथमच म्हशीच्या दुधाची भुकटी बनवण्याचा प्रकल्प राबवला.

कुरियन यांच्या नेतृत्वामुळे देशांतर्गत दुधाच्या किमतींना स्थैर्य प्राप्त झाले. भारतातील लहानमोठ्या शहरांना शुद्ध दुधाचा पुरेसा पुरवठा होऊ लागला आहे. मध्यस्थ वगळल्याने लहान शेतकरी व शेतमजूर असलेल्या १ कोटी २० लाख दूध उत्पादकांना नियमितपणे चांगले उत्पन्न मिळू लागले आहे. ग्राहकांनी मोजलेल्या किमतीपैकी ८० टक्के रक्कम दूध

उत्पादकांना मिळते. याशिवाय, एनडीडीबीच्या सहकारी प्रक्रिया उद्योगासाठी लागणारी ९५% साधनसामग्री देशातच बनवली जाऊ लागली आहे.

कुरियन यांचे महत्त्वाचे योगदान हे आहे की, सामान्य शेतकरी आणि शेतमजूर असलेल्या दूध उत्पादक सभासदांमध्ये, आपण प्रचंड अशा सहकारी उद्योगाचे मालक आहोत, ही भावना अंकुरली. योग्य निर्णय घेण्याची शक्ती वृद्धिंगत झाल्याने काही सहकारी सोसायटीच्या नेत्यांनी स्थानिक पातळीवर विद्यालये, वाचनालये, आरोग्यकेंद्रे, मार्केट इत्यादी सुविधा आपल्या नफ्यातून निर्माण केल्या. अशा प्रकारे ग्रामीण भागात आर्थिक, शैक्षणिक, सामाजिक क्रांती घडून आली.

'दुधाचा महापूर' या कार्यक्रमाच्या यशानंतर व्यवस्थापनाच्या या मॉडेलवर आधारित इतर शेती उत्पादनांकरितासुद्धा प्रयत्न सुरू झाले. फळे, भाजीपाला, तेलबिया इत्यादी मालाचे उत्पादन आणि वितरणसुद्धा सहकारी संस्थांमार्फत होऊ लागले आहे. दिल्लीमध्ये शेतकऱ्यांच्या मालकीच्या २५०पेक्षाही अधिक सहकारी स्टोअर्सतर्फे 'मदर डेअरी' या ब्रँड नावाने दूध, दुग्धजन्य पदार्थ, फळे आणि भाजीपाला या खाद्यपदार्थांचे वितरण केले जाते. देशातील खाद्यतेलाची उणीव भरून काढण्यासाठी एनडीडीबीतर्फे 'धारा' या ब्रँडखाली खाद्यतेलाची निर्मिती व वितरण केले जाते.

सन्मान आणि पुरस्कार

भारताचे माजी पंतप्रधान लाल बहादूर शास्त्री यांनी 'असामान्य आणि गतिशील नेतृत्व' अशा शब्दांत १९६५मध्ये वर्गीस कुरियन यांची प्रशंसा केली होती. डॉ. नॉर्मन बोरलॉग यांनी कुरियन यांना 'विसाव्या शतकातला जगातील थोर कृषी नेता' म्हटले होते. वर्गीस कुरियन यांनी अनेक महत्त्वाच्या पदांवरील जबाबदाऱ्या पार पाडल्या, त्यापैकी काही अशा :

- अलाहाबाद विद्यापीठाचे कुलपती
- दक्षिण आशियामधील फर्मेंटेड फूड संघटनांच्या सल्लागार समितीचे सदस्य
- विकसित भारत फाउंडेशनचे अध्यक्षपद आणि नॅशनल को-ऑपरेटिव्ह डेअरी फेडरेशन ऑफ इंडियाचे अध्यक्ष

कुरियन यांना अमेरिका, कॅनडा, इंग्लंड, भारत इत्यादी देशांमधील १५ विद्यापीठांनी सन्माननीय पीएच.डी. पदवी बहाल केली.

सहकारी डेअरी उद्योग स्थापन करण्यासाठी त्यांनी रशिया (१९७९), पाकिस्तान (१९८३) आणि चीन (१९८९) देशांनासुद्धा मार्गदर्शन केले.

कुरियन यांना मिळालेले प्रमुख पुरस्कार

- रेमन मॅगसेसे पारितोषिक, फिलीपीन्स (१९६३)
- भारत सरकारचे पद्मश्री (१९६५), पद्मभूषण (१९६६), पद्मविभूषण (१९९९) पुरस्कार
- भारत सरकारचा कृषिरत्न पुरस्कार (१९८६)
- नेदरलँड्समधील कार्नेगी फाउंडेशनचा 'वॉटलर शांती पुरस्कार' (१९८६)
- जागतिक अन्न पुरस्कार (१९८९)
- जागतिक डेअरी एक्स्पोमध्ये आंतरराष्ट्रीय व्यक्तिविशेष पुरस्कार (१९९३)
- फ्रान्स सरकारचा सर्वोच्च नागरी पुरस्कार 'ऑर्डर ऑफ मेरिट इन ॲग्रिकल्चर' (१९९७)
- जपानमधील आशियाई उत्पादकता संगठनाचे प्रादेशिक पारितोषिक (२०००)

कुरियन यांचा वारसा

वर्गीस कुरियन म्हणत असत, "नावीन्यपूर्णता लोकांवर लादता येत नाही. ती गोष्ट सर्वत्र असतेच, लोकांच्या व्यक्तिमत्त्वाचा आणि परिस्थितीचा तो परिपाक असतो. स्वयंचलित वातावरणात कार्य करत असताना जे नावीन्याचा आविष्कार दाखवतील अशा भरपूर कुशल लोकांची आपल्या देशाला गरज आहे." तरुणांमध्ये असे कौशल्य विकसित करण्यासाठी १९७९मध्ये त्यांनी गुजरातमधील आणंद येथे 'ग्रामीण व्यवस्थापन संस्था' स्थापन केली. या संस्थेमार्फत त्यांनी ग्रामीण सहकारी संस्था, अशासकीय सेवाभावी संस्था आणि शासकीय विभाग यांमध्ये सक्षमपणे कार्य करण्याकरिता हजारो तरुणांना प्रशिक्षित केले.

१९८९मध्ये कुरियन यांच्या जागतिक अन्न पुरस्कार प्रदान सोहळ्यात डॉ. नॉर्मन बोरलॉग म्हणाले होते, "वितरणाच्या कार्यक्षम पद्धतीशिवाय जगातील जनतेच्या भोजनाच्या ताटापर्यंत अन्न पोहोचू शकत नाही!" जवळपास ६० वर्षे कुरियन यांनी समर्पितपणे त्या दिशेने कार्य करून जगभरातील अन्न उत्पादकांना प्रेरणा आणि प्रशिक्षण दिले. ९ सप्टेंबर २०१२ रोजी कुरियन यांची प्राणज्योत मालवली. भारतीय धवलक्रांतीचे जनक म्हणून कुरियन सदैव स्मरणात राहतील. त्यांचा जन्मदिवस २६ नोव्हेंबर हा 'राष्ट्रीय दुग्ध दिन' म्हणून पाळला जातो.

❑

बटाटा रोगाचे उच्चाटन करणारे 'मिस्टर पोटॅटो'

डॉ. जॉन एस. नीडरहाऊसर

(Dr. John S. Niederhauser)

(१९१६-२००५)

'लेट ब्लाईट' या रोगामुळे जगभरात बटाटा पिकाचे फार मोठे नुकसान होत असे. डॉ. नीडरहाऊसर यांनी केलेल्या बहुमोल संशोधनामुळे या पिकाची रोग प्रतिकारशक्ती वाढली, बटाट्याची लागवड विस्तृत क्षेत्रावर होऊ लागली आणि उत्पादनातही लक्षणीय वाढ झाली. डॉ. नीडरहाऊसर यांच्या कार्यामुळे बटाटा या पिकाला मानवी अन्नामध्ये गहू, भात व मका यानंतर महत्त्वाचे (चौथे) स्थान प्राप्त झाले. या अलौकिक कार्यामुळे डॉ. नीडरहाऊसर यांना १९९० या वर्षाचा जागतिक अन्न पुरस्कार देण्यात आला.

बालपण व पूर्वायुष्य

जॉन यांचा जन्म २७ सप्टेंबर १९१६ या दिवशी अमेरिकेतील सिॲटल या शहरात झाला. त्यांनी १९३९मध्ये कॉर्नेल विद्यापीठातून पदवी मिळवल्यानंतर १९४३मध्ये वनस्पती रोगशास्त्रात पीएच.डी. संपादन केली. डॉ. जॉन यांनी याच विद्यापीठात काही काळ अध्यापनाचेही कार्य केले. १९४७मध्ये ते मेक्सिकोत रॉकफेलवर फाउंडेशन अंतर्गत गहू व मका या पिकांच्या रोगांवर संशोधन करण्यासाठी रुजू झाले.

बटाटा पिकावरील 'लेट ब्लाईट' या रोगासंबंधी संशोधन

मेक्सिकोत कार्य करत असताना डॉ. जॉन यांनी बटाट्याच्या लेट ब्लाईट या रोगावर आपले संशोधन केंद्रित केले. युरोपातील आयर्लंड या देशात १८४०मध्ये अकस्मात उद्भवलेल्या आणि नंतर जगभर पसरलेल्या 'लेट ब्लाईट' या रोगामुळे सर्वत्र बटाट्याचा दुष्काळ झाला. बटाटा उत्पादक शेतकऱ्यांची डोकेदुखी ठरलेल्या या रोगाच्या जंतूंचा प्रसार कसा होतो, हे कोडे सुटत नव्हते. या रोगाचे नियंत्रण करणेही त्यामुळे कठीण होऊन बसले होते. डॉ. जॉन यांनी चिकाटीपूर्ण संशोधन करून लेट ब्लाईट या रोगास कारणीभूत बुरशीचे उगमस्थान मेक्सिको हा देश असून, तेथूनच या बुरशीचा सर्वत्र प्रसार होतो, असे सिद्ध केले.

डॉ. जॉन आणि त्यांच्या सहकाऱ्यांनी मेक्सिकोच्या जंगलात आढळणाऱ्या बटाट्याच्या पूर्वज प्रजातींमध्ये लेट ब्लाईट या रोगास प्रतिरोधकता असल्याचे शोधून काढले. लागवडीखाली असलेल्या बटाटा वाणांचे रोग प्रतिकारक्षम जंगली प्रजातींशी संकरण करून बटाट्याचे रोग प्रतिरोधक वाण तयार करण्यात डॉ. जॉन यांच्या मार्गदर्शनाखाली कार्य करणाऱ्या संशोधक गटाला यश मिळाले. १९५२ ते १९५६ या काळात केलेल्या संशोधनातून त्यांनी लेट ब्लाईट या रोगास प्रतिकारशक्ती असलेले बटाट्याचे १४ वाण विकसित केले. या वाणांचा उपयोग करून विविध देशांतल्या शास्त्रज्ञांनी स्थानिक परिस्थितीला अनुरूप असे लेट ब्लाईट प्रतिरोधक बटाट्याचे वाण विकसित केले.

लेट ब्लाईट रोगाच्या बुरशीच्या नियंत्रणासाठी शेतकऱ्यांना महागड्या बुरशीनाशकांवर खर्च करावा लागत असे. आता रोगास उत्तम प्रतिकारशक्ती असलेले सुधारित वाण लागवडीसाठी उपलब्ध झाल्याने बुरशीनाशकांवर करावा लागणारा खर्च वाचला. शेतकऱ्यांचे मोठे आर्थिक नुकसान टळून त्यांचा फायदा होऊ लागला. परिणामी, जगभर बटाट्याचे उत्पादनही वाढले. बुरशीनाशकांच्या वापरात घट झाल्याने पर्यावरण सुरक्षेतही वाढ झाली. रोग प्रतिरोधक वाणांच्या लागवडीमुळे मेक्सिकोमधील बटाट्याचे उत्पादन १९५०मधील उत्पादनाच्या तुलनेत १९८०मध्ये सहापटींनी वाढले. १९५०च्या दशकात मेक्सिको हा देश लागवडीसाठी दर वर्षी बटाट्याचे १५ हजार टन निरोगी बियाणे

इतर देशांकडून आयात करत असे. निरोगी वाणांची निर्मिती झाल्याने बटाटा बियाणांच्या बाबतीत १९६२मध्ये तो देश स्वयंपूर्ण होऊन आयात थांबली. तेथील लोकांच्या रोजच्या आहारातील बटाट्याचे प्रमाणही तिपटीने वाढले.

सखोल संशोधनाअंती डॉ. जॉन यांनी महत्त्वपूर्ण सिद्धान्त मांडला. 'पिकांवरील रोगजंतूंच्या नियंत्रणासाठी अनेक जनुकांच्या समन्वित कार्याने प्राप्त प्रतिकारशक्ती दीर्घ काळ टिकणारी असते. ही अधरदर्शी प्रतिकारशक्ती (Horizontal Resistance) होय. त्याउलट, एखाद्या किंवा फक्त थोड्या काही जनुकांच्या कार्यामुळे प्राप्त प्रतिकारशक्ती दीर्घ काळ टिकत नाही. ही ऊर्ध्वदर्शी प्रतिकारशक्ती (Vertical Resistance) होय. अनेक जनुकांच्या सांघिक कार्यामुळे वनस्पतींना रोगकारक बुरशींच्या प्रतिरोधासाठी अधिक स्थायी (stable) परंतु काहीशी लवचीक (flexible) स्वरूपाची प्रतिकारशक्ती असलेला गुणधर्म प्राप्त होतो,' हा तो सिद्धान्त होय. अधरदर्शी प्रतिरोधकतेचा यशस्वीपणे वापर करून डॉ. जॉन यांनी बटाट्याचे लेट ब्लाईट प्रतिरोधक वाण तयार केले. याच तंत्राचा वापर इतर अनेक पिकांचे रोगप्रतिरोधक वाण तयार करण्यासाठी सर्वत्र होऊ लागला आहे. अशा सुधारित वाणांमुळे पिकांच्या उत्पादनात स्थैर्य आले आहे.

इतर देशांच्या संशोधन कार्यात सहकार्य

डॉ. जॉन यांनी अनेक देशांना बटाटा संशोधन कार्यात सहकार्य केले. उदाहरणार्थ, भारत, पाकिस्तान, बांगला देश, कोलंबिया, तुर्कस्तान, इत्यादी. लेट ब्लाईट प्रतिरोधक वाण उपलब्ध झाल्याने त्यांचे बटाटा लागवडीखालील क्षेत्र दुप्पट झाले. हेक्टरी उत्पादकतासुद्धा दुप्पट-तिप्पट झाली आणि एकूण उत्पादन चार ते आठ पट झाले आहे. त्यामुळे तीस वर्षांच्या काळात या देशातील लोकांच्या भोजनात बटाट्याचे प्रमाण १०० टक्क्यांनी वाढले आहे.

विविध देशांमधील तरुण शास्त्रज्ञांनी मेक्सिकोमध्ये जाऊन डॉ. जॉन यांच्याकडून बटाटा लागवडीच्या सुधारित तंत्रज्ञानाचे प्रशिक्षण घेतले. डॉ. जॉन यांनी १९६१मध्ये 'आंतर-अमेरिका खंड बटाटा संशोधन कार्यक्रम' आणि १९६६मध्ये 'आंतरराष्ट्रीय बटाटा कार्यक्रम' सुरू केला. या आंतरराष्ट्रीय प्रयत्नांमधूनच पुढे १९७१मध्ये दक्षिण अमेरिकेतील पेरू या देशामध्ये आंतरराष्ट्रीय बटाटा (संशोधन) केंद्र स्थापन झाले. डॉ. जॉन या केंद्राचे सहसंस्थापक होते. त्यांच्या सल्ल्याने पुढील काही गोष्टी कटाक्षाने पाळल्या गेल्या :

१. प्रमुख केंद्रात मोजक्याच समस्यांवर संशोधनाचा भर
२. विविध देशांमधील बटाटा संशोधन संस्थांशी सहकार्य
३. राष्ट्रीय संशोधन कार्यांना बळकटी आणि सातत्य देण्यासाठी कार्यक्रमांची विभागीय आखणी

जागतिक बटाटा जनुक बँकेची स्थापना

ही जनुक बँक जगभरातल्या बटाटा पैदासकारांना फारच उपयुक्त ठरली आहे. १९७८मध्ये त्यांनी मेक्सिको, पनामा, कॅरिबियन समुद्रातील देश, इत्यादी मध्य अमेरिकेतील देशांसाठी 'विभागीय बटाटा सहकार्य कार्यक्रम' (PRECODEMA) सुरू केला. कृषी संशोधन आणि उत्पादनवाढ करण्याच्या बाबतीत, तसेच शेतकऱ्यांमध्ये सुधारित तंत्रज्ञानाचा प्रसार करण्यासाठी हा प्रकल्प मार्गदर्शक ठरला आहे.

पुरस्कार, सन्मान आणि वारसा

बटाट्यावरील संशोधनामुळे जागतिक अन्न उपलब्धतेत असामान्य अशी वाढ झाली. या परिणामांमुळेच १९९०चा जागतिक अन्न पुरस्कार देऊन डॉ. जॉन एस. नीडरहाऊसर यांचा आंतरराष्ट्रीय पातळीवर सन्मान करण्यात आला. मेक्सिको, पेरू, पनामा, डोमीनिकन रिपब्लिक इत्यादी देशांतर्फे त्यांचा सन्मान करण्यात आला. अर्जेंटिना, चीन, कोस्टारिका, इक्वेडोर, अमेरिकन संघराज्ये, कॅनडा, रशिया आणि पोलंड येथील संशोधन संस्थांनीसुद्धा त्यांचा बहुमान केला. १९९३मध्ये आयोजित पहिल्या जागतिक बटाटा कॉंग्रेसमध्ये पुरस्कार देऊन त्यांचा यथोचित गौरव करण्यात आला. 'जागतिक बटाटा लेट ब्लाईट संशोधन प्रकल्पा'तर्फे अलौकिक योगदानाबद्दल २००२मध्ये डॉ. जॉन यांचा सन्मान करण्यात आला. त्यांना मिळालेल्या जागतिक अन्न पुरस्काराच्या निधीतून आणि त्यांच्या पत्नी ॲन यांच्या निधीतून त्यांनी अमेरिकन वनस्पती रोगशास्त्र सोसायटीच्या छत्राखाली कायमस्वरूपी 'जॉन आणि ॲन नीडरहाऊसर निधी'ची स्थापना केली. बटाट्याच्या लेट ब्लाईट या रोगावरील संशोधनासाठी तसेच आंतरराष्ट्रीय पातळीवर वनस्पती रोगशास्त्रात सर्वोत्कृष्ट सेवा देणाऱ्या शास्त्रज्ञाचा सन्मान करण्यासाठी या निधीचा उपयोग केला जातो. १९९०मध्ये त्यांनी दिलेल्या निधीत भर पडून आता ती रक्कम दुप्पट झाली आहे. डॉ. जॉन आणि ॲन नीडरहाऊसर यांच्या शास्त्रीय कर्तृत्वाला आणि त्यांच्या मानवतावादी वारशाला मिळालेली ही पावतीच होय.

१२ ऑगस्ट २००५ रोजी डॉ. जॉन यांचे देहावसान झाले. साठ वर्षांच्या प्रदीर्घ आंतरराष्ट्रीय सेवा काळात संशोधक, शिक्षक, नेता आणि समन्वयक या नात्याने बटाटा या पिकाच्या विकासाद्वारे त्यांनी जागतिक स्तरावर अन्नाच्या वृद्धीमध्ये दिलेल्या योगदानामुळे त्यांची 'मिस्टर पोटॅटो' ही ओळख आजही कायम आहे.

❑

अग्रणी पोषणशास्त्रज्ञ

डॉ. नेव्हिन स्टिवर्ट स्क्रीमशॉ

(Dr. Nevin Stewart Scrimshaw)

(१९१८-२०१३)

विकसनशील देशांमधील लोकांच्या कुपोषणाची समस्या सोडवण्यासाठी डॉ. नेव्हिन स्क्रीम शॉ यांनी सुमारे सहा दशके अविरत कार्य केले. भोजनातील प्रथिने, आयोडीन, लोह इत्यादी पोषणतत्त्वांची उणीव भरून काढण्यासाठी त्यांनी अन्नाच्या कमी खर्चीक पद्धती शोधून काढल्या. या पद्धतींचा प्रसार व्हावा म्हणून त्यांनी हजारो पोषणतज्ज्ञांना प्रशिक्षित केले. मागास भागातील जनतेच्या अन्नाच्या दर्जात सुधारणा करण्यासाठी त्यांनी जगभरातल्या देशांचा पाठिंबा मिळवून लोकांच्या जीवनात क्रांतिकारक सुधारणा घडवून आणली. या कार्याबद्दल डॉ. स्क्रीमशॉ यांना १९९१ या वर्षाचा जागतिक अन्न पुरस्कार दिला गेला.

बालपण व पूर्वायुष्य

अमेरिकेतील विस्कॉंसिन राज्यातील मिलवॉकी शहरात २० जानेवारी १९१८ रोजी नेव्हिन यांचा जन्म झाला. हार्वर्ड विद्यापीठातून त्यांनी शरीरक्रिया शास्त्रात १९४१मध्ये पदवी घेतल्यानंतर रोचेस्टर विद्यापीठात प्रवेश घेऊन १९४५मध्ये वैद्यकशास्त्रातील पदवीचा अभ्यास पूर्ण केला. रोचेस्टर आणि पनामा येथे वैद्यकीय शिक्षण चालू असताना पोषणशास्त्र व गर्भावस्था या विषयांचा अभ्यास करत असतानाच नेव्हिन यांचे मानवी पोषणाविषयीचे संशोधन कार्यही सुरू झाले. त्यांच्या या कार्याची वरिष्ठ पातळीवर दखल घेतली गेली आणि १९४९मध्ये मध्य अमेरिका आणि पनामा विभागातील देशांसाठी ग्वाटेमाला येथे पोषणशास्त्र संस्था स्थापन करण्याची जबाबदारी नेव्हिन यांच्यावर टाकण्यात आली.

ग्वाटेमालामधील पोषणशास्त्र संस्थेचे संचालक

१९४९मध्ये ग्वाटेमालातील पोषणशास्त्र संस्थे(आयएनसीएपी-इनकॅप)च्या संस्थापक संचालकपदावर डॉ. स्क्रीमशॉ रुजू झाले. अगदी पहिल्या दिवसापासून कर्मचाऱ्यांशिवायच या पोषणशास्त्र संस्थेची सुरुवात केली आणि १९६१पर्यंत आघाडीची पोषणशास्त्र संस्था म्हणून तिला नावारूपाला आणले. 'दक्षिण अमेरिका आणि इतर विकसनशील देशांसाठी अन्न व पोषणशास्त्रातील संशोधन, प्रशिक्षण आणि उपयोजित कार्य करणारी प्रमुख संस्था' ही भूमिका संस्थेने सुमारे ३० वर्षे निभावली.

डॉ. स्क्रीमशॉ यांनी बालकांच्या आहारात प्रथिनांचा पुरेसा पुरवठा होत नसल्याने होणाऱ्या 'क्वाशिओर्कोर' या जीवघेण्या रोगाचे निवारण करण्यासाठी १९५०च्या दशकात अथक प्रयत्न केले. प्राणवायूचा पुरवठा कमी झाल्याने निरुत्साही बनणे, त्वचेवर सूज येणे, त्वचा काळी पडणे, केस गळणे इत्यादी लक्षणे या रोगात दिसून येतात. रोगग्रस्त बालकांना वैद्यकीय मदत मिळाली नाही, तर ती काही आठवड्यातच मृत्युमुखी पडत. दक्षिण अमेरिका, आफ्रिका आणि आशिया खंडातल्या जवळपास सर्वच देशांमध्ये क्वाशिओर्कोरचा प्रादुर्भाव दिसून येतो. ग्वाटेमालातील संस्थेत आणि इतरत्र झालेल्या अभ्यासावरून डॉ. स्क्रीमशॉ यांच्या असे लक्षात आले की, तान्ह्या बाळांना मातेच्या स्तनपानातून पुरेसे दूध न मिळाल्याने प्रथिनांचा अभाव उद्‌भवतो. त्यांनी मध्य अमेरिकेतील गरीब कुटुंबांच्या आहारात वाजवी किमतीत प्रथिनांचा पुरवठा कशा प्रकारे करता येईल याचा शोध घेतला. त्या काळी एक अंडे किंवा पेलाभर दुधाची किंमत संपूर्ण कुटुंबासाठी लागणाऱ्या भोजनाच्या किमतीइतकी जास्त असल्याने प्रथिनांची पूर्तता अंड्यांद्वारे किंवा दुधाद्वारे करणे शक्य नव्हते. म्हणून डॉ. स्क्रीमशॉ यांनी 'इनकॅपरिना' (INCAPARINA) या नावाने स्वस्त किमतीचे पूरक अन्न विकसित केले. त्यात स्थानिक सरकी

(कापूस बी)च्या गराच्या पिठाचे आणि चुन्याच्या निवळीची प्रक्रिया केलेल्या मक्याचे मिश्रण केलेले असते. या पूरक अन्नाची किंमत दुधापासून तयार केलेल्या व तितकेच पोषणमूल्य असलेल्या पूरक अन्नाच्या किमतीच्या एक-पंचमाश इतकी कमी असते. आजही ग्वाटेमालामधील ५० टक्क्यांपेक्षा अधिक बालकांना एक वर्ष वय होईपर्यंत 'इनकॅपरिना' हे पूरक अन्न दिले जाते. त्यामुळे त्यांना प्रथिनांचा अभाव जाणवत नाही आणि क्वाशिओकोर्रपासून त्यांचा बचाव होतो.

१९६७च्या दुष्काळात भारतामध्ये येऊन डॉ. स्क्रीमशॉ यांनी येथील बालकांसाठी 'बालाहार' या नावाचे पूरक अन्न विकसित केले. शेंगदाणे आणि गव्हाच्या पिठापासून हे पूरक अन्न तयार केले होते. स्थानिकरीत्या उत्पादित आणि कमी किमतीत उपलब्ध होणाऱ्या अन्नपदार्थांपासून पौष्टिक अन्न तयार केले जावे, हे डॉ. स्क्रीमशॉ यांचे तत्त्व होते. या तत्त्वावर आधारित पोषण कार्यक्रम अनेक विकसनशील देशांनी राबवले. त्यामुळे तेथील जनतेची, प्रामुख्याने बालकांची उपासमार कमी झाली.

'इनकॅप' या संस्थेत कार्यरत असताना डॉ. स्क्रीमशॉ यांनी आयोडीनच्या अभावामुळे निर्माण होणाऱ्या गलगंड (गॉईटर) रोगावरसुद्धा लक्ष केंद्रित केले. या रोगात थायरॉईड ग्रंथींना सूज येते, मेंदूचा विकास थांबतो, बहिरेपणा येतो. मुलांची वाढ खुंटून ती खुजी होतात. या रोगाचा प्रादुर्भाव होऊ नये म्हणून युरोप आणि उत्तर अमेरिका येथे खाण्याच्या मिठात पोटॅशिअम आयोडाईडचे मिश्रण केले जाते. हे तंत्रज्ञान विकसनशील देशात थेट उपयुक्त ठरणार नाही, हे डॉ. स्क्रीमशॉ यांच्या लक्षात आले, कारण या देशांत मीठ शुद्ध केलेले नसते आणि बहुतांशी ओले मीठ पामच्या पानांवर विकले जाते. पोटॅशिअम आयोडेट हे पाण्यात अविद्राव्य रसायन ओल्या, अशुद्ध मिठात मिसळून वापरले, तर पोटॅशिअम आयोडाईडइतकेच उपयुक्त असल्याचे ग्वाटेमाला आणि एल साल्वाडोर या देशांतील शालेय मुलांवर केलेल्या चाचण्यांमधून आढळून आले. या निष्कर्षानंतर डॉ. स्क्रीमशॉ आणि त्यांच्या सहकाऱ्यांनी गलगंडबाधित देशांच्या सरकारशी संपर्क साधून मानवी आहारातील सर्व मिठात पोटॅशिअम आयोडेटचा अंतर्भाव करण्यास त्यांना उद्युक्त केले. हे मीठ तीन वर्षे वापरल्यानंतर त्या देशांमधील गलगंडाचे प्रमाण शून्यावर आले, आणि या रोगाचे उच्चाटन झाले.

उत्तरायुष्यातील कार्य

डॉ. स्क्रीमशॉ यांची धडाडी आणि लोकांच्या आरोग्याविषयीची ओढ असामान्य होती. १९६१मध्ये त्यांनी हार्वर्ड विद्यापीठातून सार्वजनिक आरोग्य या विषयात पदव्युत्तर पदवी (एम.पी.एच.) संपादन केली. त्यानंतर त्यांनी मॅसॅच्युसेट्स इन्स्टिट्यूट ऑफ

टेक्नॉलॉजीमध्ये पोषण आणि अन्नतंत्रज्ञान विभाग सुरू करून तरुणांना आहारशास्त्राचे धडे दिले. जागतिक आरोग्य संघटनेच्या प्रेरणेने त्यांनी आपल्या संशोधनावर आधारित पोषणशास्त्रावरील महत्त्वपूर्ण संदर्भग्रंथ लिहिला. १९६०च्या दशकात भारतीय उपखंड आणि दक्षिण-पूर्वेतील आशियाई देशांमधील लोकांच्या पोषणविषयक समस्यांवर संशोधन करण्यासाठी त्यांनी अमेरिकेतून मोठा निधी गोळा केला.

१९७१मध्ये बांगला देशाच्या स्वातंत्र्ययुद्ध काळात भारतात आलेल्या १.५ कोटी विस्थापितांच्या शिबिरांना डॉ. स्क्रीमशॉ यांनी भेटी दिल्या. येथे त्यांना तान्ही मुले आणि बालकांमध्ये मृत्यूचे भयावह प्रमाण आढळून आले. त्यावर उपाय म्हणून युनिसेफच्या मदतीने विशिष्ट बालाहार वितरित करण्यासाठी डॉ. स्क्रीमशॉ यांनी मोलाचे सहकार्य केले. या बालाहारामुळे हजारो बालकांचे प्राण वाचले.

डॉ. स्क्रीमशॉ यांनी १९८१मध्ये आहारातील लोह या पोषणद्रव्याच्या अभावामुळे माणसाच्या कार्यक्षमतेवर (विशेषतः मेंदूच्या) होणाऱ्या विपरीत परिणामांवर संशोधन सुरू केले. १९८२मध्ये त्यांनी 'आंतरराष्ट्रीय पोषण फाउंडेशन'ची स्थापना केली. या फाउंडेशनचे ते २००९पर्यंत अध्यक्ष होते, तसेच फाउंडेशन पुरस्कृत लोहाच्या अभावावरील कार्यक्रमाच्या सल्लागार गटाचे आयुष्याच्या अखेरीपर्यंत ते समन्वयकसुद्धा होते.

मॅसॅच्युसेट्स तंत्रज्ञान संस्थेत संशोधन करत असताना डॉ. स्क्रीमशॉ यांनी 'पोषण, शिक्षण आणि वर्तणूक', तसेच मानवी आहारासाठी 'एकपेशीय जीवांपासूनची प्रथिने' या विषयांवर आंतरराष्ट्रीय चर्चासत्रांचे आयोजन केले होते. विकसनशील देशांसाठी पोषण तंत्रज्ञान कार्यक्रम राबवण्यासाठी ही चर्चासत्रे मार्गदर्शक ठरली. १९७५मध्ये संयुक्त राष्ट्रसंघ विद्यापीठाचा 'जागतिक भूक कार्यक्रम' आणि त्यानंतर 'मानवी व सामाजिक विकासासाठी अन्न व पोषण प्रकल्प' त्यांनी सुरू केला. या दोन्ही प्रकल्पांचे डॉ. स्क्रीमशॉ दोन दशकांपर्यंत संचालक होते. प्रकल्प प्रकाशनांच्या संपादकीय कार्याची जबाबदारीसुद्धा त्यांनी सांभाळली. सेवानिवृत्तीनंतरसुद्धा डॉ. स्क्रीमशॉ हे मॅसॅच्युसेट्स तंत्रज्ञान संस्थेत अखेरपर्यंत मानद प्राध्यापक पदावर कार्यरत होते. टफ्ट विद्यापीठातसुद्धा अतिथी प्राध्यापक म्हणून ते अध्यापन करत असत. विकसनशील देशांमधील पाचशेपेक्षाही जास्त शास्त्रज्ञांना त्यांनी आहार व पोषण शास्त्रांच्या विविध कार्यक्रमांचे प्रशिक्षण दिले. डॉ. स्क्रीमशॉ यांच्या प्रशिक्षण कार्यक्रमाचे सातत्य टिकून राहावे यासाठी वयाच्या ८४व्या वर्षी त्यांना पाच वर्षांकरिता ५० लाख अमेरिकन डॉलर इतके पायाभूत अनुदान मिळाले होते. वयाच्या नव्वदीनंतरसुद्धा ते मोठ्या उमेदीने आणि धडाडीने आहार व पोषण शास्त्राच्या जागृतीचे आपले जीवनकार्य जगभर करत असत. विविध देशांचे शासन आणि आंतरराष्ट्रीय संस्था

यांना मार्गदर्शन करण्यासाठी त्यांनी खूप प्रवास केला, २० पुस्तके प्रकाशित केली आणि ६५०पेक्षा अधिक शास्त्रीय लेख लिहिले. अखेरच्या काळात त्यांनी सीरिया, बांगला देश आणि घानामधील संशोधन प्रकल्प पूर्ण केले.

पुरस्कार व सन्मान

डॉ. स्क्रीमशॉ यांना जगभरातून सुमारे चाळीस विद्यापीठांनी सन्माननीय पीएच.डी. पदवी प्रदान केली होती. अनेक मानद प्राध्यापक पदे आणि पुरस्कारही त्यांना मिळाले. मानवी आहार आणि पोषण यात सुधारणा करून विश्वातील जनतेचे जीवन सुधारावे यासाठी डॉ. स्क्रीमशॉ यांनी आपले संपूर्ण आयुष्य वेचले. या महान कार्यासाठी १९९१चा जागतिक अन्न पुरस्कार देऊन त्यांचा सन्मान करण्यात आला.

डॉ. स्क्रीमशॉ यांना मिळालेले काही प्रमुख पुरस्कार

- पोषण उपचारांसाठी 'गोल्ड बर्गर' पारितोषिक (१९६९)
- बोर लुह आंतरराष्ट्रीय पारितोषिक (१९६९)
- पोषणशास्त्रातील सार्वजनिक सेवेबद्दल 'कोनराड एल्हेम पारितोषिक' (१९७६)
- बोल्टन कॉरसन पदक (१९७६)
- पोषणशास्त्रातील अद्वितीय संशोधनासाठी 'ब्रिस्टल-मायर्स पारितोषिक' (१९८८)

८ फेब्रुवारी २०१३ रोजी डॉ. नेव्हिन स्टिवर्ट स्क्रीमशॉ या महान संशोधकाचे देहावसान झाले. त्यांनी स्थापन केलेल्या आघाडीच्या पोषणशास्त्र संस्था त्यांची चिरकाल आठवण देत राहतील.

❑

कीटकनियंत्रणासाठी नरवंध्यत्व तंत्राचे प्रणेते

डॉ. एडवर्ड एफ. निपलिंग डॉ. रेमंड सी. बुशलँड

(Dr. Edward F. Knipling) (Dr. Raymond Bushland)

(१९०९-२०००)

(१९१०-१९९५)

पिकांना आणि पाळीव प्राण्यांना हानिकारक ठरणाऱ्या कीटकांचे नियंत्रण पर्यावरणस्नेही अशा कीटक वंध्यत्व तंत्रज्ञानाद्वारे करण्याची पद्धती डॉ. एडवर्ड एफ. निपलिंग आणि डॉ. रेमंड सी. बुशलँड या दोन कीटकशास्त्रज्ञांनी विकसित केली. त्यामुळे रसायनांच्या वापराशिवाय अपायकारक कीटकांचा परिणामकारक रीतीने बंदोबस्त करणे शक्य होऊन अन्नाची मोठ्या प्रमाणावर होणारी नासाडी थांबवली गेली. जागतिक अन्न पुरवठ्याच्या दृष्टीने तसेच मानवी आरोग्याच्या दृष्टीने हे अत्यंत महत्त्वाचे योगदान ठरल्याने १९९२ या वर्षाच्या जागतिक अन्न पुरस्काराने या शास्त्रज्ञद्वयींना सन्मानित करण्यात आले.

डॉ. एडवर्ड एफ. निपलिंग

बालपण व पूर्वायुष्य

अमेरिकेतील टेक्सास राज्यातल्या पोर्ट लव्हासा येथे २० मार्च १९०९ रोजी एका शेतकरी कुटुंबात एडवर्ड यांचा जन्म झाला. तरुण एडवर्डला वडिलांबरोबर शेतीकाम करत असतानाच स्क्रूवर्मपासून गाईंना आणि कीटकांपासून कपाशीसारख्या पिकांना होणाऱ्या प्रादुर्भावाची आणि त्यापासून होणाऱ्या आर्थिक नुकसानीच्या तीव्रतेची जाणीव झाली होती. टेक्सास कृषी आणि तंत्रज्ञान विद्यापीठातून पदवीधर झाल्यानंतर त्यांनी आयोवा राज्यामध्ये कीटकशास्त्रात पदव्युत्तर शिक्षण घेतले. त्यानंतर १९३१मध्ये त्यांनी अमेरिकन प्रशासनाच्या कृषी खात्यामध्ये मेनार्ड येथे कीटकशास्त्रज्ञ या पदावर आपली सेवा सुरू केली. तेथे स्क्रूवर्म माशीच्या नियंत्रणाची जबाबदारी त्यांच्यावर टाकण्यात आली. स्क्रूवर्मच्या जीवनचक्रामध्ये खंड पाडला तर या माशीचा बंदोबस्त करणे शक्य होईल आणि त्यासाठी या माशीत आनुवंशिक दोष घडवून आणणे सयुक्तिक होईल, ही कल्पना मांडून त्या दिशेने त्यांनी संशोधन सुरू केले. तथापि, त्या वेळी दुसऱ्या जागतिक महायुद्धाचा भडका उडाला आणि त्यांच्या संशोधनकार्यात खंड पडला. युद्धकाळात अमेरिकेच्या दोस्त राष्ट्रांच्या सैनिकांना सतावणाऱ्या मलेरिया आणि टायफॉइड या रोगांच्या जंतूंचा फैलाव करणाऱ्या कीटकांचे नियंत्रण करण्याची जबाबदारी त्यांच्यावर टाकण्यात आली. प्राण्यांचे रक्त शोषण करणाऱ्या कीटकांचा बंदोबस्त करण्यासाठी 'डीडीटी' या कीटकनाशकाची उपयुक्तता अभ्यासणाऱ्या गटाचे नेतृत्व एडवर्ड यांच्याकडे होते. महायुद्धकाळात त्यांनी केलेल्या महत्त्वपूर्ण कार्यासाठी त्यांना १९४७मध्ये अमेरिकन संघराज्याचे प्रावीण्यपदक बहाल केले गेले. तसेच १९४८मध्ये इंग्लंडच्या प्रशासनातर्फेसुद्धा राजपदक देण्यात येऊन त्यांचा सन्मान केला गेला.

कीटक वंध्यत्व तंत्रज्ञानाचा शोध व प्रसार

दुसऱ्या महायुद्धाच्या समाप्तीनंतर एडवर्ड यांनी आयोवा राज्य विद्यापीठातून पीएच.डी. संपादन केली. त्यानंतर अमेरिकन कृषी खात्यामध्ये वॉशिंग्टन येथे कीटकशास्त्रज्ञ पदावर ते रुजू झाले. अमेरिकन संघराज्याच्या दक्षिणेकडील राज्यात १९३०च्या दशकापासून पाळीव प्राण्यांच्या उत्पादनात स्क्रूवर्मच्या हल्ल्याने फार मोठे नुकसान होत असे. मेक्सिको, मध्य अमेरिका आणि दक्षिण अमेरिकेतील देशांमध्ये निर्यात होणाऱ्या लाल मांस आणि दुग्धजन्य पदार्थांच्या निर्यातीत मोठी घट झाली होती. मेनार्ड येथील प्रयोगशाळेत एडवर्ड यांना रेमंड बुशलँड सहकारी म्हणून येऊन मिळाले होते. सुरुवातीला स्क्रूवर्मच्या अळ्यांचा रासायनिक कीटकनाशकांद्वारे बंदोबस्त करण्यावर बुशलँड यांच्या संशोधनाचा भर होता; तर एडवर्ड यांच्या संशोधनाचा भर कीटकांच्या जीवनक्रमामध्ये हस्तक्षेप करून कीटकांचा

आनुवंशिक स्वयंनाश ओढवण्यावर होता. काही काळानंतर बुशलँड यांनी एडवर्ड यांच्या सिद्धान्तामध्ये रस घेतला आणि दोघांनी प्रथम स्क्रूवर्म माश्यांची प्रयोगशाळेत मोठ्या प्रमाणात पैदास सुरू करून माश्यांमध्ये आनुवंशिक नरवंध्यत्व निर्माण करण्याच्या दिशेने संशोधन सुरू केले.

दुसरे जागतिक महायुद्ध सुरू झाल्याने त्यांच्या संशोधनात खंड पडला. तथापि, महायुद्धाच्या समाप्तीनंतर एडवर्ड आणि बुशलँड यांनी १९५०नंतर आपले संशोधन नव्या दमाने सुरू केले. क्ष-किरणांच्या परिणामाने स्क्रूवर्मच्या नरमाश्यांमध्ये आनुवंशिक वंध्यत्व निर्माण करण्यात त्यांना यश मिळाले. फ्लोरिडा राज्यातल्या सानीबेल या बेटांवर त्यांनी वंध्यत्व निर्माण झालेल्या नरमाश्यांना सोडले. वंध्यत्व प्राप्त झालेल्या नरांच्या मीलनानंतर मादी माश्यांनी दिलेल्या अंड्यातून अळ्यांची पुनरुत्पत्ती होण्याचे थांबले. वारंवार हे तंत्रज्ञान वापरून माश्यांच्या जीवनक्रमात खंड पाडल्याने सानीबेल बेटावरून स्क्रूवर्मचे समूळ उच्चाटन करण्यात यश मिळाले.

कीटक वंध्यत्व तंत्रज्ञान (स्टराईल इंसेक्ट टेक्नॉलॉजी : एसआयटी)

या तंत्रात प्रयोगशाळेमध्ये कृत्रिम अन्नावर कीटकांची मोठ्या प्रमाणावर उत्पत्ती केली जाते. क्ष-किरणांसारख्या अणुकिरणांच्या सान्निध्यात बंदिस्त सुरक्षित जागेत नर-माश्या विवक्षित काळ ठेवल्या जातात. विकीरणामुळे माश्यांच्या गुणसूत्रांमध्ये आनुवंशिक बदल होऊन त्यांना वंध्यत्व प्राप्त होते. अशा वंध्यत्व प्राप्त झालेल्या नरांशी मीलन झालेल्या माद्या अफलित अंडी देतात. या अंड्यांपासून अळ्या बाहेर येत नाहीत. कीटकाच्या जीवनचक्रामध्ये अशा नाट्यमय रीतीने खंड पडल्यामुळे त्यांची प्रजोत्पत्ती होत नाही किंवा फारच कमी होते. कीटकांच्या पुढील पिढ्यांमध्येसुद्धा अशा वंध्यत्व प्राप्त झालेल्या नरांना सोडल्याने अफलित अंडी उत्पादित होऊन काही काळाने कीटक निर्वंश होतो किंवा त्याची संख्या नगण्य होते. नगण्य संख्या असलेल्या कीटकाचा इतर मार्गांनी बंदोबस्त करणे सोपे जाते. कीटक नरवंध्यत्व तंत्रज्ञानाच्या वापराने पाळीव प्राणी, तसेच फळे, भाजीपाला आणि तंतुमय पिकांवरील कीटकांचे नियंत्रण करणे फारच परिणामकारक ठरले आहे. रसायनांचा वापर होत नसल्याने किंवा फारच थोडा वापर करावा लागल्याने त्यांचे अंश पिकांवर किंवा प्राणिजन्य उत्पादनांवर मानवाला किंवा प्राण्याला अपायकारक ठरतील इतक्या मात्रेत शिल्लक राहत नाहीत. त्यामुळे एक सुरक्षित आणि पर्यावरणस्नेही नियंत्रणाचा मार्ग म्हणून कीटक नरवंध्यत्व तंत्रज्ञानाला ख्याती प्राप्त झाली आहे.

१९५४मध्ये व्हेनेझुएला या दक्षिण अमेरिकेतील देशाच्या किनाऱ्याजवळील १७६ चौरस मैल क्षेत्रफळ असलेल्या बेटावरसुद्धा या तंत्राच्या वापराने स्क्रूवर्मचा पूर्णपणे नायनाट करण्यात त्यांना यश मिळाले. या बेटावरील लोकांसाठी मांस आणि दुधाचा स्त्रोत असणाऱ्या शेळ्यांचे संरक्षण करणे नरवंध्यत्व तंत्रज्ञानामुळे केवळ सात आठवड्यांत शक्य झाले होते.

१९६० आणि १९७०च्या दशकांत अमेरिकन संघराज्यांमध्ये स्क्रूवर्मचा नायनाट करण्यासाठी कीटक वंध्यत्व तंत्रज्ञानाचा अवलंब केला गेला. १९८०च्या दशकात मेक्सिको आणि बेलिझे या देशांमध्ये या तंत्राचा यशस्वीपणे वापर केला गेला. नंतर संपूर्ण मध्य अमेरिका क्षेत्रातील देशांमध्ये हे तंत्रज्ञान वापरण्यात आले. त्यासाठी पनामा या मध्यवर्ती देशाचा संरक्षक जैविक भिंत म्हणून वापर केला गेला, ज्या मार्गे दक्षिण अमेरिकेकडून होणारी स्क्रूवर्मच्या माशीची वाहतूक बंद केली गेली.

१९९१मध्ये उत्तर आफ्रिकेतल्या स्क्रूवर्मच्या गंभीर प्रादुर्भावास कीटक वंध्यत्व तंत्रज्ञानामुळे पायबंद घालता आला. मेक्सिकोमध्ये आणि अमेरिकेतील कॅलिफोर्निया या राज्यात उद्भवलेल्या फळ-माशीच्या उपद्रवास याच तंत्रज्ञानामुळे पायबंद बसला. जपानमधील ओकिनावात कलिंगडावरील माश्यांचे आणि आफ्रिकेतील मनुष्यप्राण्यांना उपद्रव पोहोचवणाऱ्या त्से त्से माश्यांचे उच्चाटन याच तंत्रज्ञानाद्वारे झाले. अलीकडे अमेरिकेत कापूस पिकावरील बोंड अळीच्या नियंत्रणासाठी या तंत्राचा वापर केला गेला.

अनेक देशांमध्ये कीटक वंध्यत्व तंत्रज्ञानाचा अवलंब करून विविध प्रकारच्या कीटकांचा कार्यक्षम रीतीने बंदोबस्त करणे शक्य झाले. यामुळे जगभरातल्या लोकांना होणाऱ्या अन्नपुरवठ्यामध्ये लक्षणीय वाढ झाली. या तंत्रज्ञानामुळे डॉ. एडवर्ड आणि डॉ. बुशलँड यांच्या शास्त्रीय कार्यास आणि नेतृत्वास जागतिक मान्यता मिळाली. अमेरिकन संघराज्याच्या कृषी विभागाचे मंत्री ऑरव्हील फ्रीमन यांनी कीटक वंध्यत्व तंत्रज्ञानाला 'विसाव्या शतकातील कीटकशास्त्रामधील सर्वश्रेष्ठ संशोधन व यश' असे संबोधून या शास्त्रज्ञांचा गौरव केला.

उत्तर आयुष्य, सन्मान आणि वारसा

डॉ. एडवर्ड यांनी अमेरिकन कृषिखात्यात १९७३पर्यंत सेवा केल्यानंतर ते कृषी संशोधन सेवेच्या प्रमुख पदावरून निवृत्त झाले. त्यानंतर २७ वर्षे त्यांनी अमेरिकन कृषी खात्याचे सल्लागार व सहयोगी म्हणून कीटकनियंत्रणासाठी नवनवीन तंत्रज्ञानाचा अवलंब करण्यात मोठे योगदान दिले. १९६६मध्ये अमेरिकेतर्फे राष्ट्रीय शास्त्र पदक देऊन डॉ. एडवर्ड यांना गौरवण्यात आले. राष्ट्रीय शास्त्र अकादमीचे सदस्य पदी त्यांची निवड झाली. डॉ. रेमंड

बुशलँड यांच्यासमवेत डॉ. एडवर्ड निपलिंग यांना १९९२ या वर्षाचा जागतिक अन्न पुरस्कार देऊन गौरवण्यात आले. १९९५मध्ये त्यांना जपानतर्फे पारितोषिक देऊन गौरवण्यात आले.

एस्क्वायर या नियतकालिकाने १९७०मध्ये जगातील सर्वात महत्त्वपूर्ण अशा शंभर व्यक्तींमध्ये त्यांची गणना केली होती. १९९९मध्ये अमेरिकेतील टेक्सास राज्यात 'निपलिंग- बुशलँड दक्षिण-पश्चिम प्राणी संशोधन प्रतिष्ठान'ची स्थापना करण्यात आली. डॉ. एडवर्ड व बुशलँड यांनी योगदान दिलेल्या क्षेत्रात संशोधनाचे आणि शिक्षणाचे सातत्य टिकून राहावे यासाठी सदर प्रतिष्ठानातर्फे आर्थिक साहाय्य दिले जाते. आयुष्याच्या अखेरपर्यंत कार्यरत राहिलेल्या डॉ. एडवर्ड यांचे १७ मार्च २००० रोजी देहावसान झाले.

डॉ. रेमंड सी. बुशलँड

बालपण व पूर्वायुष्य

अमेरिकेतील मिन्नेसोटा राज्यात ५ ऑक्टोबर १९१० रोजी रेमंड यांचा जन्म झाला. तथापि त्यांचे बालपण आणि तारुण्य दक्षिण डाकोटा या राज्यात गेले. दक्षिण डाकोटा राज्य विद्यापीठातून त्यांनी १९३२मध्ये कीटकशास्त्र आणि प्राणिशास्त्र या विषयांत पदवी प्राप्त करून एम.एस. पदवी संपादन केली. त्यानंतर त्यांनी अमेरिकन कृषी खात्यात नोकरी पत्करली आणि टेक्सास राज्यातील डल्लास शहरातील प्रयोगशाळेत स्क्रूवर्म या कृमीपासून गाईंना होणाऱ्या जखमांवर रसायनांद्वारे उपचार करण्यासाठी संशोधन सुरू केले. १९३७मध्ये त्यांची बदली टेक्सासमधील मेनार्ड येथील प्रयोगशाळेत झाली. तेथेच ते डॉ. एडवर्ड निपलिंग यांच्या संपर्कात आले आणि त्यांचे कीटक वंध्यत्व तंत्रज्ञानावर संयुक्त संशोधन सुरू झाले. दोन वर्षांनंतर दुसरे जागतिक महायुद्ध सुरू झाल्यानंतर अमेरिकन लष्करातर्फे न्यू गिनी आणि फिलीपीन्समध्ये संशोधक म्हणून बुशलँड यांची नेमणूक झाली. तेथे त्यांनी टायफॉइड या रोगाच्या टायफस जिवाणूंचा प्रसार करणाऱ्या चीगरकोष्टी या अष्टपाद गोचीडाच्या नियंत्रणाचे तंत्र विकसित केले. या संशोधनकार्यासाठी त्यांना पुढे १९४९मध्ये अमेरिकन टायफस कमिशनचे पारितोषिक देऊन गौरवण्यात आले.

महायुद्धानंतरची सेवा

महायुद्धाच्या समाप्तीनंतर १९५०मध्ये डॉ. बुशलँड अमेरिकन कृषी खात्यामध्ये टेक्सास राज्यातील केरव्हिले येथे रुजू झाले. त्यांनी गाईच्या उपचारासाठी वापरात येणाऱ्या रसायनांच्या दुधात व मांसात आढळून येणाऱ्या शेष अंशावर संशोधन केले. तेथे असतानाच त्यांनी डॉ. एडवर्ड यांच्या सहकार्याने स्क्रूवर्म या कीटकाच्या नियंत्रणासाठी कीटक वंध्यत्व तंत्रज्ञान विकसित केले.

हे तंत्रज्ञान वापरून फ्लोरिडा राज्यातील प्राण्यांना उपद्रव देणाऱ्या स्क्रूवर्म या कीटकाचा नायनाट करण्यात, तसेच १९६२पर्यंत अमेरिकेच्या दक्षिण-पश्चिम विभागामध्येसुद्धा स्क्रूवर्मचे नियंत्रण करण्यात त्यांना यश मिळाले. १९७४मध्ये अमेरिकन कृषी खात्याच्या सेवेतून निवृत्त होईपर्यंत डॉ. बुशलँड यांचे स्क्रूवर्म संशोधनावरील देखरेखीचे कार्य, आणि संशोधकांना व शेतकऱ्यांना मार्गदर्शन करणे चालूच होते.

पुरस्कार, सन्मान व वारसा

- अमेरिकन कृषिखात्यातर्फे विशिष्ट सेवा पदक - १९६७
- संयुक्त राष्ट्रसंघाच्या अन्न व शेतकी संघटनेचे विशिष्ट शास्त्र पदक - १९९१
- डॉ. एडवर्ड यांच्यासमवेत जागतिक अन्न पुरस्कार - १९९२

टेक्सासमधील केरव्हिले येथे २९ जानेवारी १९९५ रोजी डॉ. बुशलँड यांचे देहावसान झाले.

❑

चीनच्या कृषिक्रांतीचे जनक

हे कांग

(He Kang)

(१९२३)

कृषिसंबंधीच्या कायद्यात सुधारणा करून योग्य धोरणाची अंमलबजावणी केल्याने आधुनिक इतिहासात चीन हा देश प्रथमच अन्नधान्याच्या बाबतीत स्वावलंबी झाला. जगातील २२ टक्के लोकसंख्या आणि लागवडीखालील फक्त ७ टक्के शेतजमीन असतानासुद्धा चीनने ही क्रांती केली. दहा वर्षांपेक्षा थोडा अधिक काळ देशाचे कृषिमंत्री व प्रशासक राहिलेल्या श्री. हे कांग यांना ही कृषिक्रांती घडवून आणण्याचे श्रेय जाते. म्हणूनच १९९३चा जागतिक अन्न पुरस्कार देऊन त्यांचा सन्मान करण्यात आला.

बालपण व पूर्वायुष्य

चीनमधील हेबेई येथे १९२३मध्ये हे कांग यांचा जन्म झाला. ग्वांग्कसी विद्यापीठातून पीक संवर्धनशास्त्रात पदवी संपादन केल्यानंतर त्यांनी शासकीय सेवा पत्करली. नानकिंग शहरातील कृषी संशोधन केंद्रात व्यवस्थापक पदावर ते रुजू झाले. त्यांनी केलेल्या संशोधनाच्या पायावरच पुढे चीनचा विषुववृत्तीय क्षेत्रातील रबर उद्योग विकसित झाला. १९५० आणि १९६०च्या दशकांत त्यांनी कृषी आणि वानिकी विषयांतील संशोधनाचे व्यवस्थापन आणि मार्गदर्शन केले.

प्रशासकीय कार्य

हे कांग यांनी १९७९ ते १९९० या काळात महत्त्वाच्या विविध प्रशासकीय पदांवर कार्य केले. राज्य कृषी आयोगाच्या उपायुक्त पदावर १९७९ ते १९८२पर्यंत, राज्य नियोजन मंडळाच्या उपायुक्त पदावर १९८२-८३पर्यंत आणि देशाच्या कृषिमंत्री पदावर १९८३ ते १९९०पर्यंत ते कार्यरत होते. त्यांच्या या ११ वर्षांच्या प्रशासकीय कारकिर्दीत चीनमध्ये कृषी संशोधन, शिक्षण आणि उत्पादन क्षेत्रात क्रांती झाली.

चीनमधील सांस्कृतिक क्रांतीच्या काळात देशातल्या कृषी विद्यापीठांची दुरवस्था झाली होती. प्रयोगशाळांमध्ये उपकरणे नव्हती, प्राध्यापकांना शेतीवर काम करण्यासाठी पाठवले गेले आणि विद्यापीठांचा आधुनिक पाश्चात्त्य कृषीशास्त्राशी संपर्क तुटला होता. कृषी आणि नियोजन मंडळाचे आयुक्त या पदावर असताना हे कांग यांनी कृषीविषयक कायद्यांत सुधारणा घडवून आणण्यात प्रमुख भूमिका बजावली आणि पुढे मंत्रिपदी असताना त्या सुधारणांची अंमलबजावणी केली. या सुधारणांमुळे १९८०च्या दशकात कृषी उत्पादनात वार्षिक ८ टक्के दराने वाढ झाली. त्याबरोबरच ग्रामीण भागातल्या लोकांचे वार्षिक उत्पन्न दुपटीपेक्षाही जास्त झाले. ग्रामीण दारिद्र्य नाट्यमय रीतीने कमी झाले. जमिनीच्या उत्पादकतेच्या बाबतीत चिनी शेतकरी जगात अव्वल स्थानावर पोहोचले. चिनी लोकांचे जीवनमान सातत्याने सुधारत गेले. उपासमार आणि आहारातील प्रथिनांच्या कमतरतेची दीर्घ काळची समस्या आता सर्वसामान्य चिनी जनतेला सतावत नाही.

ही किमया कशी घडून आली? चीनच्या कृषी संशोधन व शिक्षण व्यवस्थेचे आधुनिकीकरण केले. मनमिळाऊ व पारदर्शक स्वभावामुळे आणि समर्पित वृत्तीमुळे त्यांनी जगभरातल्या ९३ देश-विभागांशी संपर्क साधून शास्त्रज्ञ आणि शास्त्रीय ज्ञानाच्या आदानप्रदानाची मुहूर्तमेढ रोवली. सांस्कृतिक क्रांतीच्या काळात खिळखिळा झालेला कृषी संशोधन व शिक्षणाचा पाया आंतरराष्ट्रीय सहकार्य आणि अद्ययावत ज्ञान यांच्याद्वारे मजबूत झाला.

दुसरा आणि तितकाच महत्त्वाचा घटक होता शेतकरी कुटुंब. कुटुंब हा उत्पादनातील प्रमुख घटक मानून त्यांनी शेती उत्पादनवाढीला चालना दिली. अन्नधान्य आणि कापूस उत्पादन वाढीसाठी आधुनिक ज्ञान आणि तंत्रज्ञान यांचा अवलंब करण्यास्तव त्यांनी शेतकरी कुटुंबांना प्रोत्साहन दिले. शेतकरी कुटुंबांना कृषी उत्पादनासाठी आवश्यक निविष्ठांचा पुरवठा केंद्र सरकारतर्फे तत्परतेने करण्यात आला. आधुनिक कृषी तंत्रज्ञान आणि योग्य धोरण यामुळे कुटुंबशेतीला संजीवनी प्राप्त झाली. कृषी तंत्रज्ञान ग्रामीण उद्योगधंद्यांना चालना दिली. यामुळे ग्रामीण समाजाला आर्थिक लाभ झाला आणि गरीब जनतेचे जीवनमान सुधारले. ग्रामीण भागातून कामधंद्यासाठी शहराकडे होणारे लोकांचे स्थलांतर थांबले. परिणामी, उत्पादन आवश्यक पातळीपर्यंत पोहोचले, नागरिकीकरणाचा दर नियंत्रित राहिल्याने शहरांचे स्थैर्य नष्ट झाले नाही आणि ग्रामीण उद्योगांचे सातत्य टिकून राहिल्याने ग्रामीण अर्थकारण सशक्त झाले. पुढे लहान शहरांभोवतीसुद्धा उद्योगांचे जाळे विणले गेले.

कृषिमंत्री कांग यांच्या कार्यक्रमांतर्गत कृषी विद्यालये आणि संशोधन संस्था बलवान झाल्या आणि वाढल्या. नवीन आणि विशेष शाखांमध्ये संशोधन आणि शिक्षण केंद्रांची स्थापना झाली. आधुनिक तंत्रज्ञान शेतकऱ्यांपर्यंत पोहोचवण्यासाठी नावीन्यपूर्ण कृषी विस्तार कार्यक्रम राबवला गेला. या कार्यक्रमाचे परिणाम कृषी, पशुपालन आणि मत्स्यसंवर्धन क्षेत्रातील उत्पादनात आणि दर्जात झालेल्या क्रांतीत दिसून आले.

एवढेच नव्हे, तर कांग यांनी चीनच्या कृषी विशेषज्ञांना संयुक्त राष्ट्र संघटनेमार्फत आफ्रिकन देशांना पाठवून तेथील अन्नधान्य उत्पादनात सुधारणा घडवून आणण्यास मदत केली. कांग यांनी ६० पेक्षाही अधिक देशांच्या कृषिमंत्र्यांना १९८७मध्ये बीजिंग येथे विकसनशील राष्ट्रांच्या कृषी परिषदेत सहभाग घेण्यासाठी आमंत्रित केले होते.

निवृत्तीनंतरचे कार्य

मंत्री पदाचा कार्यकाळ संपल्यानंतर कांग १९९३ ते १९९८पर्यंत राष्ट्रीय जन काँग्रेसच्या कार्यकारी समितीचे सदस्य म्हणून कार्यरत होते. या काळात त्यांनी कृषी आणि संलग्न विषयातील कायद्यांमध्ये सुधारणा घडवून आणण्यासाठी सातत्याने प्रयत्न केले. विशेषतः ग्रामीण भागांचा विकास होऊन स्थानिक लोकांची आर्थिक प्रगती व्हावी यासाठी गावे आणि लहान शहरे यांच्याभोवती औद्योगिक केंद्र विकसित करण्याचा कायदा व्हावा म्हणून त्यांनी हिरिरीने प्रयत्न केले. संयुक्त राष्ट्र संघटनेच्या अन्न व कृषी संघटनेच्या सल्लागार

पदावरही त्यांनी कार्य केले. चीनच्या 'उष्ण कटिबंधीय कृषिशास्त्र अकादमी'च्या विशेषज्ञ समितीच्या सल्लागार पदावरही ते कार्यरत होते. कांग यांच्या कार्याचा गौरव करताना डॉ. नॉर्मन बोरलॉग म्हणाले होते, "हे कांग यांची दूरदृष्टी आणि नेतृत्वगुणांमुळे चीन अन्नधान्याच्या बाबतीत स्वयंपूर्ण होऊन तेथील जनतेला पुरेसे पौष्टिक अन्न उपलब्ध झाले. त्यांनी कृषिसंबंधित अन्य समस्यांचेसुद्धा निराकरण करण्यात आपले लक्ष गुंतवले आहे. इतर देशांच्याही अशा समस्या सोडवण्यासाठी आपण सर्वांनी त्यांच्यापासून शिकले पाहिजे आणि सहकार्य केले पाहिजे."

सन्मान

हे कांग यांच्या अलौकिक प्रशासकीय नेतृत्वामुळे चीनमध्ये कृषी-औद्योगिक क्रांती होऊन चीन हा देश अन्नधान्याच्या बाबतीत स्वयंपूर्ण झाला. चीनमधील शेतीची नेत्रदीपक प्रगती झाल्याने १९९३चा जागतिक अन्न पुरस्कार प्रदान करून त्यांचा सन्मान करण्यात आला.

❑

अन्नसुरक्षेसाठी सूक्ष्म पतपुरवठ्याचे पुरस्कर्ते

डॉ. मुहंमद युनूस

(Dr. Muhammad Yunus)

(१९४०)

डॉ. मुहंमद युनूस यांच्या कल्पकतेतून बांगला देशातील हलाखीच्या गरिबीत जीवन कंठणाऱ्या लाखो लोकांना, विशेषतः स्त्रियांना सूक्ष्म कर्ज वाटप करण्याची नावीन्यपूर्ण योजना राबवली गेली. ग्रामीण बँकेद्वारे लोकांचे आर्थिक आणि सामाजिक सबलीकरण होऊन त्यांना रोजच्या जीवनात पुरेसे पौष्टिक अन्न मिळू शकले. लोकांचे आरोग्य सुधारून शिक्षण, कामधंदा आणि दीर्घकालीन सुरक्षा मिळवण्यासाठी ते सक्षम झाले. या अलौकिक कार्यासाठी डॉ. मुहंमद युनूस यांना १९९४चा जागतिक अन्न पुरस्कार बहाल करण्यात आला.

बालपण व पूर्वायुष्य

बांगला देशात २८ जून १९४० रोजी बथुवा या खेड्यात मुहंमद युनूस यांचा जन्म झाला. त्यांचे शालेय आणि महाविद्यालयीन शिक्षण चितगाव शहरात झाले. शैक्षणिक जीवनात ते सांस्कृतिक कार्यक्रमांमध्ये आवडीने भाग घेत. ढाका विद्यापीठातून त्यांनी अर्थशास्त्रात बी.ए. (१९६०) आणि एम.ए. (१९६१) या पदव्या संपादन केल्या. पुढे जर्मनीमधील व्हॅन डेर बीट विद्यापीठातून १९७१मध्ये अर्थशास्त्रात पीएच.डी. संपादन केली. डॉ. मुहंमद युनूस यांनी काही काळ अमेरिकेतील टेनेसी विद्यापीठात अध्यापन केले. १९७२मध्ये बांगला देशात परतून त्यांनी बांगला देशातील चितगाव विद्यापीठात अर्थशास्त्राचे अध्यापन सुरू केले. अर्थशास्त्राचे प्राध्यापक या नात्याने त्यांच्या लक्षात आले की, भूक आणि कुपोषण कशा प्रकारे आर्थिक बाबींशी निगडित असतात. केवळ ५५,००० चौरस किलोमीटर क्षेत्र असलेल्या बांगला देशात १५ कोटी लोक राहतात आणि त्यांचे दरडोई वार्षिक उत्पन्न फक्त ४३० अमेरिकन डॉलर असून ५० टक्के जनता दारिद्र्यरेषेखाली आहे. अन्न विकत घेण्यासाठी पैसा नसल्यामुळे लोक उपाशी राहतात, हे त्यांनी जवळून अनुभवले. गरिबीत खितपत पडलेल्या कुटुंबांच्या मूलभूत गरजा भागवण्यासाठी त्यांना आर्थिक मदत पुरवली पाहिजे हे डॉ. महंमद यांनी हेरले आणि त्या उद्देशाने गरिबांना सूक्ष्म कर्ज पुरवठा करण्यासाठी त्यांनी १९७६मध्ये ग्रामीण बँकेची स्थापना केली.

ग्रामीण बँकेची सुरुवात आणि सूक्ष्म पतपुरवठा

ग्रामीण बँक ही गरिबांच्या मालकीची आणि फक्त गरिबांना पतपुरवठा करणारी बँक आहे. या बँकेतर्फे दिले जाणारे कर्ज हे बव्हंशी जगण्यासाठी लागणाऱ्या पारंपरिक बाबींकरिता दिले जाते. उदाहरणार्थ, पिकांची पेरणी करणे, गाय विकत घेणे, कुक्कुटपालन किंवा पिठाची गिरणी चालवणे. अशा प्रकारच्या पतपुरवठ्यामुळे लोकांची फक्त उपासमारच थांबली नाही, तर बऱ्याच जणांनी आपल्या छोट्या-छोट्या व्यवसायातून मिळालेल्या नफ्यातून वस्त्र, निवारा या मूलभूत गरजासुद्धा भागवल्या. सरासरी १०० ते ३०० अमेरिकन डॉलर इतके कर्ज कुठल्याही तारणाशिवाय दिले जाते. कर्जासाठी अर्ज करणाऱ्यांना आपल्या पाच शेजाऱ्यांचा किंवा मित्रांचा गट (एकात्मता गट) स्थापन करावा लागतो. या गटातर्फे कर्ज परत करण्याची सामाजिक हमी दिली जाते, हीच या कार्यक्रमाच्या यशाची गुरुकिल्ली होय. बँकेच्या कर्जापैकी ९६ टक्के कर्ज हे स्त्रियांना दिले जाते. कुटुंबप्रमुख म्हणून कुटुंबाविषयीचे निर्णय घेण्यास स्त्रियांनी सक्षम व्हावे या उद्देशाने स्त्रियांना पतपुरवठा करण्यास प्राधान्य दिले जाते.

बांगला देशातील ९० टक्के जनता ग्रामीण भागात राहते. त्यामुळे छोट्या प्रमाणावर

सुरू झालेल्या ग्रामीण बँकेच्या २५०० पेक्षाही अधिक शाखा ग्रामीण भागातच सुरू झाल्या आहेत. ग्रामीण बँक ८० ते ९० हजार गावांशी जोडली गेली आहे. बँकेची ९४ टक्के मालकी ही सभासदांची असून जवळजवळ सर्वच सभासद भूमिहीन आहेत. फारच थोड्या सभासदांच्या मालकीची जमीन आहे आणि तीसुद्धा प्रत्येकी एक एकराच्या आतच आहे. बँकेने २४९१ कोटी अमेरिकन डॉलर इतके कर्ज ८४ लक्ष कुटुंबांना वितरित केले. (जून, २०१८ पर्यंत) आणि कर्जाची वसुली ९९ टक्के इतकी आहे, जी व्यापारी बँकांपेक्षा कितीतरी अधिक आहे. ग्रामीण बँकेला बांगला देश शासनातर्फे १९९४मध्ये देशाचा सर्वोच्च 'स्वातंत्र्य दिवस पुरस्कार' देऊन गौरविण्यात आले.

ग्रामीण बँकेच्या कार्याची फलश्रुती

डॉ. युनूस यांच्या ग्रामीण बँकरूपी कल्पकतेचे परिणाम थक्क करून सोडणारे आहेत. सर्वसाधारणपणे ऋण घेणाऱ्या व्यक्तीचे वार्षिक उत्पन्न तीन वर्षांच्या आत ५० टक्क्यांनी वाढल्याचे दिसून आले. ग्रामीण बँकेच्या सभासद-कुटुंबामधील कुपोषणाचे प्रमाण इतर सर्वसाधारण बांगलादेशी कुटुंबांपेक्षा खूपच कमी झाले. सभासदांच्या नऊ वर्षे वयाच्या ५० टक्के मुलांची उंची व वजने नैसर्गिक होती. याउलट, सभासद नसलेल्यांच्या फक्त ३३ टक्के मुलांची वाढ नैसर्गिक होती.

ग्रामीण बँकेची मदत मिळाल्यामुळे स्त्रियांचे सबलीकरण होऊ लागले. आपले भवितव्य ठरवण्याचे निर्णय स्त्रिया घेऊ लागल्या आणि कुटुंबाच्या अन्नाची विभागणीसुद्धा स्त्री-पुरुषांत समप्रमाणात होऊ लागली. ग्रामीण बँकेच्या कार्यक्रमांमुळे शेती क्षेत्राला ऊर्जा मिळून अन्नपुरवठ्यात खूपच सुधारणा झाली. बँकेने भाजीपाला बियाण्याच्या ६० लाख पाकिटांचे आणि ३० लाख रोपांचे वाटप केले. त्यामुळे परसबागेतील भाजीपाला लागवडीला चालना मिळाली. पशुपालन, कुक्कुटपालन, आणि मत्स्यसंवर्धन यासाठी २० लाख लोकांना पतपुरवठा केला गेला. बँकेच्या कर्मचाऱ्यांना विशेष प्रशिक्षण देण्यात येऊन बँकेतर्फे सभासदांसाठी उत्तम आरोग्य, पोषण, पशुपालन, मत्स्यसंवर्धन इत्यादी विषयांवर नियमितपणे कार्यशाळा आयोजित केल्या जातात. सभासदांना पतपुरवठा, सल्लासेवा आणि विपणन यात साहाय्य करण्यासाठी 'ग्रामीण कृषी फाउंडेशन' व 'ग्रामीण मत्स्य फाउंडेशन' यांची स्थापना केली गेली. या फाउंडेशनच्या माध्यमातून डॉ. युनूस यांनी पीक विविधतेसाठी चालना दिली. नैसर्गिक आपत्तीच्या काळात बाधित क्षेत्रातील लोकांना बँकेतर्फे अन्न, बियाणे, रोपे आणि पैशांचा पुरवठा केला जातो. मिळालेल्या नफ्यातून त्यांनी 'ग्रामीण फोन', 'ग्रामीण टेलीकॉम' इत्यादी उपक्रम राबवून ग्रामीण भागातील दळणवळणास मोठा हातभार लावला. पन्नास हजारांपेक्षाही अधिक खेड्यांना ही सुविधा उपलब्ध झाली.

ग्रामीण बँकेच्या मदतीने ७ ते ८ लक्ष गरीब कुटुंबांना स्वतःची घरे बांधता आली. त्यासाठी बँकेला 'जागितक निवारा पुरस्कार' दिला गेला.

इतर देशांना मार्गदर्शन

डॉ. युनूस यांच्या कार्याचा ठसा जगातल्या इतर मागास आणि विकसनशील देशांतसुद्धा उमटला आहे. ग्रामीण बँकेच्या धर्तीवर सुमारे १०० विकसनशील देशांमध्ये ग्रामीण भागातील लोकांना पतपुरवठा करण्याचे कार्य सुरू झाले आहे. मलेशिया, दक्षिण अमेरिकेतील देश आणि अमेरिकन संघराज्यातील दारिद्र्यरेषेखालील लोकांमध्ये हा कार्यक्रम यशस्वीपणे राबवला गेला. अनेक आंतरराष्ट्रीय विकास कार्यक्रमांसाठी डॉ. युनूस यांचे मार्गदर्शन घेतले जात आहे. उदाहरणार्थ, जागतिक बँकेची शाश्वत आर्थिक विकास सल्लागार परिषद, संयुक्त राष्ट्रसंघाचे आंतरराष्ट्रीय सल्लागार मंडळ इत्यादी.

सन्मान, पुरस्कार आणि वारसा

ग्रामीण बँकेद्वारे केलेल्या गरिबी आणि भूक निवारणाप्रीत्यर्थ डॉ. मुहंमद युनूस यांना १९९४चा जागतिक अन्न पुरस्कार दिला गेला. जगातल्या २६ देशांकडून ११३पेक्षाही अधिक आंतरराष्ट्रीय पारितोषिके आणि २० देशांकडून ५० सन्माननीय डॉक्टरेट पदव्या बहाल केल्या गेल्या. आपले कार्य सतत चालू राहावे म्हणून त्यांनी १९९६मध्ये 'युनूस फाउंडेशन'ची स्थापना केली. २००७पासून पुढील महामंडळांचे ते सभासद आहेत : संयुक्त राष्ट्र संघटना फाउंडेशन, इंग्लंडमधील आफ्रिका प्रगती मंडळ, फ्रान्समधील चिरॅक फाउंडेशन, आणि दक्षिण आफ्रिकेतील ज्येष्ठ नागरिकांचा कार्यक्रम. याशिवाय कोरियन प्रजासत्ताकामधील स्त्रियांच्या जागतिक मंडळाचे ते सहअध्यक्ष आहेत.

बांगला देशातील शिक्षण, आरोग्य, लोकसंख्या आणि शेतीसंबंधी कायद्यात सुधारणा आदी अनेक बाबींचे धोरण ठरवणाऱ्या आयोगांचे सल्लागार म्हणूनसुद्धा डॉ. युनूस महत्त्वाची भूमिका बजावत आहेत.

डॉ. मुहंमद युनूस यांना मिळालेले इतर प्रमुख पुरस्कार

- रेमन मॅगसेसे पुरस्कार (१९८४)
- सायमन बोलिव्हर पुरस्कार (१९९६)
- सिडने शांतता पुरस्कार (१९९८)
- सेऊल शांतता पुरस्कार (२००९)
- अमेरिकन राष्ट्राध्यक्ष स्वातंत्र्यपदक (२००९)
- अमेरिकन काँग्रेस सुवर्णपदक (२०१०)

जागतिक अन्न पुरस्कार मिळाल्यानंतर १२ वर्षांनंतर पुन्हा डॉ. युनूस यांच्या कार्याचा गौरव करण्यात आला. ग्रामीण बँकेबरोबर सह-विजेते म्हणून डॉ. युनूस यांना २००६चे शांततेसाठीचे नोबेल पारितोषिक देऊन सन्मान करण्यात आला. त्यासमयी नॉर्वेजियन पुरस्कार समितीने म्हटले होते, "निम्नस्तरावर सुरुवात करून डॉ. युनूस यांनी आर्थिक आणि सामाजिक क्रांती घडवून आणण्यासाठी प्रयत्न केले. मोठ्या जनसंख्येला दारिद्र्यनिर्मूलनासाठी मार्ग उपलब्ध होत नाहीत तोपर्यंत जगात चिरकाल टिकणारी शांतता प्रस्थापित होऊ शकत नाही."

डॉ. युनूस यांच्या योगदानाने बांगला देशसह इतर अनेक देशांतील करोडो लोकांनी स्वतःच चालवलेल्या गरिबी व भूकमुक्तीच्या यज्ञामुळे विकसित तसेच विकसनशील देशांमध्ये डॉ. युनूस यांचा सारखाच आदर केला जातो. वंचित जनतेच्या सबलीकरणाचे त्यांचे कार्य आजही सुरू आहे. २००८मध्ये प्रकाशित झालेला त्यांचा ग्रंथ *दारिद्र्यमुक्त जगाची निर्मिती - सामाजिक कार्य आणि भांडवलशाहीचे भवितव्य* (सहलेखक कार्ल वेबर) जगाला मार्गदर्शन करत राहील. २०११मध्ये त्यांनी 'युनूस सामाजिक उपक्रम-वैश्विक कार्यक्रम' सुरू केला. २०१२मध्ये त्यांची स्कॉटलंडमधील ग्लासगो कॅलेडोनियन विद्यापीठाच्या कुलपतीपदी नेमणूक झाली. यूनोचे सरचिटणीस बान की-मून यांनी २०१६मध्ये डॉ. युनूस यांची उच्चस्तरीय आयोगाच्या अध्यक्षपदी नेमणूक केली आहे. *टाइम* (२००६), *फॉरेन पॉलिसी* (२००९), *न्यू स्टेट्समन* (२०१०) आणि *फॉरच्यून* (२०१२) या नियतकालिकांनी डॉ. युनूस यांची विदेशातील अत्यंत प्रभावशाली विचारवंत व उद्योजकांमध्ये गणना केली आहे.

❑

जैविक कीटकनियंत्रणाचे उद्‌गाते

डॉ. हान्स रुडॉल्फ हेरन

(Dr. Hans Rudolf Herren)

(१९४७)

कसावा हे कंदमूळ आफ्रिका खंडातील लोकांचे प्रमुख अन्न आहे. मिलीबग (पिठ्या ढेकूण) या कीटकाने १९७३मध्ये अचानक कसावा या पिकावर हल्ला करून 'न भूतो न भविष्यति' अशी अणीबाणी निर्माण केली. त्यामुळे तेथील मोठी जनसंख्या उपासमारीला बळी पडू लागली होती. डॉ. हान्स रुडॉल्फ हेरन यांनी दहा वर्षांच्या प्रदीर्घ संशोधनानंतर जैविक कीटकनियंत्रण पद्धती विकसित करून मिलीबगचा बंदोबस्त केला. कसावा पिकाचे संरक्षण होऊन उत्पादनवाढ झाली आणि दोन कोटींपेक्षा अधिक लोकसंख्येचे प्राण वाचले. त्यासाठी डॉ. हेरन यांना १९९५ या वर्षाचा जागतिक अन्न पुरस्कार दिला गेला.

बालपण व पूर्वायुष्य

युरोपातील स्वित्झर्लंड या देशामध्ये ३० नोव्हेंबर १९४७ रोजी म्यूलबर्ग शहरात हान्स हेरन यांचा जन्म झाला. झुरिच (स्वित्झर्लंड) येथील फेडरल इन्स्टिट्यूट ऑफ टेक्नॉलॉजीमधून १९७७मध्ये त्यांनी कीटकशास्त्रात पीएच.डी. संपादन केली. अमेरिकेतील कॅलिफोर्निया विद्यापीठात जैवपरिसरशास्त्र (इकॉलॉजी) या विषयात काही काळ संशोधन केले. त्यानंतर १९७९मध्ये डॉ. हेरन नायजेरिया या देशातील 'आंतरराष्ट्रीय उष्ण कटिबंधीय कृषी संशोधन संस्था' (आयआयटीए) येथे संशोधक पदावर रुजू झाले. तत्पूर्वी साधारणतः सहा वर्षांपूर्वी मिलीबग (पिठ्या ढेकूण) हा कीटक दक्षिण अमेरिकेतील त्याच्या मूळ निवासस्थानातून मध्य आफ्रिकेत स्थलांतरित झाला होता. मध्य आफ्रिकेत पिठ्या ढेकणाचे नैसर्गिक शत्रू (भक्षक कीटक) नसल्याने त्याची कसावा पिकावर शीघ्र प्रजोत्पत्ती झाली. कसावावर हल्ला चढवून पिठ्या ढेकणाने पिकाची गंभीर स्थिती निर्माण केली. वास्तविक कसावा हे विपरीत परिस्थितीतसुद्धा वाढणारे पीक आहे. आफ्रिका खंडातील सुमारे २० कोटी लोकांच्या रोजच्या भोजनातील ५० टक्के कॅलरी (उष्मांक) कसावाच्या कंदापासून पुरवल्या जातात. मिलीबगने काही भागात ८० टक्के पीक उद्ध्वस्त करून हाहाकार मांडला होता. अणीबाणीचा उपाय म्हणून मोठ्या प्रमाणावर कीटकनाशकांचा वापर सुरू झाला. तथापि, पांढऱ्या मेणचट आवरणाखाली दडून बसणाऱ्या पिठ्या ढेकणाचे रासायनिक फवारण्यांद्वारे पूर्णपणे निर्मूलन करणे अवघड होते; पर्यावरणाची हानी होत होती आणि अन्नसाखळीतसुद्धा विषबाधा निर्माण होण्याचा धोका होता.

जैविक कीड नियंत्रण तंत्रज्ञानाचा विकास व प्रसार

डॉ. हेरन यांनी असा विचार केला की महागड्या आणि नुकसानकारक रासायनिक कीटकनाशकांचा वापर करण्याऐवजी निसर्गात आढळणाऱ्या एखाद्या पिठ्या ढेकूण-भक्षक कीटकाचा शोध घेऊन त्याचा प्रसार करणे अधिक हितकारक ठरेल. गेल्या शतकभरात तुरळक ठिकाणी अशा भक्षक कीटकांच्या वापरातून यश मिळाल्याच्या नोंदी होत्या. परंतु डॉ. हेरन यांच्या प्रस्तावाप्रमाणे इतक्या मोठ्या प्रमाणावर जैविक कीड नियंत्रण तंत्राचा वापर पूर्वी कुणीही केला नव्हता. येथे तर पूर्ण आफ्रिका खंड पिठ्या ढेकणाने व्यापला होता. जैविक कीड नियंत्रणाचा संपूर्ण खंडात अवलंब करण्यासाठी खूप मोठ्या प्रमाणावर निधीची, वेळेची आणि प्रयत्नांची आवश्यकता होती. त्या वेळी 'आयआयटीए'मध्ये जैविक कीड नियंत्रण कक्षात डॉ. हेरन एकटेच शास्त्रज्ञ होते. १९८० ते १९८४ या काळात डॉ. हेरन यांनी पिठ्या ढेकणाचे शत्रू असलेल्या कीटकांचा अभ्यास केल्यानंतर त्यांना पॅराग्वे या दक्षिण अमेरिकेतील देशामध्ये आढळणारी गांधीलमाशी (इ. लोपेझी) ही पिठ्या

ढेकणाचा फडशा पाडते, असे दिसून आले. तसेच ही गांधीलमाशी इतर मित्र कीटकांना आणि प्राण्यांना अपायकारक ठरत नाही, असेही दिसून आले.

आफ्रिकेतील वातावरणात पॅराग्वेमधील गांधीलमाशी चांगल्या प्रकारे वाढू शकते याची खातरी पटल्यावर या गांधीलमाशीचा उपयोग पिठ्या ढेकणाच्या बंदोबस्तासाठी करावयाची योजना आखली गेली. यानुसार गांधीलमाशीची मोठ्या प्रमाणावर पुनरुत्पत्ती करून हे भक्षक कीटक पिठ्या ढेकूणग्रस्त भागावर एकाच वेळी जमिनीवरून आणि विमानातूनसुद्धा सोडण्याची व्यवस्था केली. त्यासाठी डॉ. हेरन यांनी विविध देशांच्या सरकारकडून आणि आंतरराष्ट्रीय संस्थांकडून २० कोटी डॉलरचा निधी उभारला. १९८६मध्ये डॉ. हेरन यांनी त्यांच्या योजनेप्रमाणे पिठ्या ढेकूण प्रादुर्भावग्रस्त कसावा पिकावर एका सेकंदाला २००० माश्या या प्रमाणात भक्षक कीटक प्रसृत केले.

प्रकल्प सुरू झाल्यापासून पाच महिन्यांच्या अवधित गांधीलमाश्यांचा एक गट १२० मैलापर्यंत पसरल्याचे आढळून आले. १९९३पर्यंत सुमारे ३० देशांमधील पिठ्या ढेकणांची प्रजा अगदीच निरुपद्रवी अशा गौण संख्येत मर्यादित ठेवणे शक्य झाले. पिठ्या ढेकूण आणि भक्षक कीटक (गांधीलमाशी) यांच्या संख्येचे पर्यावरणात संतुलन झाल्याने ही क्रांती घडून आली. या प्रकल्पामुळे आफ्रिका खंडातील जनतेचे दुष्काळात भरणपोषण करणारे कसावा हे कंदमूळ पीक वाचवले गेले आणि कोट्यवधी लोकांची उपासमार थांबली. डॉ. हेरन यांची योजना सफल होण्यासाठी 'आयआयटीए'मध्ये बारा वर्षांच्या काळात २० शास्त्रज्ञांची नेमणूक होऊन जैविक कीटक नियंत्रण विभागाची उत्तम बांधणी झाली होती. डॉ. हेरन यांच्या नेत्वृवाखाली या शास्त्रज्ञांनी पुढे अनेक देशांतील शास्त्रज्ञ, प्राध्यापक, तंत्रज्ञ आणि शेतकरी यांना जैविक कीड नियंत्रणाविषयीचे प्रशिक्षण दिले. डॉ. हेरन यांनी व्यक्तिशः ३० देशांतील सुमारे ८५० तज्ज्ञांना जैविक आणि एकात्मिक कीड नियंत्रण तंत्रज्ञानाचे प्रशिक्षण दिले.

उत्तर आयुष्य

'आयआयटीए'मधील सेवेनंतर डॉ. हेरन यांनी केनिया या आफ्रिकन देशातील नैरोबी येथील 'आंतरराष्ट्रीय कीटक शरीरक्रिया व जैवपरिसरशास्त्र केंद्र' या संस्थेच्या संचालक पदाची जबाबदारी १९९४ ते २००५ या काळात सांभाळली. पुढे अमेरिकेतील व्हर्जिनिया राज्यातील 'सहस्त्रक प्रतिष्ठान'च्या अध्यक्ष पदाची धुरा त्यांच्याकडे आली. १९९८मध्ये डॉ. हेरन यांनी जागतिक अन्न पुरस्काराच्या निधीतून झुरिचमध्ये 'बायोव्हिजन प्रतिष्ठान'ची स्थापना केली. या प्रतिष्ठानातर्फे आफ्रिका खंडातील सहारा वाळवंटाच्या दक्षिणेकडील देशांना शाश्वत विकासासाठीच्या शास्त्रीय प्रकल्पांसाठी आर्थिक साहाय्य दिले जाते.

या खासगी प्रतिष्ठानाचे डॉ. हेरन अध्यक्ष असून 'आंतरराष्ट्रीय कृषीशास्त्र व तंत्रज्ञान मूल्यमापन संस्था' (सहअध्यक्ष) तसेच 'आंतरराष्ट्रीय वनस्पती संरक्षणशास्त्र संघटना' अध्यक्ष यांचेसुध्दा पदाधिकारी आहेत. विषुववृत्तीय पट्ट्यातील देशांमध्ये जैविक कीड नियंत्रण आणि इतर पर्यावरणपूरक कार्यक्रमांना प्रोत्साहन देण्याच्या कार्यात डॉ. हेरन आघाडीवर असतात. वनस्पती, प्राणी आणि मानवी आरोग्य, तसेच पर्यावरण संवर्धन आणि गरिबी निवारण यासंबंधीच्या शाश्वत विकासाची धोरणे आणि नवीन प्रमेये विकसित करून त्यांचा प्रसार करण्यासाठी त्यांनी स्वत:ला वाहून घेतले आहे. सुमारे १५ आंतरराष्ट्रीय कृषी संघटनांचे ते अध्यक्ष किंवा सदस्य आहेत.

पुरस्कार व सन्मान

डॉ. हान्स हेरन यांना मिळालेले प्रमुख पुरस्कार

- आंतरराष्ट्रीय पीक संरक्षण काँग्रेसचे पारितोषिक (१९९१)
- जागतिक अन्न पुरस्कार (१९९५)
- किलबी पुरस्कार (१९९५)
- मानवजातीच्या कल्याणासाठी 'ब्रँडबर्गर' पारितोषिक (२००२)
- पर्यावरणातील सुधारणेबद्दल 'टायलर' पारितोषिक (२००३)
- एक विश्व पुरस्कार (२०१०)
- राइट लाईव्हलिहूड पुरस्कार (२०१३)
- स्विस सामाजिक पुरस्कार (२०१४)

२००४मध्ये केनियातील केन्याटा विद्यापीठाने डॉ. हेरन यांना सन्माननीय डॉक्टरेट पदवी बहाल केली.

डॉ. हान्स हेरन यांचा गौरव करताना डॉ. नॉर्मन बोरलॉग म्हणाले होते, ''जगातील अन्नपुरवठ्यात वाढ करणे आणि त्याचे संरक्षण करणे या दोन्ही बाबींना सर्वोच्च स्थान असून त्या (मानववंशासाठी) प्राथमिक स्वरूपाच्या आवाहनांपैकी एक होत. डॉ. हान्स हेरन यांनी त्या आवाहनांना आपल्या कार्याद्वारे प्रतिसाद दिला.''

❑

अद्‌भुत भात वाणांचे निर्माते

डॉ. हेन्री एम. बीचेल   डॉ. गुरदेव सिंह खुश

(Dr. Henry M. Beachell)   (Dr. Gurdev Singh Khush)

(१९०६-२००६)

(१९३५)

लोकसंख्यावाढीचा वेग जास्त असलेल्या आशिया खंडातील लोकांचे भात हे मुख्य अन्नधान्य आहे. १९६०च्या दशकापूर्वी भाताच्या उपलब्ध वाणांची हेक्टरी उत्पादनक्षमता फक्त एक ते दोन टन इतकी कमी होती. परिणामी, कोट्यवधी लोकांना उपासमारीला सामोरे जावे लागे किंवा परदेशातून आयात केलेल्या अन्नधान्यावर आपली भूक भागवावी लागे. डॉ. हेन्री बीचेल आणि डॉ. गुरदेव सिंह खुश या अनुवंशशास्त्रज्ञांनी आपली कल्पकता आणि अथक प्रयत्नांती भाताचे हेक्टरी ६ ते १० टन उत्पादन देणारे अद्‌भुत (मिरॅकल राइस) वाण तयार करून भातक्रांती घडवून आणल्याने त्यांना १९९६चा जागतिक अन्न पुरस्कार देण्यात आला.

डॉ. हेन्री एम. बीचेल

बालपण व पूर्वायुष्य

हेन्री (हँक) बीचेल यांचा जन्म अमेरिकेतील नेब्रास्का राज्यात २१ सप्टेंबर १९०६ रोजी गहू उत्पादक शेतकरी कुटुंबात झाला. १९३२मध्ये त्यांनी नेब्रास्का राज्य विद्यापीठातून कृषी शास्त्रात बी.एस. पदवी आणि १९३४मध्ये कॅन्सास राज्य विद्यापीठातून अनुवंशशास्त्र व रोपपैदास या विषयात एम.एस. पदवी संपादन केली. त्या काळात त्यांनी स्वतःच्या शेतीवरील मुख्य पीक असलेल्या गव्हाचे सुधारित वाण निर्माण करण्याची खूणगाठ बांधली होती. तथापि, अमेरिकेच्या कृषी विभागात त्यांना भात-संशोधकाची नोकरी मिळाली आणि त्यांच्या कार्याची दिशाच बदलून गेली. डॉ. बीचेल यांनी पुढे १९६०च्या दशकात विकसित केलेल्या अद्‌भुत अशा भात-वाणांच्या निर्मितीचा पाया तेथेच घातला गेला.

अमेरिकेतील भात संशोधन

अमेरिकन कृषी विभागांतर्गत टेक्सास राज्यात कार्यरत असताना १९३४ ते १९६३ या काळात हेन्री बीचेल यांनी विकसित केलेल्या नऊ सुधारित वाणांच्या लागवडीखाली १५ वर्षांच्या कालखंडात अमेरिकेतील भातशेतीचे ८५ टक्के क्षेत्र आले. अमेरिकेतील भात उत्पादनवाढीमध्ये हेन्री बीचेल यांनी सिंहाचा वाटा उचलला होता. टेक्सास राज्य कृषी व तंत्रज्ञान विद्यापीठात भात संशोधनासाठी अशासकीय स्तरावर निधी उपलब्ध करून देण्यासाठी हेन्री बीचेल यांनी 'टेक्सास भात सुधारणा असोसिएशन'ची स्थापना करण्यात पुढाकार घेतला. १९६३मध्ये अमेरिकन कृषी खात्याच्या सेवेतून निवृत्ती घेऊन फिलीपीन्समधील 'आंतरराष्ट्रीय भात संशोधन संस्था' (इर्री) येथे हेन्री बीचेल रुजू झाले. तेथे त्यांनी डॉ. रॉबर्ट चँडलर यांच्या नेतृत्वाखाली आशिया खंडासाठी भात संशोधन कार्य नव्याने सुरू केले.

'इर्री'मधील संशोधन कार्य :अद्‌भुत भात वाण आयआर-८ची निर्मिती

भात संशोधन कार्यातील प्रदीर्घ अनुभवाच्या आधारे हेन्री बीचेल यांनी उच्च उत्पादन देणाऱ्या भात-वाणाच्या निर्मितीची रूपरेषा ठरवली होती. खतांना प्रतिसाद देणारा, जास्त दाण्यांचा संभार तोलू शकेल असा ठेंगणा, मजबूत अंगकाठी असलेला, जमिनीवर न लोळणारा आणि उपद्रवकारक रोग-किडींना प्रतिकारशक्ती असलेला भात वाण निर्मितीचे लक्ष्य त्यांनी ठेवले. तैवान देशातील ठेंगणा, मजबूत खोड असलेला वाण (तैनान-३) आणि इंडोनेशियातील उंच वाढणारा, रोग-कीड प्रतिकारशक्ती असलेला वाण (पेटा) यांच्या संकरातून निर्माण केलेल्या रोपांमध्ये त्यांनी योग्य गुणधर्माचे पुनर्गठन झालेल्या झाडांची

निवड सुरू केली. 'इर्री'च्या प्रायोगिक शेतातील २८८व्या रांगेतील तिसऱ्या झाडात हेन्री बीचेल यांना अपेक्षित गुणधर्म दिसून आले. याच झाडाच्या पुढील पिढ्यांमधील रोपांची निवड करून त्यांनी १९६६मध्ये लवकर पक्व होणारा व भरघोस उत्पन्न देणारा 'आयआर-८' हा भात-वाण विकसित केला. आशिया खंडातील विविध चाचणी प्रयोगांमध्ये या वाणाने पारंपरिक वाणांच्या तुलनेत अनेक पटीने उत्पादन दिले. पारंपरिक वाण पक्व होण्यास १५०-१६० दिवसांचा कालावधी लागत असे; तर आयआर-८ फक्त १३० दिवसात पक्व झाला. पारंपरिक वाणांनी हेक्टरी १ ते २ टन भात उत्पादन दिले, तर आयआर-८ या वाणापासून दुपटीपेक्षाही जास्त उत्पादन मिळाले, काही केंद्रांत तर उत्पादनाचा उच्चांक गाठला गेला. हेक्टरी ६ ते १० टन उत्पादन मिळाले. सिंचनाची सोय असलेल्या क्षेत्रात चांगल्या व्यवस्थापनाखाली आशिया खंडातल्या सर्वसाधारण शेतकऱ्यालासुद्धा आयआर-८ या वाणाच्या लागवडीपासून भाताचे चार ते पाच टन उत्पादन मिळू लागले. शेतकरी आपल्या कुटुंबाबरोबरच देशातील नागरिकांचेही पुरेसे पोषण करण्यात समर्थ झाले. शेतकऱ्यांची आर्थिक मिळकत वाढली आणि अनेक देश अन्नधान्य उत्पादनात स्वयंपूर्ण झाले. आयआर-८ हा भात वाण चमत्कार घडवून आणणारा 'मिरॅकल राइस' (अद्‍भुत वाण) म्हणून जगभर नावारूपाला आला.

इंडोनेशियातील संशोधक व प्रशिक्षकपद

१९६६मध्ये आयआर-८ हा अद्‍भुत वाण विकसित केल्यानंतरही हेन्री बीचेल यांनी डॉ. गुरदेव सिंह खुश आणि इतर सहकाऱ्यांच्या साथीने भात-वाण सुधारणा संशोधन चालूच ठेवले होते. १९७२मध्ये डॉ. बीचेल 'इर्री' संस्थेच्या इंडोनेशियामधील उपकेंद्रात संशोधक म्हणून दाखल झाले. तेथील एक दशकाच्या कार्यकाळात त्यांनी भात-वाण सुधारण्यासाठी आणि तरुण शास्त्रज्ञांच्या एका पिढीला कार्यक्षम असे मार्गदर्शन करण्यासाठी स्वतःला पूर्णपणे झोकून दिले होते. त्यांच्या प्रयत्नांमुळे इंडोनेशियाच्या भात उत्पादनात १०० टक्के वाढ होऊन तेथे अन्नधान्य क्रांती घडून आली.

सन्मान व वारसा

हेन्री बीचेल यांचे अलौकिक भात संशोधन कार्य आणि त्यांनी घडवलेले तरुण शास्त्रज्ञ यांची पावती म्हणून अमेरिकेतील नेब्रास्का विद्यापीठाने आणि दक्षिण कोरियातील सेऊल राष्ट्रीय विद्यापीठाने त्यांना सन्मानीय पीएच.डी. पदवी बहाल केली.

डॉ. बीचेल यांना मिळालेले पुरस्कार

- अमेरिकेतील फिलाडेल्फिया शहरातर्फे 'जॉन स्कॉट मेडल' आणि 'प्रिमियम मेडल' (१९६९)
- आयआरआरआय पारितोषिक (१९७२)
- जपान पारितोषिक (१९८७),
- जागतिक अन्न पुरस्कार (डॉ. गुरदेव सिंह खुश यांच्यासमवेत) (१९९६)
- अमेरिकेतील 'कॅन्सास राज्य मेडल' (१९९८)

कोरियन सरकारतर्फेसुद्धा १९७८मध्ये डॉ. बीचेल यांचा सत्कार करण्यात आला. हेन्री बीचेल यांच्या संशोधन सेवेची ६० वर्षे पूर्ण झाल्याच्या निमित्ताने १९९७मध्ये त्यांनी अमेरिकन कृषी खाते आणि कॉर्नेल विद्यापीठ यांच्या सहकार्याने 'भात-वाणांची आनुवंशिक बीज बँक' स्थापन केली. त्यांनी राइस टेक इनकॉर्पोरेटेड या कंपनीचे सल्लागार म्हणूनही काम केले. नेब्रास्का, कॅन्सास आणि टेक्सास या राज्यांतील विद्यापीठांमध्ये संशोधन शिष्यवृत्ती देण्यासाठी डॉ. बीचेल यांनी त्यांना मिळालेल्या जागतिक अन्न पुरस्कारातील रकमेतून निधी उपलब्ध करून दिला. आपल्या आयुष्याचे शतक पूर्ण करून १३ डिसेंबर २००६ रोजी डॉ. हेन्री बीचेल यांनी आल्विन (टेक्सास) येथील आपल्या घरी अखेरचा श्वास घेतला.

डॉ. गुरदेव सिंह खुश

बालपण व पूर्वायुष्य

भारतात झारखंड राज्यातील रूरकी येथे २२ ऑगस्ट १९३५ रोजी जन्मलेल्या गुरुदेव सिंह खुश यांच्या शैक्षणिक कारकिर्दीची सुरुवात पंजाबातील त्यांच्या कौटुंबिक गहू शेतीवर वडिलांनी दिलेल्या शैक्षणिक मूल्यांपासून झाली. पंजाब कृषी विद्यापीठातून १९५५मध्ये बी.एस्सी. (कृषी) पदवी प्राप्त केल्यानंतर गुरदेव सिंहांनी काही काळ इंग्लंडमधील एका कारखान्यात काम केले. पुढील शिक्षणासाठी पुरेसे पैसे जमल्यावर त्यांनी १९५७मध्ये अमेरिकन संघराज्यातील कॅलिफोर्निया विद्यापीठात (डेव्हिस कॅम्पस) प्रवेश घेतला. तेथे त्यांनी डॉ. जी. एल. स्टेबीन्स आणि डॉ. सी. एम. रिक या जगातील आघाडीच्या अनुवंशशास्त्रज्ञांच्या मार्गदर्शनाखाली संशोधन सुरू केले. १९६०मध्ये पीएच.डी. प्राप्त केल्यानंतर पुढे सात वर्षे त्यांनी साहाय्यक अनुवंशशास्त्रज्ञ पदावर डॉ. रिक यांच्या म ार्गदर्शनाखाली टोमॅटो पिकाच्या आनुवंशिक संरचनेवर संशोधन केले.

‘इर्री’मधील संशोधन कार्य

टोमॅटो पिकावरील आनुवंशिक संशोधनाच्या आधारावर डॉ. खुश यांची १९६७मध्ये ‘आयआरआरआय’ संस्थेत भात पैदासकार पदावर निवड झाली आणि अद्‌भुत वाण आयआर-८चे जनक डॉ. हेन्री बीचेल यांच्या मार्गदर्शनाखाली त्यांचे भात संशोधन सुरू झाले. आयआर-८मध्येसुद्धा काही दोष होते. उदाहरणार्थ, काही विशिष्ट रोग आणि कीटक यांच्याविरुद्ध प्रतिकारशक्तीचा अभाव, शिजवलेल्या भाताची भारतासारख्या काही देशांतील लोकांना न भावणारी प्रत इत्यादी. हे दोष काढून टाकण्यासाठी अनुवंशशास्त्राच्या आधारे त्यांनी अधिक जोमाने भात पैदास कार्य चालू ठेवले. डॉ. बीचेल यांनी प्रशिक्षित केलेल्या तरुण शास्त्रज्ञांची त्यांना साथ होतीच. १९७२मध्ये डॉ. बीचेल यांनी इंडोनेशिया या देशातील भात संशोधनाची जबाबदारी स्वीकारल्यानंतर डॉ. गुरदेव सिंहांची ‘आयआरआरआय’च्या वनस्पती पैदासशास्त्र विभागाच्या प्रमुखपदी नेमणूक झाली. त्यांच्या मार्गदर्शनाखाली सहा विविध देशांमधील १३ भात वाणांचे आयआर-८ या वाणाशी संकर घडवून आणले गेले. या प्रक्रियेतून निर्माण केलेले अनेक भात वाण आफ्रिका, आशिया आणि दक्षिण अमेरिका या खंडांमधील भात पिकवणाऱ्या देशांत चाचणीसाठी दिले गेले. या चाचण्यांमध्ये सरस ठरलेला आयआर-३६ हा वाण लागवडीसाठी शेतकऱ्यांना १९७६मध्ये दिला गेला. आयआर ३६मध्ये अनेक उपयुक्त गुणधर्म एकत्र आणण्यात यश मिळाले. आयआर-८ या वाणापेक्षाही आयआर-३६ हा वाण लवकर पक्व होतो (अनुक्रमे १३० आणि १०५ दिवस). अर्ध ठेंगणी अंगकाठी, प्रमुख रोग व किडी यांना प्रतिकारक्षम, उच्च उत्पादनक्षम आणि भारतासह अनेक देशांतील लोकांना पसंत पडणारा उत्तम प्रतीचा बारीक दाणा, या सर्व गुणधर्मांमुळे आयआर-३६ या वाणाची लागवड थोड्याच कालावधीत सर्वत्र व्यापक क्षेत्रांवर होऊ झाली.

१९८०च्या दशकात आयआर-३६ या वाणाच्या लागवडीखाली जगाच्या विविध भागांत एकूण ११ दशलक्ष हेक्टर इतके क्षेत्र आले आणि कुठल्याही अन्नधान्य पिकाच्या एका वाणाच्या लागवडीखाली असलेले हे सर्वोच्च क्षेत्र ठरले. यापेक्षाही मोठे यश डॉ. खुश यांनी त्यानंतर विकसित केलेले सुधारित वाण आयआर-६४ आणि आयआर-७२ यांच्या लागवडीपासून १९९०च्या दरम्यान मिळाले. १९६६मध्ये जागतिक वार्षिक भात उत्पादन फक्त २५७ दशलक्ष टन होते. सुधारित भात-वाणांच्या लागवडीमुळे ते २०१०मध्ये ६८७ दशलक्ष टनांइतके वाढले. भात शेतीतील या हरितक्रांतीमुळे विश्वातील १०० कोटी जनतेला पोटभर अन्न मिळू लागले. मानवजातीची भूकमुक्ती आणि दारिद्र्यनिर्मूलन यांच्या दिशेने पडलेले हे अत्यंत महत्त्वाचे पाऊल ठरले. वनस्पती पैदासशास्त्र विभागाच्या प्रमुखपदी १९८२पर्यंत कार्य केल्यानंतर डॉ. खुश यांना बढती मिळून वनस्पती पैदासशास्त्र,

अनुवंशशास्त्र आणि जीवरसायनशास्त्र अशा तीन विभागांच्या संयुक्त प्रमुखपदी त्यांची नेमणूक झाली. डॉ. खुश २००२मध्ये इर्रीमधून सेवानिवृत्त झाले.

सेवानिवृत्तीनंतरचे कार्य

सेवानिवृत्तीनंतर डॉ. खुश यांनी अमेरिकेत कॅलिफोर्निया विद्यापीठाच्या डेव्हिस कॅम्पसवर मानद प्राध्यापक पद स्वीकारले. भारत, चीन आणि रशियासह १५ देशांच्या केंद्र सरकारचे सल्लागार या नात्याने ते कार्यरत आहेत.

पुरस्कार आणि सन्मान

डॉ. खुश यांना मिळालेले पुरस्कार

- बोरलॉग पारितोषिक, भारत (१९७७)
- जपान सरकारचे पारितोषिक (१९८७)
- जागतिक अन्न पुरस्कार (१९९६)
- के. रामय्या पुरस्कार (१९९६)
- इस्त्राईलचे वुल्फ पारितोषिक (२०००)
- भारत सरकारचा पद्म श्री पुरस्कार (२००)
- चीनचे आंतरराष्ट्रीय शास्त्र व तांत्रिक सहकार्य पारितोषिक (२००१)
- 'टास' स्वामीनाथन पुरस्कार (२००६)
- भात संशोधनासाठीचा गोल्डन सिकल पुरस्कार (२००७)
- बी. पी. पाल स्मृती पारितोषिक, भारत (२००८)
- मलेशियाचा महातीर शास्त्र पुरस्कार (२००९)

डॉ. खुश यांना विविध देशांतील १५ विद्यापीठांनी सन्माननीय पीएच.डी. पदवी बहाल केली आहे. पुढील राष्ट्रीय प्रबोधिनींवर त्यांची सन्माननीय सदस्य म्हणून निवड झाली आहे : अमेरिकन राष्ट्रीय शास्त्र अकादमी, रशियन कृषिशास्त्र अकादमी, भारतीय राष्ट्रीय शास्त्र अकादमी, भारतीय राष्ट्रीय कृषिशास्त्र अकादमी, चिनी शास्त्र अकादमी, तृतीय जगताची शास्त्र अकादमी. लंडन येथील रॉयल सोसायटीने १९९५ मध्ये त्यांची फेलो पदी निवड केली. 'इर्री'चे भूतपूर्व महासंचालक डॉ. रॉन कँट्रेल यांनी डॉ. खुश यांच्याविषयी म्हटले आहे, ''डॉ. खुश यांचे नाव अनेकांच्या ओठांवर असेल, पण त्यांचे जीवनकार्य (भात) जगातल्या अर्ध्या मानवजातीच्या ओठांवरून (पोटात) गेले आहे.''

डॉ. एम. एस. स्वामीनाथन यांनी डॉ. खुश यांची वाखाणणी पुढील शब्दांत केली आहे : ''मूलभूत आणि उपयोजित संशोधनांचा अलौकिक संगम करणारे आणि तरुण संशोधकांसाठी मूर्तिमंत आदर्श व्यक्तिमत्त्व म्हणजे डॉ. गुरदेव सिंह खुश होत.'' ❑

एकात्मिक कीटक व्यवस्थापनाचे प्रणेते

डॉ. रे एफ. स्मिथ (Dr. Ray Fred Smith) डॉ. पेरी एल. ॲडकिसन (Dr. Perry L. Adkisson)

(१९१९-१९९९)

(१९२९)

डॉ. पेरी एल. ॲडकिसन आणि डॉ. रे एफ. स्मिथ यांनी पीक मशागतीचे विशिष्ट तंत्र, सेंद्रिय कीटकनाशक पदार्थ, जैविक कीटकनाशके आणि कमीत कमी कृत्रिम रासायनिक कीटकनाशके यांचा एकत्रितपणे पीक संरक्षणासाठी अवलंब करून 'एकात्मिक कीटक व्यवस्थापन' (इंटिग्रेटेड पेस्ट मॅनेजमेंट : आयपीएम) तंत्रज्ञान स्वतंत्रपणे विकसित केले आणि त्याचा प्रसार केला. या तंत्रज्ञानाच्या प्रसाराने पीक संरक्षण कार्यात मोठे योगदान मिळून अन्नधान्य उत्पादनात लक्षणीय वाढ झाल्याने या शास्त्रज्ञद्वयींना १९९७चा जागतिक अन्न पुरस्कार बहाल करण्यात आला.

डॉ. रे एफ. स्मिथ

बालपण व पूर्वायुष्य

रे एफ. स्मिथ यांचा जन्म अमेरिकेतील कॅलिफोर्निया राज्यात १९१९मध्ये झाला. कॅलिफोर्निया विद्यापीठाच्या बर्कले कॅम्पसमधून कीटकशास्त्र विषयात पीएच.डी. प्राप्त केल्यानंतर १९४६मध्ये त्यांनी त्याच विद्यापीठाच्या कीटकशास्त्र विभागात प्राध्यापक पद स्वीकारले. १९४०च्या दशकात कॅलिफोर्निया राज्यात लसूण घास (ल्यूसर्न ग्रास, अल्फा अल्फा) या वैरणीच्या पिकाची मोठ्या प्रमाणावर लागवड होत असे. परंतु, कीटकांच्या उपद्रवाने या पिकाची बरीच हानी होत होती. उपद्रवकारक कीटकांच्या नियंत्रणासाठी रासायनिक कीटकनाशकांशिवाय दुसरा कोणताही पर्याय शेतकऱ्यांसमोर नव्हता. याकरिता शेतकऱ्यांना बराच खर्च करावा लागे. कीटकांच्या बंदोबस्तासाठी डॉ. रे स्मिथ यांनी कमी खर्चीक पद्धतीवर संशोधन केले. कीटकांचा प्रादुर्भाव कमी होईल अशा मशागत पद्धती, जैविक कीटकनाशकांचा वापर इत्यादी पद्धतींवर संशोधन करून त्यांनी असा निष्कर्ष काढला, की रासायनिक कीटकनाशकांचा कमीत कमी वापर करूनसुद्धा, पर्यायी मार्ग वापरून शेतकरी कार्यक्षम रीतीने आपल्या पिकांचे संरक्षण करू शकतात. शेतकऱ्यांच्या कीटक नियंत्रण संघटना स्थापन करून त्यांच्यामार्फत डॉ. रे स्मिथ यांनी दहा वर्षांपर्यंत आपल्या पद्धतींच्या प्रदीर्घ चाचण्या घेतल्या. या चाचण्यांत शेतकरी, तंत्रज्ञ आणि शास्त्रज्ञ यांच्या सहकार्याने विविध कीटक नियंत्रण पद्धतींच्या परिणामांचा आणि अर्थशास्त्राचा त्यांनी अभ्यास केला. पुढे १९६०मध्ये त्यांची टेक्सास कृषी व तंत्रज्ञान विद्यापीठातील प्राध्यापक डॉ. अ‍ॅडकिसन यांच्याशी भेट झाली. डॉ. अ‍ॅडकिसन आणि त्यांच्या सहकाऱ्यांनीसुद्धा स्वतंत्रपणे संशोधन करून कमी खर्चीक आणि रासायनिक नियंत्रणाला पर्यायी पद्धती शोधल्या होत्या. डॉ. रे स्मिथ यांच्या कीटक नियंत्रण चाचण्यांचे यश आणि अभ्यासातून मिळालेली जैविक, पर्यावरणपूरक व आर्थिक माहिती, तसेच डॉ. अ‍ॅडकिसन यांचे निष्कर्ष यांच्या आधारे दोघांनी 'एकात्मिक कीटक व्यवस्थापन' (आयपीएम) तंत्रज्ञान विकसित केले.

आयपीएम तंत्रज्ञान विकासानंतरचे कार्य

अमेरिकेत आयपीएम तंत्रज्ञान शेतकऱ्यांमध्ये लोकप्रिय झाले होते. डॉ. स्मिथ यांनी येथेच न थांबता, या तंत्रज्ञानाच्या शास्त्रीय, तांत्रिक आणि शैक्षणिक बाबी इतर देशांतही पुढे नेण्याचा चंग बांधला. त्यासाठी त्यांनी १९६७मध्ये संयुक्त राष्ट्रसंघाच्या अन्न व शेती संघटनेतर्फे 'एकात्मिक कीटक नियंत्रण समिती'च्या स्थापनेत पुढाकार घेतला. या समितीचे पहिले अध्यक्ष म्हणून डॉ. स्मिथ यांची नेमणूक झाली. १९८२पर्यंत त्यांनी हे पद

भूषवले. कॅलिफोर्निया विद्यापीठ आणि आंतरराष्ट्रीय विकासासाठी अमेरिकन मदत यंत्रणा (यूएसएआयडी) यांच्या संयुक्त विद्यमाने विकसनशील देशांमध्ये आयपीएम तंत्रज्ञानाचा प्रसार करण्यासाठी 'आंतरराष्ट्रीय पीक संरक्षण गट' स्थापन करण्यात आला. १९७९ ते १९८२ दरम्यान डॉ. स्मिथ यांनी या गटाच्या संचालकपदाची जबाबदारी सांभाळली. १९४६मध्ये कॅलिफोर्निया विद्यापीठाच्या कीटकशास्त्र विभागात प्राध्यापक पदावर सेवा सुरू करून डॉ. स्मिथ १९८२मध्ये सेवानिवृत्त झाले. १९५९ ते १९७३ या काळात त्यांनी विभागाच्या प्रमुख पदाचीसुद्धा धुरा सांभाळली. त्यांच्या सेवाकाळात विभागाचा नावलौकिक जगभर पसरला.

'एकात्मिक कीटक नियंत्रण समिती'च्या माध्यमातून डॉ. ॲडकिसन आणि इतर सहकाऱ्यांच्या मदतीने डॉ. स्मिथ यांनी आफ्रिका, आशिया, दक्षिण अमेरिका आणि मध्य पूर्वेतील देशांत पिकवल्या जाणाऱ्या भात, मका, ज्वारी, भुईमूग, कसावा (कंदमूळ), फळे, भाजीपाला, इत्यादी प्रमुख पिकांसाठी संरक्षण कार्यक्रम विकसित केले. त्यासाठी त्यांनी वनस्पतिरोगशास्त्र, कीटकशास्त्र आणि तणशास्त्र यांमधील संशोधनाचा उपयोग करून अधिक कार्यक्षम आणि टिकाऊ अशा 'एकात्मिक पीक संरक्षण पद्धती' विकसित केल्या; तसेच शास्त्रज्ञांना आणि शेतकऱ्यांना प्रशिक्षणही दिले.

सन्मान व पुरस्कार

१९८१मध्ये डॉ. रे स्मिथ यांची अमेरिकन राष्ट्रीय शास्त्र अकादमीच्या सभासदपदी निवड झाली.

डॉ. रे स्मिथ यांना मिळालेले पुरस्कार

- अमेरिकन कीटकशास्त्र सोसायटीचे फाउंडर मेमोरियल पारितोषिक आणि सी. डब्ल्यू. वुलवर्थ पारितोषिक (१९८१)
- डॉ. पेरी ॲडकिसन यांच्यासमवेत जागतिक अन्न पुरस्कार(१९९७)

पीक संरक्षण क्षेत्रात अत्यंत महत्त्वपूर्ण योगदान देणाऱ्या डॉ. स्मिथ यांचे वयाच्या ऐंशीव्या वर्षी, २३ ऑगस्ट १९९९ रोजी निधन झाले.

डॉ. पेरी एल. ॲडकिसन

बालपण व पूर्वायुष्य

पेरी ॲडकिसन यांचा जन्म ११ मार्च १९२९ रोजी अमेरिकेतील अरकान्सस राज्यात कापूस आणि मका पिकवणाऱ्या एका लहानशा शेतवस्तीवर झाला. अरकान्सस राज्य विद्यापीठातून पदवी प्राप्त केल्यानंतर त्यांना कोरियन युद्धात सहभागी व्हावे लागले. युद्ध समाप्तीनंतर त्यांनी अरकान्सस विद्यापीठातून पुन्हा प्रवेश घेऊन एम.एस. पदवी संपादन केली. कॅन्सास राज्य विद्यापीठातून कीटकशास्त्रात पीएच.डी. मिळवली. काही काळ मिसूरी विद्यापीठामध्ये संशोधन कार्य केल्यानंतर डॉ. ॲडकिसन १९५८मध्ये टेक्सास कृषी व तंत्रज्ञान विद्यापीठातील कीटकशास्त्र विभागात प्राध्यापकपदी रुजू झाले.

एकात्मिक कीटक व्यवस्थापन तंत्रज्ञानाचा विकास

प्रारंभी डॉ. ॲडकिसन यांनी कापूस पिकावर हल्ला करणाऱ्या गुलाबी बोंड अळीचे रासायनिक कीटकनाशकांद्वारे नियंत्रण करण्यावर संशोधन सुरू केले. काही कालावधीनंतर बोंड अळ्यांत कीटकनाशकांविरुद्ध प्रतिकारशक्ती निर्माण होत असल्याचे त्यांना आढळून आले. प्रतिकारशक्ती निर्माण झालेल्या कीटकांच्या नियंत्रणासाठी कारखान्यांना भरपूर खर्च करून अधिकाधिक प्रभावशाली रसायने सातत्याने उत्पादित करावी लागत, आणि त्यांच्या वापरानंतर पुन्हा कीटकांच्या अधिकाधिक प्रतिकारशक्ती असलेल्या पिढ्या उत्पन्न होत असत. या निरीक्षणानंतर डॉ. ॲडकिसन यांनी बोंड अळी नियंत्रणासाठी म हागड्या कृत्रिम रसायनांऐवजी पर्यायी उपाययोजनांचा विचार सुरू केला. बोंड अळीच्या नैसर्गिक शत्रूंचा वापर (जैविक कीड नियंत्रण) आणि कीटकांना कमी प्रमाणात बळी पडणाऱ्या (प्रतिरोधकता असणाऱ्या) कापूस वाणांकडे त्यांनी आपल्या संशोधनाची दिशा वळवली.

१९६०मध्ये डॉ. ॲडकिसन यांची डॉ. स्मिथ यांच्याशी भेट झाली. दोघा शास्त्रज्ञांनी स्वतंत्रपणे केलेल्या संशोधनातून एकात्मिक कीटक व्यवस्थापन (आयपीएम) पद्धती विकसित झाली. या कीटक नियंत्रण पद्धतीत कृत्रिम रसायनांचा कमीत कमी वापर, पिकांचे कीटक प्रतिरोधक वाण, कीटकांचा प्रादुर्भाव कमी होईल अशा मशागत पद्धती (उदाहरणार्थ, आंतरपीक पद्धती), वनस्पतिजन्य पदार्थ (उदाहरणार्थ, निंबोळी अर्क), जैविक नियंत्रण (परोपजीवी किंवा भक्षक कीटक, जिवाणू किंवा विषाणूंचा वापर) इत्यादी मार्गांचा एकात्मिकपणे अवलंब करून पिकांवर हल्ला करणाऱ्या कीटकांपासून पिकांचे संरक्षण केले जाते. आयपीएम पद्धती कमी खर्चीक असते, रसायनांचा वापर कमी झाल्याने

पर्यावरणात प्रदूषण कमी होते (पर्यावरणपूरक) आणि कीटकांमध्ये प्रतिकारशक्ती निर्माण होत नाही किंवा झाल्यास, तिला प्रदीर्घ कालावधी लागतो. पिकांवरील रसायनांचा उर्वरित (शेष) अंश कमी झाल्यामुळे अन्नस्रोत विषारीपणापासून सुरक्षित असतात.

विद्यापीठाचे कीटकशास्त्र विभागप्रमुख

१९६७मध्ये डॉ. ॲडकिसन यांची टेक्सास कृषी व तंत्रज्ञान विद्यापीठाच्या कीटकशास्त्र विभागाच्या प्रमुख पदावर नेमणूक झाली. या पदावर त्यांनी १९७८पर्यंत कार्य केले. आपली विलक्षण कल्पनाशक्ती आणि अथक प्रयत्न यांच्या संगमातून त्यांनी मोठ्या प्रमाणावर स्रोतांची जमवाजमव करून नवीन 'आयपीएम' कार्यक्रमांची रूपरेषा तयार केली आणि ते कार्यक्रम तडीला नेले. त्यांच्या मार्गदर्शनाखाली १९७२मध्ये कार्यान्वित झालेल्या 'हुफाकर प्रकल्पा'ला फार मोठे यश प्राप्त झाले. अशा प्रकारच्या या पहिल्याच प्रकल्पामध्ये अमेरिकेच्या १८ कृषी विद्यापीठांमधील २०० पेक्षाही अधिक शास्त्रज्ञांनी सहा प्रमुख पिकांच्या संरक्षणासाठी आयपीएम तंत्रज्ञानाच्या चाचण्या घेऊन शिफारशी केल्या. पुढे १९७८ ते १९८५ या काळात डॉ. ॲडकिसन यांच्या नेतृत्वाखाली ३०० पेक्षाही अधिक शास्त्रज्ञ, अर्थतज्ज्ञ आणि अभियंते यांनी एकत्र येऊन लसूण घास, कापूस, सोयाबीन आणि सफरचंद या पिकांना अपायकारक कीटक, कोळी, सूत्रकृमी, रोगजंतू आणि तणांचा बंदोबस्त करण्यासाठी एकात्मिक पीक संरक्षण कार्यक्रमाची अंलबजावणी केली. या दोन प्रकल्पांतर्गत झालेल्या संशोधन, प्रशिक्षण आणि विकास कार्यामुळे अमेरिकेतील शेतकऱ्यांकडून प्रत्यक्षात वापर होणाऱ्या पीक संरक्षण रसायनांचा खप निम्म्यावर आला. त्यापासून एकट्या कापूस पिकवणाऱ्या शेतकऱ्यांची दर वर्षी १०० कोटी डॉलर्सची बचत झाली.

उत्तर आयुष्यातील कार्य

प्रशासनातील प्रदीर्घ अनुभवानुसार डॉ. ॲडकिसन यांची टेक्सास कृषी व तंत्रज्ञान विद्यापीठाचे कुलपती पदी नेमणूक झाली. १९९४पर्यंत विद्यापीठाच्या प्राध्यापक पदावर कार्य करून ते सेवानिवृत्त झाले.

डॉ. ॲडकिसन यांना मिळालेले प्रमुख पुरस्कार

- कृषी क्षेत्रातील अतुलनीय कार्याबद्दल जर्मन सरकारचे अलेक्झांडर हंबोल्ट पारितोषिक (१९८०)
- इस्त्राईल सरकारचे कृषी क्षेत्रासाठीचे वुल्फ पारितोषिक (१९९४)
- जागतिक अन्न पुरस्कार (डॉ. रे स्मिथ यांच्यासमवेत) (१९९७)

सन्मान व पुरस्कार

- अमेरिकन राष्ट्रीय शास्त्र अकादमीच्या सभासदपदी निवड (१९७९)
- अर्कान्सस आणि टेक्सास कृषी व तंत्रज्ञान विद्यापीठांची सन्माननीय डॉक्टरेट पदवी (१९७९)
- आंतरराष्ट्रीय कीटकशास्त्र कॉंग्रेसचे सभासदत्व (१९९२)
- टेक्सास राज्याच्या 'वारसा' सभागृहाच्या यादीत समावेश (१९९८)

डॉ. रे स्मिथ आणि डॉ. पेरी ॲडकिसन या शास्त्रज्ञांनी विकसित केलेल्या आयपीएम तंत्रज्ञानामुळे पीक संरक्षणाला नवी दिशा तर मिळालीच; परंतु विषमुक्त अन्न तयार करण्याच्या दिशेने जगभर प्रयत्न सुरू झाले.

❑

भारतीय बियाणे उद्योगाचे जनक

बद्रीनारायण रामूलाल बारवाले

(Badrinarayan Ramulal Barwale)

(१९३१-२०१७)

भारतातील खासगी बियाणे उद्योगाचे जनक बद्रीनारायण रामूलाल बारवाले यांच्या 'महाराष्ट्र हायब्रीड सीड कंपनी प्रायव्हेट लिमिटेड (महिको)' या कंपनीने ५० वर्षांत भारताच्या अन्नसुरक्षेत मोलाची भर घातली. अन्नधान्य आणि भाजीपाला पिकांवरील संशोधन, दर्जेदार बियाणे उत्पादन व प्रभावी वितरण हे या कंपनीचे प्रमुख वैशिष्ट्य ठरले. सुधारित आणि संकरित वाणांचे दर्जेदार बियाणे पुरवून जागतिक अन्न उत्पादनात महत्त्वपूर्ण योगदान दिल्यामुळे १९९८ या वर्षाचा जागतिक अन्न पुरस्कार देऊन त्यांचा गौरव करण्यात आला.

बालपण व पूर्वायुष्य

महाराष्ट्रातील हिंगोली जिल्ह्यात एका अल्पभूधारक शेतकरी कुटुंबात २७ ऑगस्ट १९३१ रोजी बद्रीनारायण यांचा जन्म झाला. बद्रीनारायण तरुण असताना १९४७मध्ये भारताला ब्रिटिश सत्तेपासून स्वातंत्र्य मिळाले, तेव्हा जनतेला पुरेसे अन्नधान्य पुरवण्याची मोठी समस्या देशाला भेडसावत होती. बहुसंख्य शेतकरी अल्पभूधारक होते. नैसर्गिक आपत्तींमुळे अनेकदा शेती उत्पादन नष्ट होत असे. शेतकरी कुटुंबाला पुरेल इतकेसुद्धा अन्नधान्य उत्पादन होत नसे. शालेय शिक्षणानंतर तरुण बद्रीनारायण यांनी आपल्या शेतीत सुधारणा करण्याचे ठरवले. त्यांनी सिंचनाची सुविधा निर्माण केली आणि आपल्या शेतीत दर्जेदार बियाणे तयार करून त्याच्या विक्रीचा व्यवसाय सुरू केला. प्रारंभी दिल्ली येथील भारतीय कृषी संशोधन संस्थेने प्रसारित केलेल्या 'पुसा सावनी' या सुधारित भेंडी वाणाचे बियाणे काळजीपूर्वक तयार करून त्याची विक्री त्यांनी केली. १९६१मध्ये त्यांच्या यशाकडे अमेरिकेतील रॉकफेलर फाउंडेशनचे लक्ष गेले. त्या काळी रॉकफेलर फाउंडेशनने भारतात खासगी बियाणे उद्योग स्थापन करण्यासाठी भारतीय कृषी संशोधन परिषदेला सहकार्य देऊ केले होते. पुढील तीन वर्षांत बद्रीनारायण यांनी स्वतः तयार केलेल्या भेंडी बियाण्याबरोबरच रॉकफेलर फाउंडेशनच्या प्रोत्साहनाने मका आणि ज्वारी या पिकांच्या नवीन संकरित वाणांच्या बियाण्याचीसुद्धा विक्री केली. या अनुभवातून स्फूर्ती घेऊन मोठ्या प्रमाणावर सुधारित बियाणे उत्पादन करून देश पातळीवर वितरण करण्याच्या उद्देशाने बद्रीनारायण यांनी १९६४मध्ये जालना येथे देशातील खासगी क्षेत्रातल्या पहिल्या बियाणे कंपनीची स्थापना केली. 'महाराष्ट्र हायब्रीड सीड कंपनी' (MAHYCO - महिको) असे या उद्योगाचे नामकरण झाले.

'महिको'चे कार्य

बद्रीनारायण यांनी लहान शेतकऱ्यांना उत्तम बियाणे पुरवून अन्नधान्य उत्पादन आणि कृषी व्यवसाय वाढवण्याचे उद्दिष्ट ठेवले होते. शास्त्रोक्त पद्धतीने तयार केलेल्या संकरित बियाण्यावर प्रक्रिया केली जात असे. लेबल असलेल्या पिशवीत बियाणे सीलबंद केल्यानंतर शेतकऱ्यांना रास्त किमतीत विकण्यास त्यांनी प्रारंभ केला. एक एकर क्षेत्रावर पेरणीसाठी पुरेसे तीन किलो ज्वारीचे दर्जेदार बियाणे पिशवीत सीलबंद केले जात असे. पिशवीवर बियाण्याची माहिती (उदाहरणार्थ, पिकाचा वाण, शुद्धतेचे आणि उगवण शक्तीचे प्रमाण, इत्यादी) छापून बियाण्याच्या सत्यप्रतीची हमी दिली जात असे. बारवाले यांनी भारतभर फिरून लहान जमीनधारणा असलेल्या अशिक्षित शेतकऱ्यांना प्रशिक्षण देऊन त्यांच्या शेतावर सुधारित बियाण्यांच्या चाचण्या आणि प्रात्यक्षिके आयोजित केली. नवीन

तंत्रज्ञानाचा अवलंब करण्यासाठी शेतकऱ्यांना पतपुरवठा व्हावा यासाठी त्यांनी सहकारी बँकांमार्फत आर्थिक मदतही केली. त्यामुळेच १९६५मध्ये त्यांची जालना जिल्हा सहकारी बँकेच्या अध्यक्षपदी निवड झाली. बारवाले यांच्या अथक प्रयत्नांमुळे अल्पभूधारक आणि कोरडवाहू शेतकऱ्यांचे आर्थिक उत्पन्न वाढून त्यांचे राहणीमान उंचावले.

भारताच्या विविध हवामान पट्ट्यांतील शेतीसाठी योग्य असे अन्नधान्य व इतर पिकांचे सुधारित-संकरित वाण तयार करण्याच्या उद्देशाने महिको कंपनीने १९६६मध्ये स्वतःचा संशोधन कार्यक्रम सुरू केला व सुधारित-संकरित वाणांच्या चाचण्या घेतल्या. त्यामुळे १९६७मध्ये खासगी बियाणे व्यवसायाचा विकास करण्यासाठी स्थापन झालेल्या बियाणे पुनरावलोकन गटाच्या (सीड रिव्ह्यू टीम) सदस्यपदी बारवाले यांची नेमणूक झाली.

१९७०च्या दशकात तीसपेक्षाही अधिक पिकांचे सुधारित-संकरित बियाणे तयार करून वितरण करण्याइतपत त्यांच्या व्यवसायाची वृद्धी झाली. शासकीय बियाणे नियंत्रण यंत्रणा आणि खासगी बियाणे उत्पादक व्यावसायिक यांच्याशी सातत्याने संपर्क साधून बारवाले यांनी संकरित बियाण्याचा उत्कृष्ट दर्जा टिकवून ठेवण्यासाठी उत्पादक कंपन्यांमध्ये निकोप स्पर्धा निर्माण केली. त्यांच्या या प्रयत्नांमुळेच १९९६मध्ये आंतरराष्ट्रीय बियाणे उत्पादक महासंघाने त्यांना आजीव सभासदत्व बहाल केले. महिको उद्योग सुमारे एक लाख अल्पभूधारक शेतकऱ्यांमार्फत विविध (मका, ज्वारी, बाजरी, सूर्यफूल, कापूस, चारापिके, भाजीपाला इत्यादी) पिकांच्या सुधारित वाणांचे बियाणे उत्पादन करतो. बियाणे प्रक्रिया, पॅकेजिंग आणि विक्री-वितरण या कामासाठीही महिकोने हजारोंना रोजगार मिळवून दिला. या कामांत स्त्रियांचा सहभाग अधिक आहे.

कंपनीने 'महिको जैवतंत्रज्ञान संशोधन केंद्र' स्थापन केले आहे. आशिया खंडातील अत्यंत प्रगत अशा बियाणे संशोधन व विकास केंद्रांपैकी हे एक केंद्र आहे. मॉन्सेन्टो या अमेरिकन कंपनीचे महिको संशोधन केंद्रास सहकार्य लाभले आहे. जैवतंत्रज्ञान संशोधनाद्वारे पिकांचे सुधारित वाण तयार करण्याचे उद्दिष्ट या संयुक्त कार्यक्रमाद्वारे साधले जात आहे. भारत सरकारच्या शास्त्र व तंत्रज्ञान विभागाद्वारे दिले जाणारे पहिले राष्ट्रीय पारितोषिक १९८९मध्ये मिळवणारी महिको ही पहिलीच बियाणे उत्पादक कंपनी होय.

भारतात खासगी बियाणे उद्योगवाढीसाठी बारवाले यांनी दिलेले योगदान फार महत्त्वाचे आहे. त्यांची दूरदृष्टी, स्फूर्ती व मार्गदर्शन यामुळे भारतात शंभरपेक्षाही जास्त खासगी बियाणे कंपन्या संकरित बियाण्यांचे उत्पादन करत आहेत.

बद्रीनारायण बारवाले यांनी स्थापन केलेल्या 'बारवाले फाउंडेशन'तर्फे विद्यापीठे, संशोधन संस्था यांना शास्त्रीय संशोधन कार्यासाठी आणि परिषदांसाठी निधी उपलब्ध करून

दिला जातो. वाढत्या लोकसंख्येच्या गरजा भागवण्यासाठी विविध क्षेत्रांत करावयाच्या संशोधनकार्याला याद्वारे प्रोत्साहन आणि मदत होते. बारवाले यांनी त्यांना मिळालेल्या जागतिक अन्न पुरस्काराचा निधी भाताच्या संकरित वाणाच्या चाचण्यांसाठी आणि संशोधनासाठी भारतात देणगीरूपाने दिला. अमेरिकन क्रॉप सायन्स सोसायटीने त्यांना 'भारतीय बियाणे उद्योगाचे जनक' असे संबोधले होते.

सामाजिक आणि शैक्षणिक कामातही बारवाले यांचे योगदान मोलाचे आहे. १९९२मध्ये त्यांनी 'श्री गणपती नेत्रालय' या अत्याधुनिक नेत्र इस्पितळाची स्थापना केली. जालना शहरातील शाळा-महाविद्यालयांच्या इमारतींसाठी त्यांनी निधी दिला असून महाविद्यालयेसुद्धा सुरू केली आहेत. श्री. बारवाले 'बॉम्बे पब्लिक कम्युनिटी ट्रस्ट'चे चेअरमन होते.

सन्मान व पारितोषिके

बी. आर. बारवाले यांना मिळालेले पुरस्कार

- जागतिक अन्न पुरस्कार (१९९८)
- असामान्य आर्थिक आणि व्यावसायिक योगदानाबद्दल भारत सरकारचा पद्म भूषण पुरस्कार (२००१)
- जैवतंत्रज्ञानाच्या माध्यमातून बीटी कापूस बियाणे तयार करून त्याचे व्यावसायिक पातळीवर देशभर वितरण करण्यासाठी राष्ट्रीय पातळीवरील पहिले पारितोषिक (२००३)
- भारतीय शेतीसाठी दिलेल्या असामान्य योगदानाबद्दल चिरमुले पुरस्कार (२००६)

२००२मध्ये तामिळनाडू कृषी विद्यापीठाने त्यांना सन्माननीय डॉक्टरेट पदवी बहाल केली. तरुणपणी हैदराबाद संस्थानाच्या मुक्ती संग्रामात भाग घेतल्याबद्दल भारताच्या राष्ट्रपतींनी ९ ऑगस्ट या क्रांतिदिनी २००६मध्ये बारवाले यांचा सत्कार केला होता. 'इंडियन सोसायटी फॉर कॉटन डेव्हलपमेंट'ने त्यांची सन्माननीय फेलो पदी निवड केली होती. डॉ. बाबासाहेब आंबेडकर मराठवाडा विद्यापीठाने बारवाले यांना २०१०मध्ये सन्म ानीय डी.लिट. पदवी बहाल केली.

अन्नधान्य सुरक्षा आणि सशक्त अर्थव्यवस्था निर्माण करण्यासाठी योगदान देणारे धडाडीचे कार्यकर्ते निर्माण करण्यासाठी बारवाले यांनी निःस्वार्थीपणे आपले आयुष्य वेचले. २४ जुलै २०१७ रोजी कृषी क्षेत्रातल्या या द्रष्ट्या उद्योगपतीने अखेरचा श्वास घेतला.

❑

प्राणी रोगांच्या लसीचे निर्माते

डॉ. वॉल्टर प्लोराईट

(Dr. Walter Plowright)

(१९२३-२०१०)

पाळीव प्राण्यांचा कर्दनकाळ ठरलेल्या 'रिंडरपेस्ट' किंवा 'जनावरांचा प्लेग' या नावाने ओळखल्या जाणाऱ्या विषाणूजन्य रोगाच्या उच्चाटनासाठी पेशीसंवर्धनाद्वारे लस तयार करण्याचे महद्कार्य डॉ. वॉल्टर प्लोराईट यांनी केले. या संशोधनामुळे कोट्यवधी पाळीव प्राण्यांचे प्राण वाचले आणि दूध व मांस यांची पुरेपूर उपलब्धता झाल्याने अन्नसुरक्षेची हमी मिळाली. या अलौकिक कामगिरीबद्दल १९९९ या वर्षाचा जागतिक अन्न पुरस्कार डॉ.प्लोराईट यांना प्रदान करण्यात आला.

पार्श्वभूमी

रोमन साम्राज्याच्या अस्तापासून रिंडरपेस्ट, जनावरांचा प्लेग किंवा लाळ्या-खुरकूत या साथीच्या रोगाने वर्षानुवर्षे हाहाकार उडवून दिला होता. दर वर्षी अक्षरशः लाखो जनावरे या रोगास बळी पडत. याचे गंभीर परिणाम होऊन दुष्काळसदृश परिस्थिती निर्माण होत असे, सामाजिक आणि राजकीय अस्थैर्य येत असे, आणि अनेकदा देशादेशांत युद्धेसुद्धा झाली आहेत. अठराव्या शतकात या रोगाच्या प्रसाराविरुद्ध संपूर्ण युरोपभर कडक निर्बंध लागू करेपर्यंत अशीच स्थिती कायम होती. या रोगाच्या निवारणासाठी विकसित देशांमध्ये १९३०पासून अनेक लसी उपलब्ध होऊ लागल्या होत्या. परंतु त्या सगळ्या लसींमध्ये काही ना काही दोष होते. लसींच्या उपचारानंतर त्यांचे दुय्यम दुष्परिणाम दिसू लागत. उदाहरणार्थ, ताप, हगवण इत्यादी. लसीकरणानंतर जनावरांचा मृत्युदर पाच टक्क्यांइतका खाली आला होता. तथापि, लसी तयार करणे अधिक खर्चीक होते, आणि त्यांच्या उत्पादनासाठी दीर्घ कालावधी लागत असे. त्यामुळे रिंडरपेस्टच्या साथीचा पूर्णपणे अटकाव करणे शक्य होत नसे. या साथीमुळे आफ्रिका आणि आशिया खंडातल्या देशांमध्ये एका वेळी नव्वद टक्क्यांपेक्षाही अधिक पाळीव प्राण्यांना प्राण गमवावे लागत असत. त्यामुळे लाखो डॉलरचे नुकसान होत असे, लोक आहारातला प्रथिनांचा प्रमुख प्राणिज स्रोत नष्ट होत असे आणि शेतीवरील अन्नधान्याचे उत्पादनही लक्षणीय प्रमाणात घटत असे.

बालपण व पूर्वायुष्य

वॉल्टर यांचा जन्म २० जुलै १९२३ रोजी इंग्लंडमध्ये झाला. ग्रामर स्कूलमधून त्यांनी १९३९मध्ये शालेय शिक्षण पूर्ण केले. त्यानंतर लंडनच्या रॉयल पशुवैद्यक महाविद्यालयातून १९४४मध्ये वॉल्टर यांनी पदवी संपादन केली आणि ब्रिटिश सैन्यदलात पशुवैद्यक अधिकाऱ्याची नोकरी पत्करली. पशुरोगतज्ज्ञ असलेल्या डॉ. वॉल्टर प्लोराईट यांनी रिंडरपेस्टवर संशोधन करण्यासाठी १९५० मध्ये तरुणपणीच इंग्लंड ही आपली मायभूमी सोडून आफ्रिका खंडातल्या केनिया आणि नायजेरिया या देशांकडे प्रस्थान केले.

आफ्रिकेतील संशोधन कार्य

केनियातील मुगुगा येथे असलेल्या पूर्व आफ्रिकन पशुवैद्यकीय संशोधन संस्थेत डॉ. प्लोराईट आणि त्यांच्या सहकाऱ्यांनी प्राणी पेशी संवर्धनातून रिंडरपेस्ट प्रतिरोधक लस तयार करण्यासाठी संशोधन सुरू केले. त्यासाठी त्यांनी पोलिओ प्रतिरोधक लस तयार करण्याच्या तंत्रज्ञानाचा उपयोग करून घेतला. या तंत्रज्ञानात रोगाच्या विषाणूंना क्षीण व निष्क्रिय केले जाते. विषाणू जिवंत तर असतात, परंतु प्राण्यांच्या पेशींवर आक्रमण करण्याची क्षमता त्यांच्यात राहत नाही. अशी निष्क्रिय विषाणूयुक्त लस दिल्याने प्राण्यांमध्ये

रोगप्रतिरोधकता निर्माण होते. याद्वारे रिंडरपेस्टबाधित प्राण्यांचे लसीकरण करण्यात आले. प्रचलित लसींपेक्षा ही लस अधिक सुरक्षित आढळून आली. सर्व प्रकारच्या पाळीव प्राण्यांच्या रोग निर्मूलनासाठी आणि कोणत्याही वयाच्या आणि रोगाची स्थिती असलेल्या प्राण्यांसाठी ही लस उपयुक्त ठरली. विशेष म्हणजे या लसींचा उत्पादन खर्चही खूप कमी होता आणि एकदा लसीकरण केल्यानंतर प्राण्यांमध्ये आयुष्यभर रोग प्रतिरोधकता टिकून राहिल्याचे आढळले. १९५६ ते १९६३ या काळात केलेल्या रिंडरपेस्ट प्रतिरोधक लसींच्या वापरानंतर असे दिसून आले की, ही लस आनुवंशिकदृष्ट्या स्थिर असून तिचे प्राण्यांवर कुठलेही दुय्यम दुष्परिणाम होत नाहीत.

१९६३नंतर डॉ. प्लोराईट यांनी या नवीन लसीची मोठ्या प्रमाणावर निर्मिती करण्यासाठी प्रयत्न सुरू केले. तसेच या लसीचा व्यापक प्रमाणावर वापर करण्यावरही भर दिला. आंतरराष्ट्रीय संस्थांनी प्राण्यांच्या रिंडरपेस्ट रोगाच्या निर्मूलनासाठी या लसीचा उपयोग करून घेण्यासाठी मोठ्या प्रमाणावर प्रकल्प कार्यान्वित केले. त्यामुळे या रोगाचे समूळ उच्चाटन करता येईल असे भविष्य दिसू लागले. डॉ. प्लोराईट यांच्या सहकाऱ्यांनी नंतर या तंत्रज्ञानाचा वापर करून मेंढ्यांना उपसर्ग पोहोचवणाऱ्या देवी रोगाच्या आणि त्वचेवरील गाठींच्या विकाराचेही यशस्वीपणे निवारण केले.

इंग्लडमधील कार्य

१९६४मध्ये डॉ. प्लोराईट मायदेशी इंग्लंडमध्ये परतले. १९८३मध्ये सेवानिवृत्त होईपर्यंत त्यांनी पशुरोग संशोधनकार्याचे नेतृत्व केले. १९७१ ते १९७८ या काळात डॉ. प्लोराईट यांनी रॉयल व्हेटर्नरी कॉलेजच्या सूक्ष्मजीवशास्त्र आणि परोपजीवीशास्त्र विभागाच्या प्रमुख पदाची धुरा सांभाळली. त्यानंतर १९७८ ते १९८३पर्यंत त्यांनी प्राणी आरोग्य संस्थेत सूक्ष्म जीवशास्त्र विभागाच्या प्रमुखपदी कार्य केले. या काळात त्यांनी रिंडरपेस्टशिवाय प्राण्यांच्या इतरही विषाणू रोगांवर महत्त्वपूर्ण संशोधन केले. आफ्रिकन स्वाईन फ्लू, डोळ्यांच्या कर्करोगाचा ताप, देवी आणि हर्पस विषाणू रोग हे त्यांपैकी प्रमुख होत.

डॉ. प्लोराईट यांच्या कार्याची फलनिष्पत्ती

संयुक्त राष्ट्र संघटनेने डॉ. प्लोराईट यांच्या कार्यामुळे रिंडरपेस्ट या रोगाचे जगातून जवळजवळ उच्चाटन झाले असल्याचे जाहीर केले. फक्त काही अल्पशा भागातच हा रोग सीमित आहे. आफ्रिका खंडात लसीकरण मोहीम सुरू केल्यापासून रिंडरपेस्टच्या नियंत्रणामुळे उत्पादनात सात कोटी टन मांसाची आणि १०० कोटी टन दुधाची भर पडल्याचे आणि पशुपालकांना ४५०० कोटी डॉलरइतके जास्तीचे उत्पन्न मिळाल्याची माहिती सांख्यिकी

अभ्यासातून समोर आली आहे. तसेच लसीकरण मोहिमेनंतर निरोगी प्राण्यांच्या संख्येत मोठी भर पडल्याने आफ्रो-आशियाई देशांमधील जमिनींची (शेणखतापासून) सुपीकता वाढली आहे. बैलांच्या उपलब्धतेमुळे शेतमालाच्या वाहतुकीमध्येसुद्धा लक्षणीय सुधारणा झाली आहे. अशा प्रकारे काठावर उत्पन्न असलेल्या जगभरातल्या लहान शेतवाडींची उत्पादकता वाढण्यास मदत झाली आहे.

वाढत्या जागतिक लोकसंख्येमुळे जसजशी अन्न आणि इतर कृषी उत्पादनांची मागणी वाढत जाईल, तसतसे जनावरांच्या रोगांच्या उच्चाटनाचेही महत्त्व वाढेल. म्हणूनच डॉ. प्लोराईट यांचे संशोधन व योगदान मानवी इतिहासातील एक महत्त्वाचा मैलाचा दगड ठरला आहे. जागतिक अन्न पुरस्कार प्रतिष्ठानचे अध्यक्ष जॉन रुआन यांनी म्हटले होते, "डॉ. प्लोराईट यांची विसाव्या शतकातील एक श्रेष्ठ हिरो म्हणून गणना होईल. त्यांनी विकसित केलेल्या रिंडरपेस्ट रोगप्रतिरोधक लसीमुळे अगणित प्राण्यांचे जीव वाचले आहेत आणि त्यामुळे पुढील अनेक पिढ्यांसाठी जगभर भरपूर अन्नसाठ्याची सुरक्षितता निर्माण झाली आहे."

पुरस्कार व सन्मान

डॉ. प्लोराईट यांना मिळालेले पुरस्कार

- लंडनच्या रॉयल सोसायटीचा 'ऑर्डर ऑफ सेंट मायकेल अँड सेंट जॉर्ज' किताब
- जागतिक अन्न पुरस्कार (१९९९)
- बेल्जियमचा राजे बाऊदिन आंतरराष्ट्रीय विकास पुरस्कार (१९८४)
- आंतरराष्ट्रीय प्राणी रोगशास्त्र संस्थेचे सुवर्णपदक
- पशू आरोग्य ट्रस्टचे 'अद्वितीय शास्त्रीय योगदान पदक'

लंडन येथे १९ फेब्रुवारी २०१० रोजी डॉ. प्लोराईट यांचे निधन झाले.

❑

‘क्वालिटी प्रोटीन मेझ’चे निर्माते

डॉ. इव्हॅन्जेलिना व्हिलेगास   डॉ. सुरिंदर कुमार वासल

(Dr. Evangelina Villegas)   (Dr. Surinder Kumar Vasal)

(१९२४)

(१९३८)

मका पिकाची उत्पादकता आणि पोषणमूल्यात आनुवंशिक सुधारणा करून डॉ. इव्हॅन्जेलिना व्हिलेगास आणि डॉ. सुरिंदर कुमार वासल यांनी उच्च प्रतीचे क्रांतिकारक वाण निर्माण केले. या मका वाणांची जगभर लागवड झाल्याने कुपोषणग्रस्त लाखो लोकांच्या आहारात सकस अन्नधान्य उपलब्ध झाले, त्यांचे आरोग्य व जीवन सुधारण्यास मदत झाली, म्हणूनच या शास्त्रज्ञद्वयींना २०००चा जागतिक अन्न पुरस्कार देण्यात आला.

पार्श्वभूमी

मध्य व दक्षिण अमेरिका, आफ्रिका आणि आशिया खंडातील कोट्यवधी लोक प्रमुख अन्नधान्य म्हणून मक्यावर अवलंबून असतात. लहान बालकांच्या पोषणातही मक्याचा अंतर्भाव केला जातो. तसेच पाळीव प्राणी, पोल्ट्री खाद्यातही मक्याचा मोठ्या प्रमाणावर वापर होतो. प्रचलित मका वाणांमध्ये प्रथिनांचे प्रमाण आणि त्यांचा दर्जा कमी असल्याने पोषणासाठी इतर तृणधान्यांच्या तुलनेत मका निकृष्ट मानला जातो, म्हणूनच त्याचे सेवन इतर पौष्टिक अन्नधान्याबरोबर केले जाते. तथापि, इतर पौष्टिक अन्नपदार्थ विकत घेणे विकसनशील व अविकसित देशातल्या गरीब जनतेच्या आवाक्याबाहेरचे असल्याने येथे कुपोषणाचे प्रमाण अधिक असते.

प्रथिनांचे अधिक प्रमाण असलेले सुधारित वाण १९२०च्या दशकात उपलब्ध झाले होते. त्यापासून 'ओपेक-२' हा सुधारित वाण १९६३मध्ये विकसित करण्यात आला होता. ओपेक-२ या वाणाच्या प्रथिनांमध्ये 'लायसिन' आणि 'ट्रिप्टोफेन' या मानवी शरीराला आवश्यक असणाऱ्या ॲमिनो आम्लांचे प्रमाण प्रचलित वाणांच्या दुपटीइतके होते. तथापि, या वाणाची उत्पादनक्षमता कमी होती आणि दाणा ठिसूळ व पांढुरका होता. दाण्यांचा रंग आणि चवसुद्धा खाणाऱ्यांच्या पसंतीला उतरत नव्हती. म्हणूनच ओपेक-२ या वाणाला बाजारात मागणी नव्हती. तसेच, ओपेक-२ हा वाण कणसांवरील रोगांना आणि भक्षक कीटकांना सहजगत्या बळी पडत असे.

ग्राहकांकडून व्यापक प्रमाणात स्वीकारले जातील असे दर्जेदार प्रथिनयुक्त मक्याचे वाण (क्वालिटी प्रोटीन मेझ : क्यूपीएम) विकसित करण्याचे संशोधन कार्य मेक्सिकोमधील आंतरराष्ट्रीय गहू व मका संशोधन केंद्रात (सिमीटमध्ये) १९७०च्या दशकाच्या प्रारंभी हाती घेण्यात आले. डॉ. व्हिलेगास आणि डॉ. वासल या दोन शास्त्रज्ञांवर संयुक्तपणे या संशोधनकार्याची जबाबदारी टाकण्यात आली. डॉ. वासल हे पीक पैदासशास्त्राचे तज्ज्ञ आणि डॉ. व्हिलेगास या विदुषी प्रथिनांच्या दर्जावर संशोधन करणाऱ्या प्रयोगशाळेच्या प्रमुख रसायनतज्ज्ञ होत्या. ओपेक-२ या वाणातील दर्जेदार प्रथिने निर्माण करणारा जनुक आणि उत्पादन व इतर गुणधर्मात सुधारणा घडवून आणणारी इतर मका-वाणांमधील जनुके यांची मक्याच्या एका वाणात जोडणी करण्याचे संशोधन शास्त्रज्ञद्वयींनी नेटाने सुरू केले. याकरिता त्यांनी विविध मका-वाणांच्या संकरातून पुनरुत्पादित हजारो झाडांच्या दाण्यांमधील प्रथिनांचे रासायनिक पृथक्करण केले. पुढील प्रत्येक पिढीतल्या सुमारे २५ हजार कणसांचे रासायनिक पृथक्करण करून अपेक्षित झाडांची दर वर्षी निवड करत गेल्यानंतर १९८५ दरम्यान त्यांना कठीण दाणे असलेला, पारंपरिक वाणांसारखी उत्कृष्ट

चव असलेला आणि लायसिन व ट्रिप्टोफेन या ॲमिनो आम्लांचे दुप्पट प्रमाण असलेला सुधारित 'क्यूपीएम' मका-वाण विकसित करण्यात यश आले.

डॉ. व्हिलेगास आणि डॉ. वासल यांनी केलेल्या अमूल्य संशोधनाचा प्रत्यक्ष पोषणासाठी अनेक वर्षे उपयोग केला गेला नाही. त्या वेळी अनेक पोषणतज्ज्ञांचा असा समज होता, की गरीब लोकांच्या भोजनात इतर अन्नस्त्रोतांद्वारे प्रथिने पुरवून त्यांची गरज भागवणे अधिक सोयीचे आणि स्वस्त होईल. १९९०च्या दशकाच्या आरंभी घाना आणि इतर आफ्रिकन देशांमध्ये सुधारित क्यूपीएम वाणाच्या लागवडीचा प्रसार करण्यासाठी सिमीट संस्थेला पाठिंबा मिळून निधी उपलब्ध झाला. त्यानंतर चीन, मेक्सिको आणि मध्य अमेरिका येथील काही देशांमध्येही क्यूपीएम मक्याची लागवड करण्यात आली. येथेही या वाणांची उत्पादकता व उपयुक्तता याविषयी सकारात्मक निष्कर्ष हाती आले.

क्यूपीएम मक्याचा आहारात नियमित अंतर्भाव केल्याने बालके आणि प्रौढ व्यक्तीसुद्धा अधिक सुदृढ झाल्या. कुपोषणामुळे होणाऱ्या मरॅस्मस व क्वाशिओर्कोर यांसारख्या रोगांचे प्रमाण नगण्य झाले. आफ्रिका आणि दक्षिण अमेरिका या दोन्ही खंडांमध्ये झालेल्या अभ्यासावरून असे निष्कर्ष समोर आले. स्निग्ध पदार्थ काढून घेतलेले दूध म्हणजे 'स्कीम मिल्क' हे पुरेशी पोषणद्रव्ये असलेले अन्न मानले जाते. 'स्कीम मिल्क'च्या ९० टक्क्यांइतकी पोषणद्रव्ये क्यूपीएम मक्याद्वारे उपलब्ध होत असल्याचे अभ्यासातून दिसून आले. 'दहा लाख कुपोषणग्रस्त शिशूंच्या आणि लहान बालकांच्या रोजच्या खाद्यात क्यूपीएमचा अंतर्भाव केल्याने त्यांचे आरोग्य सुधारले आणि जीवही वाचले,' असे युनिसेफच्या अहवालात म्हटले आहे. लहान शेतकरी कुटुंबांना चांगल्या दर्जाची प्रथिने असलेले अन्न मिळाले. वराह-पालकांनी क्यूपीएमयुक्त खाद्य दिल्याने वराहांच्या वजनात शीघ्र गतीने वाढ झाल्याचे दिसून आले.

विविध प्रकारच्या हवामानांसाठी आणि भूप्रदेशांसाठी योग्य असे संकरित क्यूपीएम वाण तयार करून त्यांच्या यशस्वी चाचण्या घेण्यात आल्या. डॉ. व्हिलेगास आणि डॉ. वासल यांनी मेक्सिकोमध्ये केलेल्या संशोधनाचा जगभर प्रसार केला. सुधारित क्यूपीएम मका-वाणांची व्यापक क्षेत्रावर लागवड होऊन लोकांच्या आहारात त्यांचा अंतर्भाव झाला. मेक्सिको, दक्षिण अमेरिका, आफ्रिका, युरोप आणि आशिया खंडांतील सुमारे ४० लाख हेक्टर क्षेत्रावर क्यूपीएम मक्याची लागवड होऊ लागली आहे. चीनमधील गिझाऊ या अत्यंत गरीब राज्यामध्ये क्यूपीएम मक्याच्या लागवडीमुळे वराहपालन व्यवसायाला चालना मिळाली, अन्नाची सुरक्षितता वाढली आणि लोकांचा आर्थिक स्तर उंचावला. विकसनशील देशातील लोकांच्या आर्थिक उत्पन्नात वार्षिक १०० कोटी डॉलरपेक्षाही

अधिक रकमेची वाढ झाली. या अमूल्य संशोधनाबाबत बोलताना सिमीटचे माजी महासंचालक डॉ. टिमोथी रीव्हज यांनी म्हटले होते, ''डॉ. व्हिलेगास आणि डॉ. वासल यांनी मानवी इतिहासातील अन्नसुरक्षेसाठी झालेल्या अति महत्त्वाच्या योगदानांपैकी एका योगदानाचा पाया घातला.'' खरोखरच त्यांनी समर्पित भावनेने आणि कठोर परिश्रम घेऊन केलेल्या संशोधनकार्यामुळे करोडो लोकांचा कुपोषणापासून बचाव झाला आहे.

डॉ. इव्हॅन्जेलिना व्हिलेगास

बालपण व पूर्वायुष्य

डॉ. इव्हॅन्जेलिना व्हिलेगास यांचा जन्म १९२४मध्ये मेक्सिको शहरात झाला. तेथेच राष्ट्रीय तंत्रज्ञान विद्यापीठातून जीवशास्त्र आणि रसायनशास्त्र या विषयांत बी.एस्सी. पदवी संपादन करून १९५०मध्ये मेक्सिकोच्या राष्ट्रीय पोषणशास्त्र संस्थेत रसायनतज्ज्ञ पदावर त्या रुजू झाल्या. अमेरिकेतील रॉकफेलर फाउंडेशन आणि मेक्सिकोचे कृषी व पशुसंवर्धन मंत्रालय यांच्या संयुक्त सहकार्याने सुरू झालेल्या विशेष संशोधन प्रकल्पांतर्गत हे कार्य होते. त्याच प्रकल्पाचे पुढे आंतरराष्ट्रीय गहू व मका संशोधन केंद्रात (सिमीटमध्ये) रूपांतर झाले. तेथे कार्य करत असतानाच इव्हॅन्जेलिना यांनी १९५७मध्ये गव्हाचा औद्योगिक दर्जा तपासण्यासाठी रासायनिक प्रयोगशाळेची स्थापना केली. पुढे त्यांनी अमेरिकेतील कॅन्सास राज्य विद्यापीठातून १९६२मध्ये तृणधान्य तंत्रज्ञान या विषयात एम.एस. पदवी संपादन केली आणि १९६७मध्ये उत्तर डाकोटा राज्य विद्यापीठातून तृणधान्य रसायनशास्त्र आणि वनस्पती पैदासशास्त्र या विषयांमधील पीएच.डी. संपादन केली. त्यानंतर सिमीट या संस्थेत परत येऊन डॉ. इव्हॅन्जेलिना व्हिलेगास यांनी आपले संशोधन-कार्य सुरू ठेवले.

गव्हाच्या औद्योगिक दर्जात सुधारणा करण्याची, तसेच मक्यातील प्रथिने व पोषण मूल्यांच्या दर्जात सुधारणा करण्याची जबाबदारी डॉ. व्हिलेगास यांच्यावर टाकण्यात आली. प्रत्येक झाडावरील दाण्यांचा लहानसा नमुना घेऊन त्यातील रासायनिक घटकांचे अचूक पृथक्करण करणे आणि या दोन्ही पिकांचे (गहू व मका) सुधारित वाण विकसित करण्याच्या कार्यक्रमांतर्गत हजारो झाडांचे प्रत्येक पिढीत, मर्यादित काळात रासायनिक पृथक्करण करणे हे अत्यंत जिकिरीचे संशोधन होते. डॉ. व्हिलेगास यांनी नवीन शीघ्र रासायनिक पृथक्करण पद्धती शोधून हे कार्य पूर्ण केले.

दक्षिण अमेरिका, आफ्रिका आणि आशिया खंडातील अनेक विकसनशील देशांमधील तरुण शास्त्रज्ञांच्या प्रशिक्षण कार्यात सल्लागार म्हणूनही डॉ. व्हिलेगास यांनी अनेक वर्षे सहकार्य केले. सिमीट या संस्थेतून १९८९मध्ये सेवानिवृत्त झाल्यानंतर त्यांनी

आफ्रिकेमध्ये 'सासाकावा वैश्विक २०००' या कार्यक्रमात क्यूपीएमसंबंधी सल्लागार पदावर कार्य केले.

सन्मान, पुरस्कार व वारसा

- राष्ट्रीय तंत्रविज्ञान संस्थेतर्फे प्रावीण्यधारक माजी विद्यार्थी म्हणून गौरव (१९७२)
- जागतिक अन्न पुरस्कार (२०००)
- मेक्सिकन महिला संघटनेतर्फे भूतपूर्व राष्ट्राध्यक्षांच्या हस्ते '२००० वर्षातील सर्वोत्कृष्ट महिला' म्हणून गौरव
- 'अल्फा डेल्टा कप्पा' गटाच्या सन्माननीय यादीत 'आंतरराष्ट्रीय प्रावीण्यधारक महिला' या नात्याने समावेश (२००१)
- राष्ट्रीय तंत्रविज्ञान संस्थेतर्फे 'लझारो कार्डेनास पदक'
- मेक्सिकोतील स्वायत्त चॅपिंगो कृषी विद्यापीठातर्फे डॉक्टरेट पदवी (२००२)

जागतिक अन्न पुरस्कार मिळाल्यानंतर त्या म्हणाल्या होत्या, ''आम्ही केलेल्या कार्यक्षेत्रात जगाला आणखी जागृत करण्यासाठी मी पुरस्कार निधीचा वापर करीन. मेक्सिकोमधील शेतीतून अधिकाधिक प्रमाणावर क्यूपीएम मक्याचे उत्पादन झाल्यावरच माझा मोठा सन्मान होईल.'' त्यांनी विविध शैक्षणिक कार्यांसाठीसुद्धा निधी उपलब्ध करून दिला आहे.

डॉ. सुरिंदर कुमार वासल

बालपण व पूर्वायुष्य

भारतातील अमृतसर येथे १२ एप्रिल १९३८ रोजी सुरिंदर कुमार यांचा जन्म झाला. तेथेच त्यांचे बालपण गेले. अमृतसरच्या खालसा महाविद्यालयातून बी.एस्सी. पदवीपर्यंतचे शिक्षण १९५७मध्ये पूर्ण केल्यानंतर त्यांनी कानपूर येथील कृषी महाविद्यालयातून १९५९मध्ये एम.एस्सी. पदवी प्राप्त केली. त्यानंतर सुरिंदर कुमार यांनी हिमाचल प्रदेशाच्या कृषी खात्यात नोकरी पत्करली. संशोधन साहाय्यक, साहाय्यक वनस्पतिशास्त्रज्ञ व साहाय्यक प्राध्यापक पदांवर १९५९ ते १९६६पर्यंत ते सेवारत होते. त्याच काळात दिल्ली येथील भारतीय कृषी संशोधन संस्थेतून अनुवंशशास्त्र विषयात संशोधन करून १९६६मध्ये त्यांनी पीएच.डी. संपादन केली. १९६७मध्ये डॉ. वासल थायलंड येथे सहयोगी

मका संशोधक पदावर रुजू झाले. अमेरिकेतील रॉकफेलर फाउंडेशनच्या सहकार्याने थायलंडमधील कसेटसार्ट विद्यापीठात राष्ट्रीय मका व ज्वारी संशोधन केंद्रात डॉ. वासल यांनी चार वर्षे मका पैदास कार्य केले. १९७१मध्ये मेक्सिकोमधील सिमीट या संस्थेमध्ये उच्च लायसिन मका संशोधन प्रकल्पांतर्गत निवड झाली. पुढे १९८५ ते १९९६ या काळात सिमीटच्या जनुक बँक प्रकल्पाच्या समन्वयकाची जबाबदारी डॉ. वासल यांनी पार पाडली. तसेच उष्ण कटिबंधीय सखल भूप्रदेशासाठी संकरित आणि सरळ मका-वाण विकसित करण्याची धुरासुद्धा त्यांनी सांभाळली. डॉ वासल आणि त्यांच्या सहकाऱ्यांनी या प्रकल्पांतर्गत विषुववृत्तीय पट्ट्यात लागवडीसाठी १९९१मध्ये ५८ वाणांचा पहिला संच आणि १९९४मध्ये ६२ वाणांचा दुसरा संच उपलब्ध करून दिला. तसेच उप-विषुववृत्तीय क्षेत्रात लागवडीसाठी ४२ वाण उपलब्ध करून दिले. सिमीट या संस्थेने १९९७मध्ये डॉ. वासल यांची आशिया विभाग मका प्रकल्पाच्या प्रमुखपदी नेमणूक केली. त्यांनी थायलंडमधील या प्रकल्पाला अधिक सक्षम करून 'उष्ण कटिबंधीय आशियाई मका संशोधन जाळे' (टॅमनेट)च्या समन्वयक पदाची धुरासुद्धा सांभाळली. अमेरिकन पीकशास्त्र सोसायटी, अमेरिकन कृषीशास्त्र सोसायटी आणि भारतीय राष्ट्रीय कृषी विज्ञान प्रबोधिनी यांनी डॉ. वासल यांना सन्माननीय सदस्यत्व दिले आहे.

सन्मान व पुरस्कार

डॉ. वासल यांना मिळालेले पुरस्कार

- अमेरिकन पीकशास्त्र सोसायटीचे आंतरराष्ट्रीय सेवा पारितोषिक (१९९६)
- अमेरिकन पीकशास्त्र सोसायटीचे अध्यक्षीय पदक (२०००)
- 'टास' स्वामीनाथन पुरस्कार, भारत (२०००)
- जागतिक अन्न पुरस्कार (२०००)

भारत, हॉन्डूरस, पेरू आणि पनामा या देशांतील प्रशासनांनी आणि संस्थांनीसुद्धा त्यांचा गौरव केला आहे. डॉ. सुरिंदर कुमार वासल निवृत्तीनंतर मेक्सिकोमध्ये स्थायिक झाले असून मका संशोधकांना मार्गदर्शन करत आहेत.

❑

‘अन्नसुरक्षेसाठी अन्नधोरण’ कार्यक्रमाचे संशोधक

डॉ. पेर पिनस्ट्रप-अँडरसन

(Dr. Per Pinstup-Andersen)

(१९३९)

कृषी संशोधन आणि सुयोग्य अन्नधोरण याद्वारे गरीब आणि अर्धपोटी नागरिकांचा स्तर उंचावण्यासाठी डॉ. पेर पिनस्ट्रप-अँडरसन या कृषी अर्थशास्त्रज्ञाने केलेल्या योगदानाकरिता त्यांना २००१चा जागतिक अन्न पुरस्कार प्रदान करण्यात आला. ‘अन्नाची सुरक्षा ही खऱ्या अर्थाने खातरीशीर धोरणाच्या संशोधनासह आदानप्रदान आणि योग्य अंमलबजावणीतून येते, ही बाबसुद्धा शास्त्रीय आणि तांत्रिक प्रगतीइतकीच महत्त्वाची असते,’ हाच या पुरस्कारामागील मुख्य उद्देश होता.

बालपण व पूर्वायुष्य

डेन्मार्कमधील एका शेतकी फार्मवर १९३९मध्ये पेर यांचा जन्म झाला. बालपणी काही वर्षे तेथेच मजुरी करून त्यांनी आपले शालेय शिक्षण पूर्ण केले आणि डॅनिश कृषी विद्यापीठात प्रवेश घेतला. १९६५मध्ये कृषी अर्थशास्त्र या विषयात पदवीपर्यंतचे शिक्षण पूर्ण केले. अमेरिकेतील ओक्लाहोमा राज्य विद्यापीठातून १९६७मध्ये एम.एस. पदवी आणि १९६९मध्ये पीएच.डी. प्राप्त केली. शिक्षण पूर्ण होताच दक्षिण अमेरिकेतील कोलंबियामधील कॅली शहरात त्यांना नोकरी मिळाली. कॅलीतील आंतरराष्ट्रीय उष्णकटिबंधीय कृषी संशोधन केंद्रात डॉ. पेर यांनी कृषी तंत्रज्ञानाच्या सार्वजनिक अर्थशास्त्रीय धोरणावर संशोधन करण्याची जबाबदारी स्वीकारली. काही काळानंतर त्यांनी अमेरिकेतील अलाबामा राज्यातील आंतरराष्ट्रीय खत विकास केंद्रातही संशोधन कार्य केले. अमेरिकेतून पुन्हा ते मायदेशी डेन्मार्कला परतले. राजधानी कोपनहेगन येथील रॉयल पशुवैद्यक व कृषी विद्यापीठात त्यांनी १९८०पर्यंत कार्य केले.

आंतरराष्ट्रीय अन्न धोरण संशोधन संस्थेतील कार्य

१९८०नंतर विविध संस्थांमधील अनुभवातून प्रगल्भ झालेले डॉ. पेर अमेरिकेतील वॉशिंग्टनमधील आंतरराष्ट्रीय अन्न धोरण संशोधन संस्थेत (आयएफपीआरआय) दाखल झाले. १९८० ते १९८७ या काळात त्यांनी अन्न आणि पोषणविषयक धोरण संशोधन कार्यक्रमाचे नेतृत्व केले. १९८७ ते १९९२ ही पाच वर्षे डॉ. पेर यांनी अमेरिकेतील कॉर्नेल विद्यापीठात अन्न अर्थशास्त्राचे प्राध्यापक आणि कॉर्नेल अन्न व पोषण धोरण प्रकल्पाचे संचालक ही पदे भूषवली. १९९२मध्ये ते 'आयएफपीआरआय'मध्ये परतले. आता त्यांच्यावर संस्थेच्या महासंचालकपदाची जबाबदारी सोपवण्यात आली. डॉ. पेर यांनी २००२पर्यंत समर्थपणे ही जबाबदारी पार पाडली. त्यांच्या कार्यकाळात 'आयएफपीआरआय' ही संस्था भुकेविषयीच्या बाबींवर विचार करणारी जागतिक पातळीवरील आघाडीची विचारस्त्रोत (थिंक टॅंक) म्हणून ओळखली जाऊ लागली.

डॉ. पेर यांच्या संशोधनातील प्रमुख बाबी :

- प्रमुख अन्नधान्य पिकांच्या पोषणमूल्ये-समृद्ध वाणांचा पुरस्कार
- 'शिक्षणासाठी अन्न' या कार्यक्रमात सुधारणा
- जगातील विविध शासनांनी बालकांचे पोषण आणि अन्नसुरक्षा याविषयींचे धोरण राबवल्यानंतर झालेल्या परिणामांचा अभ्यास
- या धोरणांकरिता संगणकप्रणालीचा विकास

‘दृष्टिक्षेप २०२०’

१९९३मध्ये ‘दृष्टिक्षेप २०२०’ (२०२० व्हीजन इनिशिएटिव्ह) हा प्रकल्प अहवाल डॉ. पेर यांनी प्रसिद्ध केला. अन्नसुरक्षेविषयीचा जागतिक स्तरावरील सर्वात मोठा, सर्वसमावेशक आणि महत्त्वाकांक्षी संशोधन व विस्तार कार्यक्रम या प्रकल्प-अहवालात प्रतिबिंबित झाला होता. हा प्रकल्प अशा वेळी सादर झाला, जेव्हा विश्वभरातल्या नेत्यांना जैवतंत्रज्ञानातील प्रगतीमुळे विश्वातल्या वाढत्या लोकसंख्येला पुरेशी अन्ननिर्मिती होऊ शकेल, असा आत्मविश्वास वाटू लागला होता. पोषक अन्ननिर्मिती आणि वितरण यासाठीच्या माहितीचे पद्धतशीर संकलन आणि विश्लेषण ‘दृष्टिक्षेप २०२०’मध्ये केलेले होते. एकविसाव्या शतकातील संभाव्य धोक्यांची जाणीवसुद्धा त्यात करून दिली होती.

संशोधकांना आणि धोरणकर्त्यांना चर्चेसाठी आणि विचारांच्या अदानप्रदानासाठी या प्रकल्प-अहवालाचे उत्तम मार्गदर्शन लाभले. त्यामुळे शासकीय स्तरावर कार्यक्रमांचा प्राधान्यक्रम बदलता आला. कृषी संशोधन व विकास यासाठी दिल्या जाणाऱ्या आर्थिक पाठबळाचा ऱ्हास थांबून तरतुदीत वाढ झाली. विश्वभरातल्या मागास जनतेचे जीवनमान उंचावेल अशा कार्यक्रमांमध्ये वाढ झाली. पाकिस्तान आणि इजिप्तमध्ये झालेल्या आर्थिक संशोधन आणि धोरणविषयींच्या मंथनामुळे त्या देशांतील अन्नधान्याचे सार्वजनिक वितरण (रेशनिंग) आणि अन्न अनुदान कार्यक्रम अधिक प्रभावीपणे राबवता आले. ‘दृष्टिक्षेप २०२०’ हा अहवाल मालावी आणि युगांडा देशांना अन्नपुरवठा व वितरण कार्यक्रमात मार्गदर्शक ठरला. ‘आयएफपीआरआय’ या संस्थेने १९९४पासून बांगला देशात ‘शालेय अन्न कार्यक्रम’ राबवण्यात तेथील शासनाला सहकार्य केले. मुलांना नियमितपणे शाळेत पाठवण्याच्या बदल्यात या योजनेअंतर्गत पालकांना अन्न अनुदान मिळते. ही योजना बांगला देशात क्रांतिकारक ठरल्याचे मूल्यमापनात दिसून आले.

‘आयएफपीआरआय’ या संस्थेने आणखी एक झेप घेऊन १९९६मध्ये जागतिक अन्न परिषद आयोजित केली. या परिषदेत चर्चेच्या अनेक फेऱ्यांनंतर जगभरातील देशांना मार्गदर्शक ठरतील असे अन्नधोरणविषयींचे महत्त्वपूर्ण निर्णय घेतले गेले. पुढे १९९८मध्ये जगातल्या मोठ्या भूभागाने पाण्याचे तीव्र दुर्भिक्ष अनुभवले आणि सुमारे १.६ कोटी लोकांना भयंकर दुष्काळाला सामोरे जावे लागले. तथापि, जागतिक अन्न परिषदेतील निर्णय राबवल्यामुळे या दुष्काळात भूकबळींची संख्या ८० लाखांनी कमी झाली, असा अंदाज व्यक्त केला गेला. अन्नधान्य उत्पादनवाढीसाठी आणि अन्नधोरण ठरवण्यासाठी संशोधनाचे अधिकाधिक बळकटीकरण झाले पाहिजे, यासाठी डॉ. पेर सदैव आघाडीवर राहिले आहेत. ‘शस्त्रास्त्र स्पर्धा व युद्ध यांमुळे वाढणारा जागतिक दहशतवाद आणि

त्यामुळे विकासाला व अन्नसुरक्षेला बसणारी खीळ' या विषयावरील संशोधन डॉ. पेर यांनी २००६मध्ये सादर केले. त्यायोगे जागतिक नेत्यांच्या डोळ्यांत अंजन घातले जाऊन, ते युद्धापासून परावृत्त होऊन भूकमुक्तीच्या दिशेने पावले टाकतील तो मानवी इतिहासातला खरा सुवर्णदिन!

सन्मान, पुरस्कार आणि वारसा

डॉ. पेर यांनी डेन्मार्क आणि हॉलंडमधील विद्यापीठांत व्यावसायिक स्तरावर प्राध्यापकपद सांभाळलेच; पण अमेरिकतल्या कॉर्नेल विद्यापीठातसुद्धा ते मानद प्राध्यापकपद भूषवत आहेत. अमेरिकन कृषी अर्थशास्त्र परिषदेच्या अध्यक्षपदी त्यांची निवड झाली होती. तसेच आंतरराष्ट्रीय कृषी संशोधन सल्लागार गटाचे (सीजीआयएआर) कार्यकारी अध्यक्षपदही त्यांनी सांभाळले आहे. या गटातर्फे आंतरराष्ट्रीय कृषी संशोधन संस्थांची स्थापना करून त्यांचे व्यवस्थापनही केले जाते.

डॉ. पेर यांना अनेक विद्यापीठांनी सन्माननीय पीएच.डी. बहाल केली आहे.

डॉ. पेर यांना मिळालेले पुरस्कार

- जागतिक अन्न पुरस्कार (२००१)
- चार्ल्स ब्लॅक पुरस्कार (२००१)
- अमेरिकन कृषी अर्थशास्त्र परिषदेचे विशेष धोरण पारितोषिक (२००२)
- डॅनिश कृषिविद्याशास्त्र पारितोषिक (२००२)

२००१मध्ये प्रकाशित झालेला त्यांचा ग्रंथ '*सीड्स ऑफ कंटेंशन*' जगभरात गाजला. डॉ. नॉर्मन बोरलॉग त्यांच्याविषयी म्हणाले होते, ''डॉ. पेर पिनस्ट्रप-अँडरसन हे सर्वाधिक प्रभावशाली अर्थशास्त्रज्ञ व धोरणतज्ज्ञ आहेत. कृषी उत्पादनात क्रांती घडवून आणण्यासाठी एखाद्या देशाने राबवण्याच्या आर्थिक धोरणांचे ते अद्वितीय मार्गदर्शक आहेत.''

अन्न, पोषण, सार्वजनिक धोरण आणि अर्थशास्त्र या विषयांवरील अध्यापन आणि लेखनकार्यात आजही डॉ. पेर पिनस्ट्रप-अँडरसन कार्यमग्न असतात.

❑

नापीक जमिनींचे सुधारक

डॉ. पेड्रो ए. सँचेझ

(Dr. Pedro A. Sanchez)

(१९४०)

निकृष्ट आणि ऱ्हास झालेल्या (व्हर्कस) नापीक जमिनींना सुपीक बनवण्यासाठी डॉ. पेड्रो ए. सँचेझ यांनी मूलभूत पद्धती शोधून काढल्या. या पद्धतींचा अवलंब केल्यावर दक्षिण अमेरिका खंडातील सुमारे तीन कोटी हेक्टर हलक्या जमिनी उत्पादनक्षम झाल्या. या जमिनींवर चरितार्थ चालवणाऱ्या लाखो लोकांच्या अन्नसुरक्षेत वाढ झाली, त्यांचे जीवनमान सुधारले आणि पर्यावरणसंवर्धन झाले. या कार्यामुळे २००२चा जागतिक अन्न पुरस्कार देऊन डॉ. पेड्रो ए. सँचेझ यांचा यथोचित सन्मान करण्यात आला.

बालपण व पूर्वायुष्य

क्युबा देशाची राजधानी हवाना शहरानजीक एका कुटुंबाच्या शेतवस्तीवर १९४०मध्ये पेड्रो यांचा जन्म झाला. वडील इतर शेतकऱ्यांप्रमाणेच खतांचा वापर करून आपल्या शेतजमिनींची उत्पादकता वाढवण्याचा प्रयत्न करत. क्युबामधील विषुववृत्तीय लाल जमिनींविषयी पेड्रो यांना कुतूहल होते. कृषी शिक्षणासाठी पेड्रो यांनी १९५८मध्ये अमेरिकेतल्या कॉर्नेल विद्यापीठात प्रवेश घेतला. परंतु त्यानंतर काही काळातच क्युबामध्ये राजकीय उलथापालथ झाली आणि त्यांचे कुटुंब आपली मायभूमी सोडून अमेरिकेत आले. निर्वासित बनलेल्या कुटुंबाकडून पेड्रोला शिक्षणासाठी आर्थिक पाठबळ राहिले नाही. तरीसुद्धा अडचण सोसून पेड्रो यांनी आपले शिक्षण चालू ठेवले. कृषिविद्या व मृदाशास्त्र या विषयात त्यांनी आपले पदवी शिक्षण पूर्ण केले. पुढे १९६८मध्ये त्यांनी पीएच.डी. संपादन केली.

दक्षिण अमेरिकेतील कार्य

पीएच.डी. संपादन केल्यावर डॉ. पेड्रो यांनी लागलीच १९६८मध्ये नॉर्थ कॅरोलिना राज्य विद्यापीठात नोकरी पत्करली. या विद्यापीठातर्फे दक्षिण अमेरिकेतील पेरू या देशात कार्य करणाऱ्या गटाचे नेतृत्व त्यांच्यावर सोपवले गेले. १९६८ ते १९७१ या काळात त्यांच्या गटाने पेरू देशातील भाताचे हेक्टरी उत्पादन वाढवण्यात मदत केली. भाताची सर्वोच्च उत्पादनक्षमता असणाऱ्या देशांच्या पंक्तीत पेरू हा देश जाऊन बसला आणि आपल्या भाताच्या गरजेबाबत स्वावलंबीही झाला. पेरूमध्ये कार्यरत असताना डॉ. पेड्रो यांना वारंवार एक प्रश्न विचारला जात असे, 'विषुववृत्तीय पट्ट्यातील जमिनी कृषी उत्पादनासाठी उपयुक्त का नाहीत?' या प्रश्नाला उत्तर देण्यासाठी डॉ. पेड्रो यांनी आपल्या पुढील कार्याचा रोख वळवला आणि तशी संधी १९७२मध्ये त्यांच्याकडे चालून आली. नॉर्थ कॅरोलिना राज्य विद्यापीठ आणि कॉर्नेल विद्यापीठ यांच्या संयुक्त विद्यमाने ब्राझील या देशामध्ये विषुववृत्तीय पट्ट्यातील 'सिरॅडो' या भूप्रदेशाचे शेतीदृष्ट्या पुनर्वसनाचे कार्य सुरू झाले होते. या कार्यक्रमात सहभागी होण्याचे डॉ. सँचेझ यांना आमंत्रण आले होते.

'सिरॅडो' हा विषुववृत्तीय प्रदेश आकाराने संपूर्ण पश्चिम युरोप खंडाएवढा असून शेतीच्या दृष्टीने अनुत्पादक म्हणून ओळखला जात होता. डॉ. पेड्रो यांच्या गटाने अनेक वर्षांच्या संशोधनातून तेथील जमिनी सुधारण्यासाठी आर्थिकदृष्ट्या परवडतील अशा मशागत पद्धतीचे आणि खत व्यवस्थापनाचे तंत्रज्ञान विकसित केले. डॉ. कोलीन मॅक्लंग (ज्यांना पुढे २००६चा जागतिक अन्न पुरस्कार दिला गेला.) यांच्या पायाभूत पद्धतीवर हे तंत्रज्ञान आधारित होते. या तंत्रज्ञानामुळे जमिनीची आम्लता कमी होऊन जमिनीतील ॲल्युमिनिअम या अपायकारक धातूचे प्रमाण कमी होते. डॉ. पेड्रो यांच्या तंत्रज्ञानाचा

अवलंब केल्याने सिरॅडोमधील जमिनी पीक-लागवडीयोग्य झाल्या. तीन कोटी हेक्टरपेक्षाही अधिक क्षेत्र पीक-लागवडीखाली आले. तत्पूर्वीच्या ५० वर्षांत पीक-लागवडीखालील क्षेत्रात एकदम एवढी मोठी वाढ झाली नव्हती. पीक उत्पाकतासुद्धा सरासरी ६० टक्के वाढून एकूण अन्नधान्य उत्पादन तिपटीने वाढले. ब्राझीलमधील सोयाबीन उत्पादकतासुद्धा अमेरिकेच्या बरोबरीला आली. विषुववृत्तीय पट्ट्यातील जमिनीत अन्नधान्य उत्पादन होऊ शकत नाही, हा गैरसमज डॉ. पेड्रो आणि त्यांच्या सहकाऱ्यांनी आपल्या कार्याने दूर केला.

कोलंबिया या देशात स्थापन झालेल्या 'आंतरराष्ट्रीय उष्णकटिबंधीय शेती संशोधन केंद्रा'तर्फे चालवलेल्या गवताळ प्रदेश सुधारणा कार्यक्रमाचे नेते म्हणूनसुद्धा डॉ. पेड्रो यांनी कार्य केले. जमिनीतील अॅल्युमिनिअम या धातूला प्रतिरोधकता असलेले गवताचे सुधारित वाण त्यांनी विकसित केले. सुधारित वाणांच्या लागवडीमुळे कुरण प्रदेशात गवताचे उत्पादन वाढल्याने जनावरांचे उत्तम संगोपन होऊन मांसोत्पादनात मोठी वाढ झाली. याच काळात डॉ. पेड्रो यांनी कृषी वानिकी या विषयातसुद्धा रुची घ्यायला सुरुवात केली होती. कृषी वानिकी म्हणजे 'एकात्मिक पीक व वृक्ष लागवड करण्याची शेतीपद्धत'. १९८०च्या दशकात आशिया आणि आफ्रिका खंडांत जमीन सुधारण्याचा कार्यक्रम राबवत असताना डॉ. पेड्रो यांनी कृषी वानिकीचा त्यात अंतर्भाव केला. त्यामुळे या खंडांतील जमिनी उत्पादक बनून तेथील सर्वसामान्य ग्रामीण जनतेच्या आर्थिक उत्पन्नात भर पडली.

आंतरराष्ट्रीय कृषी वानिकी संशोधन केंद्राचे महासंचालकपद

१९९१मध्ये डॉ. पेड्रो यांनी नॉर्थ कॅरोलिना राज्य विद्यापीठाच्या सेवेतून निवृत्ती पत्करून केनियामधील 'आंतरराष्ट्रीय कृषी वानिकी संशोधन केंद्रा'च्या महासंचालकपदाची जबाबदारी स्वीकारली. तेथील सेवेत असताना त्यांनी आफ्रिकेतील आणि इतरही भागांतील गरीब जनतेच्या भूकमुक्तीसाठी फार चिकाटीने प्रयत्न केले. आफ्रिकेतील सहारा वाळवंटाच्या दक्षिणेकडील भूप्रदेशातील जमिनी अधिक उत्पादन देणारे पिकांचे वाण व आधुनिक खते यांना दीर्घ काळापासून प्रतिसाद देत नव्हत्या. तेथील जमिनींचा अभ्यास करून डॉ. पेड्रो यांनी पूर्व आणि दक्षिण आफ्रिकेतील देशांमध्ये जमीन सुधारणेचा एकात्मिक असा कमी खर्चीक कार्यक्रम राबवला. स्थानिक स्तरावर उपलब्ध असलेले रॉक फॉस्फेटचे खत जमिनीत मिसळले. तसेच नत्र स्थिरीकरण करणाऱ्या काही निवडक झाडाझुडपांची लागवड पिकांच्या ओळींच्या बाजूला केली. या वृक्षांनी हवेतील नत्र वायू शोषून घेऊन तो मुळांवाटे जमिनीत टाकल्याने पिकांचे आपोआपच पोषण झाले. तसेच वृक्षांचा पालापाचोळा व अवशेष जमिनीत पडल्यानेही जमिनीची सुपीकता आणि पाणी

धरून ठेवण्याची क्षमता वाढली. अशा प्रकारे जमिनींची उत्पादनक्षमता क्रांतिकारकरीत्या वाढली. वीस देशांतील सुमारे चार लाख शेतकऱ्यांनी या नावीन्यपूर्ण पण कमी खर्चीक पद्धतीचा अवलंब केल्याने त्यांच्या उत्पन्नात ४०० टक्क्यांनी वाढ झाली. कमी पर्जन्य झालेल्या हंगामातसुद्धा कृषी वानिकी शेतीपद्धतीचा अवलंब करणाऱ्या शेतकऱ्यांना एक हेक्टर क्षेत्रापासून मक्याचे कमीत कमी एक टन उत्पादन मिळाले. तसेच वृक्षांपासून व झुडपांपासून फळे, जनावरांसाठी चारा आणि औषधांसारखी दुय्यम उत्पादनेदेखील मिळाली. या पीकपद्धतीमुळे पर्यावरणातील कर्बवायूचे अधिक ग्रहण होत असल्याने वातावरणाची तापमानवाढही कमी होते. या तंत्रज्ञानाचा आपल्या शेतीत अवलंब करणाऱ्या लोकांना पुरेसे अन्न उपलब्ध झाले ही सर्वात महत्त्वपूर्ण बाब होय.

डॉ. पेड्रो यांच्या कार्यकाळात संस्थेच्या आर्थिक स्रोतांमध्ये भरीव वाढ झाली; संस्थेचे कार्यक्षेत्र आशिया, दक्षिण अमेरिका आणि इतर खंडांतही विस्तारले. कृषी वानिकी क्षेत्रात संस्थेचे संशोधन व विस्तारकार्य जगात अग्रगण्य ठरले. संस्थेने दहा वर्षांत ५५० कोटी वृक्ष लागवडीतून १० कोटी टन कर्बवायूचा अधिक उपयोग करून अन्नधान्य उत्पादन वाढवून दोन कोटी लोकांच्या भूकमुक्तीचे आणि गरिबी निवारणाचे लक्ष्य ठेवले होते. २००१मध्ये डॉ. पेड्रो आंतरराष्ट्रीय कृषी वानिकी संशोधन संस्थेच्या महासंचालक पदावरून निवृत्त झाले.

कोलंबिया विद्यापीठाच्या 'अर्थ इन्स्टिट्यूट'तर्फे चालवलेल्या विषुववृत्तीय शेती कार्यक्रमाचे संचालकपद डॉ. पेड्रो यांना बहाल करण्यात आले (२००३). डॉ. स्वामीनाथन यांच्यासमवेत संयुक्त राष्ट्रसंघाच्या 'सहस्रक भूकमुक्ती प्रकल्पा'च्या अंमलबजावणी गटाचे ते सहअध्यक्ष होते (२००२-०५). तसेच संयुक्त राष्ट्रसंघाच्या 'सहस्रक खेडी प्रकल्पा'चे संचालकही होते (२००४-१०).

डॉ. पेड्रो व पत्नी डॉ. चेरिल पाम यांनी 'सँचेझ विषुववृत्तीय कृषी प्रतिष्ठान'ची स्थापना केली. या प्रतिष्ठानतर्फे जगातील अत्यंत गरीब विभागातील संशोधकांना आणि शेतकऱ्यांना त्यांच्या भूकमुक्तीच्या कार्यात मदत म्हणून निधी उपलब्ध करून दिला जातो. आफ्रिकेतील अत्यंत मागास गावांमध्ये त्यांचे कार्य सुरू झाले आहे.

पेरू आणि कोलंबिया या देशांच्या सरकारतर्फे डॉ. पेड्रो यांचा विशेष सत्कार करण्यात आला. कॅनडामधील गल्फ विद्यापीठ, अमेरिकेतील ओहायो आणि नॉर्थ कॅरोलिना विद्यापीठे, तसेच बेल्जियममधील कॅथॉलिक विद्यापीठ यांनी डॉ. पेड्रो यांना सन्माननीय डॉक्टरेट पदवी बहाल केली. 'अमेरिकन असोसिएशन फॉर दी ॲडव्हान्समेंट ऑफ सायन्स'तर्फे २००६मध्ये डॉ. पेड्रो यांची फेलो पदी निवड झाली. अमेरिकेच्या राष्ट्रीय शास्त्र अकादमीच्या सदस्यपदी २०१२मध्ये त्यांची निवड झाली.

सन्मान, पुरस्कार आणि वारसा

केनियातील लुओ समुदायाच्या नेत्याने डॉ. पेड्रो यांना सन्माननीय ज्येष्ठ नागरिकत्व बहाल केले.

डॉ. पेड्रो यांना मिळालेले पुरस्कार

- जागतिक अन्न पुरस्कार (२००२)
- अमेरिकेतील मॅकआर्थर प्रतिष्ठानतर्फे अन्नधान्य उत्पादनवाढीसाठी आणि पर्यावरण संरक्षणासाठी 'जीनियस पारितोषिक' (२००४)
- हैफर आंतरराष्ट्रीय प्रकाशनतर्फे 'हिरो ऑफ ह्युमॅनिटी' सन्मान (२००६)

मुलींच्या शिक्षणाबद्दलही डॉ. पेड्रो आणि डॉ. चेरिल यांना आत्मीयता आहे. आफ्रिका खंडातील ग्रामीण भागातल्या मुलींना माध्यमिक शालेय शिक्षण घेण्यासाठी त्यांनी शिष्यवृत्ती जाहीर केली. मिळालेल्या २.५ लाख डॉलर बक्षिसाची रक्कम त्यांनी याकरिता गुंतवली. एक दशकानंतर हा निधी ३७ लाख डॉलर इतका वाढला. या राशीतून त्यांनी 'सँचेझ-पाम कन्या शिष्यवृत्ती निधी'ची स्थापना केली. या निधीतून 'शिक्षणासाठी जोडा' (कनेक्ट टू लर्न) हा कार्यक्रम राबवला जातो. मुलींच्या शिष्यवृत्तीबरोबरच शाळांना संगणक खरेदीसाठी आणि इंटरनेट सुविधेसाठी या निधीतून मदत केली जाते. गरिबांच्या कल्याणासाठी झटण्याची डॉ. पेड्रो यांची इच्छाशक्ती दुर्दम्य आहे. गरीब मच्छीमारांच्या कल्याणासाठी आपले पुढील आयुष्य वेचण्याचा मनोदय त्यांनी जाहीर केला आहे! सध्या ते अमेरिकेतील फ्लोरिडा विद्यापीठातील 'शाश्वत अन्न पद्धती संशोधन संस्थे'मध्ये उष्णकटिबंधीय जमिनींसंबंधीचे प्राध्यापक म्हणून कार्यरत आहेत.

❑

भूकपीडितांच्या तारणहार

कॅथरिन बर्टीनी

(Catherine Bertini)

(१९५०)

हलाखीचे जीवन जगणाऱ्या लोकांच्या भूक निवारणासाठी श्रीमती कॅथरिन बर्टीनी यांनी संयुक्त राष्ट्र संघटनेच्या 'जागतिक अन्न कार्यक्रमा'द्वारे महान कार्य केले आहे. विश्वातल्या सर्वच खंडांमध्ये अणीबाणीच्या प्रसंगी बर्टीनी यांनी आपल्या हजारो सहकाऱ्यांच्या मदतीने तत्परतेने लाखो लोकांना सकस अन्न पुरवून त्यांचे प्राण वाचवले आहेत. त्यांच्या समर्पित कार्यामुळेच संयुक्त राष्ट्र संघटनेच्या या मानवतावादी कार्यक्रमाचे जगातील सर्वाधिक मोठ्या भूक निवारण संघटनेत रूपांतर झाले. यासाठी कॅथरिन बर्टीनी यांना २००३मध्ये जागतिक अन्न पुरस्काराद्वारे गौरवण्यात आले.

बालपण व पूर्वायुष्य

कॅथरिन यांचा जन्म अमेरिकेच्या न्यूयॉर्क राज्यातील सायरॅक्यूज येथे १९५०मध्ये झाला. त्यांचे बालपण न्यूयॉर्क शहरात गेले. अल्बानी येथील न्यूयॉर्क राज्य विद्यापीठातून १९७१मध्ये राज्यशास्त्र विषयात पदवी संपादन केल्यानंतर त्या न्यूयॉर्क राज्यातल्या राजकारणात सक्रिय झाल्या. रिपब्लिकन पक्षाच्या युवा विभागाच्या संचालकपदी अनेक वर्षे राहिल्यानंतर त्यांनी शिकागोमधील एका कॉर्पोरेशनच्या माध्यमातून मानवतावादी शासकीय कार्यक्रम राबवण्याचे कार्य सुरू केले. पुढे १९८६मध्ये कॅथरिन यांना हार्वर्ड विद्यापीठाच्या जॉन एफ. केनेडी राज्यशास्त्र संस्थेमध्ये काम करण्यासाठी शिष्यवृत्ती मिळाली. पुढल्याच वर्षी त्यांना अमेरिकन शासनाच्या आरोग्य आणि मानवी सेवा कार्यात काम करण्याची संधी प्राप्त झाली. तेथे त्यांनी दोन वर्षे कुटुंबकल्याण कार्यक्रमाच्या संचालिका म्हणून सेवा केल्यानंतर १९८९मध्ये त्यांची अमेरिकन कृषी खात्याच्या उपमंत्री (असिस्टंट सेक्रेटरी) या पदावर नेमणूक झाली.

कृषी खात्याच्या उपमंत्री पदावरील कार्य

अमेरिकन कृषी खात्यात उपमंत्री पदावर असताना कॅथरिन यांनी तेथील दारिद्र्य रेषेखालील कुटुंबांच्या भरणपोषण मदतीसाठीच्या १३ प्रकल्पांची अंमलबजावणी यशस्वीपणे केली. सुमारे ३३ हजार कोटी अमेरिकन डॉलर इतका निधी असलेल्या या प्रकल्पात त्यांनी जातीने लक्ष घालून आपला ठसा उमटवला.

या अनुभवाच्या बळावर १९९२मध्ये कॅथरिन यांच्याकडे संयुक्त राष्ट्र संघटनेच्या 'वैश्विक अन्न प्रकल्पा'चे प्रमुख पद चालून आले.

वैश्विक अन्न प्रकल्पाच्या कार्यकारी संचालक पदावरील कार्य

१९९२ ते २००२पर्यंत कॅथरिन यांनी संयुक्त राष्ट्र संघटनेच्या वैश्विक अन्न प्रकल्पाच्या कार्यकारी संचालक पदावर कार्य केले. आपल्या १० वर्षांच्या सेवाकाळात त्यांनी फक्त भूक निवारण साहित्य वितरणाचे प्रशासनच केले नाही; तर वितरण कार्यावर जातीने देखरेख करण्यासाठी प्रत्यक्ष क्षेत्रात तासन्‌तास काम केले. विविध घटकांचे कार्य पूर्ण कार्यक्षमतेने व्हावे यासाठी त्यांनी तातडीची मदत केली आणि कार्यक्रमात आवश्यक ते बदलही तत्काळ केले. त्यांच्या कार्यकाळात या प्रकल्पाचे जगातील सर्वात विशालकाय आणि सर्वाधिक प्रतिसाद देणाऱ्या मानवतावादी संघटनेत रूपांतर झाले. आफ्रिका, आशिया, दक्षिण अमेरिका, मध्य-पूर्व, पूर्व युरोप आणि सोविएत संघातील कोट्यवधी युद्धग्रस्त आणि नैसर्गिक आपत्तींनी पीडित लोकांची त्यांनी मदत केली.

कुटुंबात स्त्रियाच अन्नासाठी जमवाजमव करतात, भोजन तयार करून कुटुंबातील सर्व घटकांना व्यवस्थितपणे भरवतात. या यथायोग्य जाणिवेमुळेच कॅथरिन यांनी अन्नाची मदत

स्त्रियांमार्फत द्यायला सुरुवात केली. अन्नाच्या समान आणि व्यापक प्रमाणावर वितरणाची खातरी याद्वारे झाली. यामुळेच जागतिक अन्न प्रकल्पाच्या मदतीचा ६० टक्क्यांपेक्षाही अधिक हिस्सा स्त्रियांमार्फत वितरित केला जातो. अफगाणिस्तानमध्ये अतिरेकी तालिबान्यांच्या आधिपत्याखाली असलेल्या क्षेत्रातसुद्धा कॅथरिन यांनी विधवा अफगाण स्त्रियांनी चालवलेले बेकरी प्रकल्प यशस्वीपणे राबवले (२००१). त्या प्रकल्पाद्वारे अफगाणिस्तानमध्ये जागतिक अन्न प्रकल्पांतर्गत ९० लाख लोकांचे प्राण वाचवण्यात मदत झाली. उत्तर कोरियातील दुष्काळ, बोस्निया आणि कोसोवो येथील अणीबाणी आणि पूर्व आफ्रिकेतील लोकांची उपासमार (२०००) या प्रसंगी त्यांनी तातडीने अन्नपुरवठा केला.

बालकांचे कुपोषण दूर करणे हा कॅथरिन यांच्या कार्यक्रमातील एक प्रमुख भाग होता. त्यांच्या पुढाकाराने जागतिक अन्न प्रकल्पामार्फत उत्तर कोरियातील ३३ लाख बालकांना जीवदान मिळाले. त्या देशातील लाखो लोकांचासुद्धा तीव्र कुपोषणापासून बचाव झाला. त्यापाठोपाठ कॅथरिन यांनी अमेरिकन शासनाच्या आर्थिक पाठबळावर जागतिक शालेय अन्न कार्यक्रम ऊर्जितावस्थेला आणला. त्यामुळेच २००२पर्यंत ६४ देशांतील १.६ कोटी शालेय मुलांच्या शिक्षण, आरोग्य आणि राहणीमान यात लक्षणीय सुधारणा घडून आली. कॅथरिन यांच्या या लोकोत्तर कार्यामुळेच २००३मध्ये त्यांची संयुक्त राष्ट्र संघटनेच्या उप-सरचिटणीसपदी निवड झाली.

संयुक्त राष्ट्र संघटनेच्या उप-सरचिटणीस पदावरील कार्य

कॅथरिन यांनी संयुक्त राष्ट्र संघटनेच्या प्रशासकीय कामकाजातसुद्धा अधिक सुसूत्रता आणि पारदर्शकता आणली. स्थानिक जनतेचा प्रतिसाद वाढवून मदतकार्यातील अनेक अडथळे त्यांनी दूर केले. मदतकार्यासाठी दक्षिण आफ्रिकेत वाहतुकीच्या पायाभूत सुविधा निर्माण केल्या गेल्या, कॉकेशसमध्ये रेल्वेलाईन टाकल्या गेल्या, सुदानमध्ये हवाईमार्गाने मोठ्या प्रमाणावर अन्नाची पाकिटे पुरवण्याची ऐतिहासिक कामगिरी पार पाडण्यात आली. काही दुर्गम ठिकाणी तर हत्तीच्या आणि खेचरांच्या पाठीवर अन्न-पाकिटे टाकून पुरवठा केला गेला. कॅथरिन यांनी प्रकल्प-कर्मचाऱ्यांना सुरक्षेचे आणि व्यवस्थापनाचे प्रशिक्षण सक्तीचे केले. त्यामुळेच अधिकाधिक धोका असलेल्या आणि युद्धाचा प्रसंग असलेल्या क्षेत्रांतसुद्धा प्रकल्प-कर्मचाऱ्यांना आपले भूक निवारणाचे कार्य प्रभावीपणे करता आले. कॅथरिन यांची कार्यपद्धती हा अंमलबजावणी क्षेत्रातला एक चमत्कार मानला जाऊ लागला. आखाती देशांतील दुष्काळात लाखो लोकांना अन्नपुरवठा करण्याचे कार्य, मध्य अमेरिकेतल्या मिश वादळानंतरचे पुनर्वसन, कोसोवो आणि पूर्व तिमोरमधील निर्वासितांचे पुनर्वसन, अशा कित्येक कार्यात कॅथरिन यांच्या कार्यशैलीची प्रशंसा झाली. २००५मध्ये कॅथरिन संयुक्त राष्ट्र संघटनेच्या उप-सरचिटणीस पदावरून निवृत्त झाल्या.

उत्तर आयुष्यातील कार्य

निवृत्तीनंतर २००५पासून कॅथरिन अमेरिकेतील सायरॅक्यूज विद्यापीठात सार्वजनिक प्रशासनाच्या प्राध्यापक पदावर कार्यरत आहेत. बिल आणि मेलिंडा गेट्स फाउंडेशनच्या कृषी विकास कार्यक्रमातही त्यांनी गरीब शेतकरी महिलांच्या कल्याणकारी कार्यक्रमात २००७ ते २००९ या काळात मार्गदर्शन केले. शिकागो येथील 'वैश्विक बाबी परिषदे'च्या त्या फेलो असून २००८ ते २०१३पर्यंत परिषदेच्या जागतिक कृषी विकास कार्यक्रमाच्या सह-अध्यक्ष होत्या. अमेरिकेचे भूतपूर्व राष्ट्राध्यक्ष जॉर्ज बुश आणि बराक ओबामा यांच्या कारकिर्दीत कॅथरिन यांनी राष्ट्राध्यक्षांचे प्रतिनिधी म्हणून अमेरिकेच्या 'आंतरराष्ट्रीय अन्न व कृषी विकास महामंडळा'वर नऊ वर्षे कार्य केले आहे. २०१३मध्ये कॅथरिन यांची संयुक्त राष्ट्र संघटनेच्या व्यवस्थापन उप-सचिवपदी निवड झाली होती.

पुरस्कार, सन्मान आणि वारसा

श्रीमती कॅथरिन बर्टीनी यांना मिळालेले पुरस्कार

- जागतिक अन्न पुरस्कार (२००३)
- बालकांच्या पोषणासाठी केलेल्या अद्वितीय कार्यासाठी जीन व्हाइट जीवनगौरव पुरस्कार (२००७)
- ब्रिजिड पुरस्कार (२०१०),
- 'बोरलॉग कास्ट' दळणवळण पुरस्कार (२०११)
- असामान्य महिला पुरस्कार (२०१३)
- ऑर्डर ऑफ मेरिट पुरस्कार, इटली
- आयरिश वारसा पुरस्कार, आयर्लंड

विविध देशांतील बारा विद्यापीठांनी कॅथरिन यांना मानद डॉक्टरेट पदवी बहाल केली आहे. अमेरिकन राष्ट्रीय सार्वजनिक प्रशासन अकादमी, अमेरिकन कला व शास्त्र अकादमी, आंतरराष्ट्रीय अन्नशास्त्र व तंत्रज्ञान अकादमी, यांनी त्यांची फेलो पदी निवड केली आहे.

लंडनच्या *टाइम्स* या वृत्तपत्राने १९९६मध्ये लिहिले होते, 'श्रीमती कॅथरिन बर्टीनी या विश्वातील सर्वाधिक शक्तिशाली महिला आहेत.' जागतिक अन्न पुरस्काराच्या निधीतून त्यांनी मुलींच्या शिक्षणासाठी 'कॅथरिन बर्टीनी ट्रस्ट'ची स्थापना केली आहे (२००३). या ट्रस्टतर्फे स्त्रियांना आणि मुलींना प्रशिक्षण देण्यासाठी धडपडणाऱ्या संघटनांना आर्थिक मदत पुरवली जाते. ❑

आफ्रिकेतील भातक्रांतीचे जनक

डॉ. माँटी जोन्स (Dr. Monty Jones)

(१९५१)

संकरित भात तंत्रज्ञानाचे जनक

प्रा. युआन लाँगपिंग (Prof. Yuan Longping)

(१९३०)

संयुक्त राष्ट्र संघटनेच्या अन्न व कृषी संघटनेने २००४ हे वर्ष 'आंतरराष्ट्रीय भात वर्ष' म्हणून जाहीर केले होते. या वर्षाचा जागतिक अन्न पुरस्कार प्रा. युआन लाँगपिंग आणि डॉ. माँटी जोन्स या दोन भात संशोधकांना संयुक्तपणे दिला गेला. डॉ .जोन्स यांनी विकसित केलेल्या उच्च उत्पादनक्षमता असलेल्या 'नेरिका' वाणांच्या लागवडीने आफ्रिका खंडात भात उत्पादनात क्रांती घडून आली. प्रा. युआन लाँगपिंग यांनी विकसित केलेल्या संकरित भातवाणांमुळे चीन आणि इतर आशियाई देशांमधील वाढत्या लोकसंख्येला पुरेसे अन्नधान्य उत्पादन होऊ शकले.

डॉ. माँटी जोन्स

बालपण व पूर्वायुष्य

माँटी जोन्स यांचा जन्म सियेरा लिऑन या देशात ५ फेब्रुवारी १९५१ रोजी झाला. सियेरा लिऑन विद्यापीठातून १९७४मध्ये बी.एस्सी. (कृषी) पदवी प्राप्त केल्यानंतर त्यांनी १९७५मध्ये आपल्या सेवेला सुरुवात केली. आंतरराष्ट्रीय कृषी संशोधन सल्लागार गटातर्फे स्थापन झालेल्या 'पश्चिम आफ्रिका भात विकास केंद्रा'मार्फत सियेरा लिऑनमध्ये चालू असलेल्या भात संशोधन प्रकल्पात माँटी यांच्या कार्याला सुरुवात झाली. समुद्रकाठच्या दलदल प्रदेशात फक्त मँग्रुव्ह हे वृक्ष वाढतात. अशा पाणथळ, खारवट जमिनीत वाढू शकतील असे भाताचे वाण विकसित करण्याचे उद्दिष्ट सियेरा लिऑनमधील केंद्रावर सोपवले होते. सेवेत असतानाच माँटी यांनी इंग्लंडमधील बर्मिंगहॅम विद्यापीठात प्रवेश घेऊन १९७९मध्ये एम.एस. (अनुवंशशास्त्र) ही पदवी आणि १९८३मध्ये पीएच.डी. संपादन केली. सियेरा लिऑनमध्ये परत येऊन त्यांनी भात वाणांच्या सुधारणेचे कार्य अधिक जोमाने सुरू केले. १९८७ ते १९९० पर्यंत डॉ. जोन्स यांनी कॅमेरून या देशातील भात प्रकल्पात समन्वयक पदावर कार्य केले.

पश्चिम आफ्रिका भात विकास केंद्र (डब्ल्यूएआरडीए : वार्डा) येथील कार्य

१९९१मध्ये माँटी यांची आयव्हरी कोस्ट या देशात भात सुधारणा कार्यक्रमाच्या प्रमुख पैदासकारपदी नेमणूक झाली. पश्चिम आफ्रिका भात विकास संघामार्फत आयव्हरी कोस्टमध्ये घाटावरील जमिनींवर लागवडीसाठी योग्य अशा भात वाणांचा (अपलँड राइस) विकास करण्याचे संशोधन चालते. या संघाचे आता 'आफ्रिका भात केंद्र' असे नामकरण झाले आहे. १९७०पासूनच माँटी यांनी आफ्रिकेतील भात वाणांचे निरीक्षण केले होते. क्षारयुक्त जमिनीत आणि पाण्याचे कमी-अधिक प्रमाण असतानाही हे वाण उत्तम रीतीने वाढत असत. परंतु आशिया खंडातील वाणांच्या तुलनेत आफ्रिकन वाणांचे उत्पादन फारच कमी होते. आफ्रिकेतील जमीन व हवामान आशियाई वाणांच्या वाढीला पोषक नव्हते. तसेच ते रोगांना व किडींना बळी पडत असत. आशियाई आणि आफ्रिकन वाणांचे चांगले गुणधर्म एकत्र आणण्यासाठी त्यांच्यात संकरीकरणाचे प्रयत्न पूर्वी झाले होते, पण त्यात यश मिळाले नव्हते. संकरित झाडांमध्ये वंध्यत्व येत असे आणि बीजधारणा होत नसे, त्यामुळे संशोधनात प्रगती होत नव्हती.

माँटी आणि त्यांच्या सहकाऱ्यांनी स्थानिक 'ओरायझा ग्लॅबरिमा' या भात प्रजातीमधील सर्व उपलब्ध वाण गोळा केले. तसेच आशिया खंडातील 'ओरायझा सटायव्हा' या प्रजातीमधील अनेक वाण गोळा केले. अशा सुमारे १५०० वाणांचे त्यांनी गुणधर्मांप्रमाणे

वर्गीकरण केले. अपेक्षित गुणधर्म असलेले मातृ-पितृ वाण विविध गटांमधून निवडून त्यांच्यात संकरीकरण केले. संकरित झाडांचे पुन्हा आधीच्या मातृ-पितृ वाणांशी संकरण केले (बॅक क्रॉसिंग). त्यामुळे वंध्यत्वाच्या समस्येवर मात होऊन बीजधारणा झाली. पुढील पिढीमध्ये दोन्ही प्रजातींचे गुणधर्म एकत्र आलेली झाडे निवडणे शक्य झाले. या झाडांच्या पुढच्या पिढ्यांमध्ये अपेक्षित गुणधर्म एकत्रित झालेली, पूर्णपणे फलीभवन होत असलेली (वंधव्य नसलेली) आणि गुणधर्मांत स्थैर्य आलेली झाडे निवडली गेली. तीन वर्षांच्या अथक संशोधनानंतर मॉंटी यांना आफ्रिकन आणि आशियाई भाताचे अपेक्षित गुणधर्म असलेले नवीन वाण विकसित करण्यात यश प्राप्त झाले. या वाणाला त्यांनी 'नेरिका' असे नाव दिले. नेरिकाचा अर्थ आहे 'आफ्रिका खंडासाठी नवीन भात वाण'. तणांना प्रतिरोधकता, पाण्याच्या ताणास सहनशीलता आणि निकृष्ट जमिनीत वाढण्याची क्षमता हे गुणधर्म नेरिकामध्ये आफ्रिकन वाणाकडून आले; तर उच्च उत्पादनक्षमतेचे जनुक आशियाई वाणांमधून आले. आफ्रिकेतील भात पिकवणाऱ्या गरीब शेतकऱ्यांसाठी नेरिका हा वाण वरदानच ठरला. नेरिका आणि तत्सम वाणांच्या लागवडीमुळे आफ्रिकेत अन्न उत्पादनात क्रांती घडून आली.

या वाणांपासून शेतकऱ्यांना २५ ते २५० टक्के अधिक उत्पादन मिळाले. पश्चिम आफ्रिकेत भाताची लागवड प्रामुख्याने कमी पर्जन्यमान असलेल्या घाटावरील क्षेत्रात होते (अपलँड राइस). त्या भागात आता हेक्टरी चार ते पाच टन इतके भात उत्पादन होऊ लागले. पूर्वीच्या आफ्रिकन वाणांचा जीवनकाळ सहा महिन्यांचा होता, तर नवीन वाणांना पक्व होण्यास फक्त तीन महिन्यांचा काळ पुरेसा होता. त्यामुळे भातानंतर दुबार पीक घेता येऊ लागले. पौष्टिक अशी कडधान्ये, भाजीपाला किंवा इतर पिकांपासून दुसऱ्या हंगामात जास्तीचे उत्पन्न मिळू लागले. गरीब आणि अर्धपोटी लोकांना पोटभर प्रथिनयुक्त अन्न मिळू लागले; आणि तेसुद्धा कमी दरात. प्रतिवर्षी १०० कोटी डॉलर इतक्या किमतीचा तांदूळ आयात करणारे पश्चिम आफ्रिकेतील देश स्वावलंबी झाले. अन्नसुरक्षेतील या योगदानामुळे वार्डा संघाला २०००मध्ये 'राजा बदौइन पुरस्कार' देऊन गौरवण्यात आले.

दुसऱ्या टप्प्यात मॉंटी यांना संशोधन उपसंचालकपदावर बढती मिळाली. त्यांच्या नेतृत्वाखाली आफ्रिकेतील इतर देशांतील शेतकऱ्यांच्या शेतावरसुद्धा नेरिकासारख्या नावीन्यपूर्ण वाणांचा प्रसार करण्यात आला. त्यासाठी त्यांनी धोरणकर्ते, अशासकीय संस्था, संशोधक आणि विस्तारकार्य करणाऱ्या संघटना यांच्यात उत्कृष्ट समन्वय घडवून आणला. सुधारित भात बियाण्याच्या चाचण्या घेऊन त्यांचा शीघ्र प्रसार करण्यासाठी स्त्री-केंद्रित आणि सामुदायिक जबाबदारीचा आराखडा तयार करून त्याची अंमलबजावणी करण्यात आली.

माँटी यांनी जागतिक अन्न पुरस्काराचा निधी या विस्तारकार्यासाठी वापरला. थोड्याच कालावधीत सियेरा लिऑन, बेनीन, आयव्हरी कोस्ट, गंबीया, गिनी, माली, नायजेरिया आणि टोगो या देशांमधील भात पिकवणाऱ्या दोन कोटी शेतकऱ्यांनी नवीन वाणांची लागवड केल्याने त्यांचा तर फायदा झालाच, परंतु २४ कोटी लोकांचे पोषणही झाले. नायजेरियात नेरिका वाणांमुळे भात लागवडीखालील क्षेत्रात ३० टक्क्यांनी वाढ झाली. गिनी हा देश काही वर्षांतच स्वयंपूर्ण होऊन भात निर्यातसुद्धा करू लागला.

'एफएआरए'च्या कार्यकारी संचालक पदावरील कार्य

२००२मध्ये माँटी यांची घाना देशातील आफ्रिकन कृषी संशोधन फोरम (एफएआरए) या संस्थेच्या कार्यकारी संचालकपदावर नेमणूक झाली. विभागीय संशोधनाचे समन्वयक आणि सल्लागार पदाची जबाबदारी त्यांच्या खांद्यावर आली. २०२०पर्यंत वार्षिक ६ टक्के दराने कृषी क्षेत्राची वाढ करणे, आर्थिक विकास घडवून गरिबी दूर करणे आणि आफ्रिकन जनतेच्या अन्नाची सुरक्षा वाढवणे ही उद्दिष्टे गाठण्यासाठी माँटी यांनी जोमाने कार्य केले. पुढे त्यांची नेमणूक वैश्विक कृषी संशोधन फोरम (जीएफएआर)च्या अध्यक्षपदी झाली. माँटी यांनी काही काळ सियेरा लिऑनच्या राष्ट्राध्यक्षांचे विशेष सल्लागार म्हणूनही काम पाहिले. सियेरा लिऑनच्या कृषी, वानिकी आणि अन्नसुरक्षा मंत्रिपदीही त्यांनी कार्य केले आहे. आफ्रिकेमध्ये खासगी गुंतवणूक वाढवण्याच्या उद्देशाने 'ना नफा, ना तोटा' तत्त्वावर स्थापन झालेल्या बेल्जियमस्थित संघाच्या (इएमआरसी) अध्यक्षपदी जानेवारी २०१४मध्ये माँटी यांची नेमणूक झाली आहे.

पुरस्कार व सन्मान

अमेरिकेतील *टाइम* या नियतकालिकाने २००७मध्ये माँटी यांची जगातील सर्वोत्तम, प्रभावशाली व्यक्तिमत्त्वांमध्ये गणना केली होती.

माँटी यांना मिळालेले महत्त्वाचे पुरस्कार

- आयव्हरी कोस्टच्या राष्ट्राध्यक्षांचा ऑर्डर ऑफ मेरिट पुरस्कार (२००१)
- जागतिक अन्न पुरस्कार (२००४)
- जपानचा निगाटा आंतरराष्ट्रीय अन्न पुरस्कार (२०१०)
- सियेरा लिऑनच्या राष्ट्राध्यक्षांचा ऑर्डर ऑफ रॅकिट पुरस्कार (२०११)

प्रा. युआन लाँगपिंग

बालपण व पूर्वायुष्य

चीनच्या बीजिंग (पेकिंग) शहरात ७ सप्टेंबर १९३० रोजी युआन यांचा जन्म झाला. चोंगचियंग येथील कृषी महाविद्यालयातून त्यांनी कृषीविद्या हा प्रमुख विषय घेऊन पदवी संपादन केली. पदवी प्राप्तीनंतर १९५३मध्ये युआन यांनी ह्यूनान राज्यातील अंजियांग कृषी विद्यालयात शिक्षकाची नोकरी पत्करली. शास्त्रीय पद्धतीने पिकांच्या सुधारणेचे प्रयोग करत असताना युआन यांनी सर्वमान्य अशा वनस्पती प्रजनन पद्धतींमधील चुका निदर्शनाला आणून दिल्या. त्यासाठी त्यांनी मेंडेल आणि मॉर्गन या अनुवंशशास्त्रज्ञांच्या तत्त्वांनुसार प्रयोग करून पारंपरिक गृहितकांना छेद देणारे निष्कर्ष काढले होते.

संकरित भाताचे संशोधन

१९६४मध्ये युआन यांनी संकरित भात-वाण तयार करण्याच्या नवीन विषयाला हात घातला. त्या काळात सर्वत्र असा समज होता की, स्वपरागीभवन होणाऱ्या पिकांमध्ये (उदाहरणार्थ, भात, गहू) 'संकर जोम' या तत्त्वाचा वापर करून अधिक उत्पादनक्षम सुधारित वाण तयार करणे शक्य होत नाही. परपरागीभवन होणाऱ्या पिकांमध्ये (उदाहरणार्थ, मका, बाजरी, ज्वारी) मात्र 'संकर जोम' या तत्त्वाचा वापर करून अधिक उत्पादनक्षम एफ-१ संकरित वाण तयार करणे सुलभ होते. त्यामुळे मका, बाजरी, ज्वारी या पिकांच्या उत्पादनात क्रांती घडून आली. युआन यांचा मात्र असा ठाम विश्वास होता की, सर्वच पिकांमध्ये संकर जोम आढळून येतो. आपल्या या विश्वासानुसार युआन यांनी भातामध्ये परपरागीभवन पद्धती विकसित करण्याच्या दिशेने संशोधन सुरू केले. नऊ वर्षांच्या प्रदीर्घ संशोधनानंतर त्यांना भातामध्ये नर-वंध्यत्व (नर नपुंसकता) असलेले वाण विकसित करणे शक्य झाले. जंगली भात प्रजातीशी (ओरायझा सटायव्हा एफ. स्पाँटेनिया लागवडीखालील भात वाणाचा (ओरायझा सटायव्हा) संकर केल्यानंतर मिळणाऱ्या प्रजेतून नरवंधत्व असलेले वाण त्यांनी विकसित केले. त्यानंतर केलेल्या संकरित बियाण्यापासून लागवड केलेल्या भात पिकात 'संकर जोम' दिसून आला. नवीन संकरित (एफ-१) भात वाणाने प्रचलित सर्वोत्तम भात वाणापेक्षा २० टक्क्यांनी अधिक उत्पादन दिले. संकरित भात वाणाचे बियाणे भात वाणाने व्यापारी तत्त्वावर तयार करण्यासाठी नर-वंध्यत्व (नरनपुंसकता) असलेला वाण, नर-वंध्यत्व टिकवून ठेवणारा (मेंटेनर) वाण व पुंसकता प्रदान करणारा (रिस्टोअरर) वाण या तीन प्रकारच्या वाणांची गरज असते. लाँगपिंग हे संकरित भात विकसित करणारे जगातील पहिले भात प्रजनन शास्त्रज्ञ ठरले.

अशा प्रकारे तयार केलेले एफ-१ संकरित भात बियाणे १९७६मध्ये प्रथमच

लागवडीसाठी चिनी शेतकऱ्यांना देण्यात आले. चीनमधील भात उत्पादनात लक्षणीय वाढ होत गेली. संकरित बियाणे तयार करण्याच्या सोप्या पद्धती शोधून काढण्यासाठी आणि संकर जोम वाढवण्याच्या नवीन आनुवंशिक पद्धती विकसित करण्यासाठी युआन यांनी आपले संशोधन चालूच ठेवले आहे. सुधारित संकरित भात तंत्रज्ञानाच्या प्रसारामुळे चीनच्या एकूण राष्ट्रीय भात उत्पादनात क्रांतिकारक भर पडली. उच्च उत्पादन देणाऱ्या सरळ वाणांचे हेक्टरी उत्पादन ५.९ टन असून संकरित भात वाणांचे हेक्टरी उत्पादन ७.२ टन इतके आहे. १९९९मध्ये याँग शेंग जिल्ह्यात सर्वोच्च १७ टन प्रति हेक्टर इतके उत्पादन संकरित भातापासून मिळाले होते.

संकरित भात-वाणांच्या लागवडीखालील क्षेत्र २०१२पर्यंत एकूण भात क्षेत्राच्या ५० टक्के म्हणजे १.६ कोटी हेक्टर इतके वाढले. त्यामुळे चीनमधील भाताचे आणि तांदळाचे उत्पादन अनुक्रमे ५७ आणि ६५ टक्क्यांनी वाढले. कोट्यवधी लोकांच्या अन्नसुरक्षेत वाढ झाली. चीनमधील भाताचे उत्पादन १९५०मध्ये ५६.९ दशलक्ष टन होते; २०१४मध्ये ते १९४.७ दशलक्ष टनाइतके वाढले. युआन यांच्या संकरित भात तंत्रज्ञानाचा लाभ फक्त चीन या देशालाच झाला नसून, इतर देशही मोठ्या उत्साहाने या तंत्राचा फायदा घेत आहेत. १९८०मध्ये फिलीपीन्समधील आंतरराष्ट्रीय भात संशोधन संस्थेनेसुद्धा युआन यांच्या मार्गदर्शनाप्रमाणे संकरित भात संशोधन सुरू केले. भात पिकवणाऱ्या इतर देशांमध्येसुद्धा अन्नधान्य उत्पादन वाढावे, या उद्देशाने संयुक्त राष्ट्र संघटनेच्या अन्न व कृषी संघटनेतर्फे युआन यांची १९९१मध्ये प्रमुख सल्लागार म्हणून नेमणूक झाली. युआन यांनी भारत, व्हिएतनाम, म्यानमार, बांगला देश, श्रीलंका, अमेरिका, इत्यादी देशांना भेटी देऊन तेथील भात-संशोधकांना मार्गदर्शन केले. सुमारे ५० देशांतील ३००० शास्त्रज्ञांना त्यांनी प्रशिक्षण दिले. संकरित भात तंत्रज्ञानाचा आशिया, आफ्रिका आणि अमेरिका या खंडांतील देशांमध्ये प्रसार झाल्याने जगभरातल्या लाखो शेतकऱ्यांचा फायदा झाला आहे; आणि कोट्यवधी लोकांच्या अन्नसुरक्षेत वाढ झाली आहे.

पुरस्कार आणि सन्मान

युआन यांना मिळालेले प्रमुख पुरस्कार

- चीन शासनाचे स्पेशल क्लास राष्ट्रीय शोध पारितोषिक (१९८१)
- युनेस्कोचे शास्त्र पारितोषिक (१९८७)
- चीन शासनाचे सर्वोच्च राष्ट्रीय शास्त्र व तंत्रज्ञान पारितोषिक (२०००)
- फिलीपीन्स शासनाचे रेमन मॅगसेसे पारितोषिक (२००१)
- जागतिक अन्न पुरस्कार (डॉ. माँटी जोन्स यांच्यासमवेत) (२००४)

- इस्त्राईलतर्फे जागतिक स्तरावरील 'वुल्फ कृषी पुरस्कार' (२००४)
- रँक पुरस्कार (इंग्लंड)
- फुकुई आंतरराष्ट्रीय भात पुरस्कार, जपान
- कनफ्यूशियस शांतता पुरस्कार (२०१२)
- लुई चे वू पुरस्कार (२०१६)

चीनच्या राष्ट्रीय अभियांत्रिकी अकादमीने त्यांना १९९५मध्ये सदस्यत्व बहाल केले. २००७मध्ये अमेरिकेतील राष्ट्रीय शास्त्र अकादमीने त्यांना सन्माननीय सदस्यपद दिले.

चीनमध्ये १९६०च्या दरम्यान भीषण दुष्काळात लाखो लोक भुकेने मृत्युमुखी पडलेले युआन यांनी पाहिले होते. तेव्हाच त्यांनी भूकमुक्तीच्या कार्यात आपले आयुष्य झोकून देण्याचे ठरवले. संकरित भात तंत्रज्ञानाचे जनक प्रा. युआन आजही वयाच्या ८८व्या वर्षी भात प्रजनन कार्यात व्यग्र असतात. सध्या ते चीनच्या राष्ट्रीय संकरित भात संशोधन व विकास केंद्राच्या महासंचालक पदाची धुरा सांभाळत आहेत. ह्यूनानच्या कृषिशास्त्र अकादमीचे ते अध्यक्ष असून ह्यूनान कृषी विद्यापीठात अध्यापनकार्य करत आहेत. प्रचलित संकरित भात-वाणांपेक्षा ३० टक्के अधिक उत्पादन देणारे 'सुपर राइस' संकरित भात जैवतंत्रज्ञानाच्या साहाय्याने विकसित करण्याचे लक्ष्य त्यांनी ठेवले आहे. जुलै २०१७मध्ये दिलेल्या एका मुलाखतीमध्ये प्राध्यापक युआन लाँगपिंग म्हणाले, "आजही जगात ८५ कोटी जनता उपासमारीने ग्रस्त आहे. दरवर्षी भुकेने आणि कुपोषणाने ५० हजार बालकांचा मृत्यू होतो. भाताच्या लागवडीखाली जगात १५ कोटी हेक्टर क्षेत्र आहे, त्यापैकी ५० टक्के क्षेत्र सुधारित संकरित भात लागवडीखाली आले तर नक्कीच मानवजातीची भुकेपासून मुक्ती होईल."

❑

आशियातील नीलक्रांतीचे शिल्पकार

डॉ. मोद्दुगू विजय गुप्ता

(Dr. Modadugu Vijay Gupta)

(१९३९)

आशिया खंडातील नीलक्रांती (मत्स्यक्रांती)चे शिल्पकार अशी डॉ. मोद्दुगू विजय गुप्ता यांची जगाला ओळख आहे. मत्स्यशेतीमधील त्यांच्या कार्यामुळे जगातील लाखो गरीब कुटुंबांच्या अन्नात प्रथिनांचा आणि खनिजांचा पुरवठा वाढण्यास मदत झाली आहे. ग्रामीण जनतेच्या आर्थिक व सामाजिक विकासास मोठा हातभार लागला. जागतिक मत्स्यपुरवठा वाढण्यासाठी डॉ. गुप्ता यांनी केलेल्या अलौकिक कार्याबद्दल त्यांना २००५ या वर्षी जागतिक अन्न पुरस्कार दिला गेला.

बालपण व पूर्वायुष्य

आंध्र प्रदेशातील बापटला येथे १७ ऑगस्ट १९३९ रोजी विजय गुप्ता यांचा जन्म झाला. बापटला येथील बोर्ड हायस्कूलमधून त्यांनी आपले शालेय शिक्षण पूर्ण केले. गुंटूर शहरातील हिंदू कॉलेज आणि ए. सी. महाविद्यालयातून त्यांनी १९५८मध्ये बी.एस्सी. पदवी प्राप्त केली. पुढे वाराणसीच्या बनारस हिंदू विश्वविद्यालयात त्यांनी पदव्युत्तर शिक्षणासाठी प्रवेश घेतला. १९६०मध्ये प्राणिशास्त्रात एम. एस्सी. पदवी संपादन केल्यानंतर दोन वर्षे सिबसागर महाविद्यालयात ते प्राध्यापक म्हणून कार्यरत होते. १९६२मध्ये त्यांची पश्चिम बंगाल राज्यातील बरॅकपूर येथील केंद्रीय भूमध्य मत्स्य व्यवसाय संशोधन संस्थेत संशोधन साहाय्यक पदावर निवड झाली. या संस्थेत गोड्या पाण्यातील म्हणजे नदी-नाले व जलसाठे यांमधील मत्स्य संगोपनावर संशोधन केले जाते. तेथेच मत्स्यसंवर्धन संशोधन हेच आपले जीवितकार्य असल्याची खूणगाठ विजय गुप्ता यांनी बांधली.

केंद्रीय भूमध्य मत्स्य व्यवसाय संशोधन संस्थेतील कार्य

१९६२मध्ये केंद्रीय भूमध्य मत्स्य व्यवसाय संशोधन संस्था (सेंट्रल इनलँड फिशरीज रिसर्च इन्स्टिट्यूट : सीआयएफआरआय) येथे आपल्या कार्याला सुरुवात केली तेव्हाच विजय गुप्ता यांनी गरीब व्यावसायिकांचे मत्स्य उत्पादन वाढवण्याचे उद्दिष्ट समोर ठेवले होते. मागास भागातील उत्पादकांना उपलब्ध असलेल्या स्रोतांचा अभ्यास केल्यानंतर विजय गुप्तांनी उत्पादनवाढीसाठी दोन नवीन मार्गांचा अवलंब केला. पैकी पहिला मार्ग होता, शेतीतून निघणारे टाकाऊ पदार्थ, उदाहरणार्थ, भाताचा कोंडा, तणे आणि खत यांचा माशांच्या खाद्यासाठी उपयोग करून माशांचा मूलभूत असा मोठा स्रोत जोपासण्याचे तंत्र शेतकऱ्यांना शिकवणे; आणि दुसरा मार्ग होता, एकाच तळ्यात माशांच्या अनेक सुधारित वाणांचे संवर्धन (पॉलिकल्चर) करून, जास्तीत जास्त उत्पादन घेण्याचे तंत्र विकसित करणे व या तंत्रज्ञानाचा मत्स्य-पालकांमध्ये प्रसार करणे. गरीब शेतकऱ्यांचे मत्स्य उत्पादन वाढावे यासाठी पूर्वी हे मार्ग कुणीही हाताळले नव्हते.

'सीआयएफआरआय'मध्ये १९७०पर्यंत सेवा केल्यानंतर विजय गुप्तांनी एक वर्ष (१९७०-७१) केरळ राज्यातील कोचीन येथील केंद्रीय सागरी मत्स्य व्यवसाय संशोधन संस्थेत (सीएमएफआरआय) सहाय्यक संशोधन अधिकारी पदावर काम केले. त्यानंतर बढती मिळून त्यांची सीआयएफआर या मूळ संस्थेत ज्येष्ठ शास्त्रज्ञ या पदावर नेमणूक झाली. या पदावर त्यांनी १९७६पर्यंत संशोधन कार्य केले. विजय गुप्ता आणि त्यांच्या सहकाऱ्यांच्या मार्गदर्शनाखाली असंख्य गरीब शेतकरी कुटुंबांनी बेवारशी तळी, रस्त्याच्या कडेचे खड्डे, पावसाळ्यात पाण्याखाली बुडणारी शेते आणि ३०० ते ४००

चौरसमीटर क्षेत्रफळाचे पाणवठे यांचे लहान-लहान मत्स्योत्पादन कारखान्यांमध्ये रूपांतर केले. त्यापासून मत्स्योत्पादनात विलक्षण वाढ झाली. पूर्वी हेक्टरी ५०० किलो इतके कमी उत्पादन होत असे, आता ते २ ते १० हजार किलो इतके वाढले. त्यामुळे गरीब ग्रामीण कुटुंबांच्या अन्नसुरक्षेत आणि आर्थिक प्राप्तीतही वाढ झाली.

संयुक्त राष्ट्र संघटनेच्या मेकाँग सचिवालयातील कार्य

गुप्ता यांनी भारतात केलेल्या नेत्रदीपक कामाची जागतिक स्तरावर दखल घेतली गेली आणि त्यांची संयुक्त राष्ट्र संघटनेच्या मलेशियामधील मेकाँग सचिवालयात मत्स्यतज्ज्ञ पदावर १९७७मध्ये नेमणूक झाली. १९७७ ते १९८१ या काळात त्यांनी 'यूएन - एस्कॅप' या प्रकल्पांतर्गत लाओस देशात मत्स्य पैदासतज्ज्ञ या पदावर कार्य केले. त्याच प्रकल्पांतर्गत त्यांनी १९८१ ते ८४ या काळात थायलंडमध्ये आणि १९८५-८६मध्ये लाओसमध्ये ज्येष्ठ मत्स्य संगोपनतज्ज्ञ या पदाची जबाबदारी सांभाळली. त्या दरम्यान गुप्ता यांनी कोलकाता विद्यापीठात प्रबंध सादर करून पीएच.डी. संपादन केली.

मेकाँग सचिवालयात सेवारत असताना गुप्ता यांनी कमी खर्चीक तंत्रज्ञानाची दक्षिण-पूर्व आशियाई देशातील मत्स्यपालक शेतकऱ्यांना ओळख करून दिली. भारतातील गोड्या पाण्यात वाढणाऱ्या कार्पसारख्या अनेक मत्स्य प्रजाती निवडून, त्यांची मेकाँग नदीच्या परिसरात यशस्वीपणे जोपासना करून दाखवली. त्याबरोबरच शास्त्रज्ञ आणि मत्स्यपालक शेतकऱ्यांना नवीन प्रजातींच्या संवर्धनाचे प्रशिक्षणही दिले. फलस्वरूप, तेथील मत्स्योत्पादन तर वाढलेच; पण ग्रामीण भागातील लोकांची आर्थिक प्रगतीसुद्धा झाली. व्हिएतनाम देशातील युद्धात होरपळून निघालेल्या जनतेला, मत्स्य उत्पादक आणि ग्राहक अशा दोघांनाही नवीन मत्स्य संवर्धनातून प्रगतीचा नवा मार्ग गवसला. नवीन मत्स्य प्रजातींच्या संवर्धनातून मत्स्योत्पादन ३० ते ४० टक्क्यांनी वाढले.

दक्षिण व दक्षिण-पूर्व आशियातील कार्य

संयुक्त राष्ट्र संघटनेच्या अन्न व शेती संघटने (एफएओ)अंतर्गत १९८६ ते ८९ या काळात डॉ. गुप्ता यांनी बांगला देशात मत्स्यसंगोपन तज्ज्ञाची धुरा सांभाळली. बांगला देशातही १९८०च्या दशकात मत्स्यक्रांती घडून आली. डॉ. गुप्ता यांनी अशासकीय स्वयंसेवी संस्थांच्या मदतीने लहान शेतकऱ्यांना आणि स्त्रियांना किफायतशीर आणि शाश्वत मत्स्योत्पादन घेण्यासाठी उद्युक्त केले. त्यासाठी त्यांनी दहा लाखांपेक्षाही अधिक तळी, तलाव, डोह व पावसाळ्यात पाण्याखाली बुडणारी शेते यांचा मत्स्य संवर्धनासाठी उपयोग करून घेतला. हेक्टरी ३०० किलो इतके कमी असलेले मत्स्योत्पादन नवीन तंत्रज्ञानाचा अवलंब केल्याने २५०० किलोपर्यंत वाढले. पावसाळ्यानंतरच्या कोरड्या हंगामातसुद्धा

१००० किलो इतके उत्पादन मिळू लागले. दहा वर्षांच्या कालावधीत बांगला देशाचे मत्स्योत्पादन ३०० टक्क्यांनी वाढले. मत्स्य व्यवसायातील स्त्रियांचा सहभाग शून्यापासून ६० टक्क्यांपर्यंत वाढला.

डॉ. गुप्ता आणि त्यांच्या सहकाऱ्यांच्या प्रयत्नांमुळे दक्षिण आणि दक्षिण-पूर्व आशियाई देशांमध्ये (भारत, बांगला देश, व्हिएतनाम, थायलंड, कंबोडिया, प्रजासत्ताक लाओस, इंडोनेशिया इत्यादी) मत्स्योत्पादनाची नीलक्रांती घडून आली. मत्स्य संगोपन करणाऱ्या ग्रामीण कुटुंबांना पोटभर पोषक अन्न तर मिळालेच; पण त्यांच्या आर्थिक आणि सामाजिक स्थितीत दीर्घकालीन स्थैर्य आले, ही फार मोठी जमेची बाजू ठरली.

जागतिक मत्स्य केंद्रातील कार्य

१९८९मध्ये फिलीपीन्समधील आंतरराष्ट्रीय मत्स्य केंद्रात ज्येष्ठ मत्स्यसंगोपन शास्त्रज्ञ या पदावर डॉ. गुप्ता यांची नेमणूक झाली. १९९६पर्यंत त्यांनी या पदावर कार्य केले. १९९६मध्ये जागतिक मत्स्य केंद्राच्या संचालकपदी त्यांची नेमणूक होऊन २०००पर्यंत त्यांनी हे बहुमानाचे पद सांभाळले. २००० ते २००४ या काळात डॉ. गुप्ता यांनी मलेशियामध्ये जागतिक मत्स्य केंद्राच्या साहाय्यक महासंचालक पदावर कार्य केले. १९९७ ते २००४ या दरम्यान त्यांनी आंतरराष्ट्रीय मत्स्य अनुवंशशास्त्र नेटवर्कच्या संशोधन समन्वयकाची जबाबदारीसुद्धा सांभाळली. २००४मध्ये सेवानिवृत्ती स्वीकारल्यानंतरही २००५ ते २००८पर्यंत डॉ. गुप्ता संशोधन पाठ्यवेतनावर जागतिक मत्स्य केंद्रात संशोधन कार्य करत राहिले.

जागतिक मत्स्य केंद्रात कार्यरत असताना डॉ. गुप्ता यांनी आंतरराष्ट्रीय स्तरावर मत्स्य संशोधनाचे आणि संवर्धनाचे उत्कृष्ट जाळे विणले. त्याकरिता विकसनशील देशातील सुमारे ३०० शास्त्रज्ञांना प्रशिक्षण दिले, माशांची जैवविविधता वाढवली आणि माशांच्या नवनवीन जैवसुरक्षा पद्धतींचा अवलंब करण्यासाठी शास्त्रज्ञांमध्ये समन्वय घडवून आणला. आशिया विकास बँक, जागतिक बँक, एफएओ, कॉमनवेल्थ सचिवालय, मेकाँग नदी कमिशन, इत्यादी संघटनांकरिता अल्पकाळ सल्लागार म्हणूनही डॉ. गुप्ता यांनी सेवा बजावली. संयुक्त राष्ट्र संघटनेच्या अन्नसुरक्षा समितीच्या उच्च स्तरीय तज्ज्ञ गटाचे डॉ. गुप्ता २०१३पासून सदस्य आहेत.

सन्मान व पुरस्कार

मत्स्य संवर्धन करणाऱ्या गरीब शेतकऱ्यांसाठी डॉ. गुप्ता आणि त्यांच्या सहकाऱ्यांनी केलेल्या उत्कृष्ट कार्याबद्दल भारतीय कृषी संशोधन परिषदेने त्यांना १९७६मध्ये 'टीम संशोधन पुरस्कार' देऊन गौरवले.

डॉ. गुप्ता यांना मिळालेले पुरस्कार

- जागतिक अन्न पुरस्कार (२००५)
- आशियाई मत्स्य संवर्धन सोसायटीचे सुवर्णपदक (२००७)
- आंध्र प्रदेश शासनाचा श्रेष्ठ कृषी शास्त्रज्ञ पुरस्कार (२००८)
- अमेरिकेच्या जागतिक मत्स्य संवर्धन सोसायटीचे जीवन गौरव पारितोषिक (२००९)
- न्यूट्रा इंडिया जीवन गौरव पुरस्कार (२०१५)
- सनहॅक शांतता पारितोषिक (२०१५)

अनेक राष्ट्रीय आणि आंतरराष्ट्रीय मत्स्य संवर्धन संघटनांनी आणि २००७मध्ये भारताच्या राष्ट्रीय कृषिशास्त्र अकादमीने त्यांची फेलो पदी निवड केली आहे. शाश्वत आणि किफायतशीर मत्स्यपालन तंत्रांचा जागतिक पातळीवर प्रसार करण्यासाठी डॉ. मोददुगू विजय गुप्ता हे वैश्विक दुवा बनले आहेत.

❑

डॉ. अँड्र्यू कोलीन मॅक्लंग
(Dr. Andrew Colin McClung)

(१९२३-२०१५)

एडसन लोबॅटो
(Edson Lobato)

(माहिती उपलब्ध नाही)

ॲलिसन पावलिनेली
(Alysson Paolinelli)

(माहिती उपलब्ध नाही)

ब्राझील मधील सिरॅडो या अनुत्पादक विषुववृत्तीय विस्तृत पट्ट्याची पीक उत्पादकता वाढवण्यात श्री. लोबॅटो, पावलिनेली आणि डॉ. मॅक्लंग या तिघांनी व्यक्तिशः भव्य कामगिरी केली. वेगवेगळ्या क्षेत्रांत आणि दशकांमध्ये त्यांनी स्वतंत्र्यरीत्या केलेल्या कार्यामुळे ब्राझीलची अन्नधान्य उत्पादनक्षमता गेल्या अर्धशतकात वृद्धिंगत झाली. मृदाशास्त्र आणि धोरणातील सुधारणांमुळे सिरॅडोमध्ये कृषी विकासाचा चमत्कार घडून आला. यासाठी त्या तिघांना संयुक्तपणे २००६चा जागतिक अन्न पुरस्कार प्रदान करण्यात आला.

ब्राझीलच्या सिरॅडो विभागाची पार्श्वभूमी आणि घडलेली क्रांती

पश्चिमेकडील सखल भागापासून उत्तर-पूर्वेतील समुद्र किनाऱ्यापर्यंत पसरलेल्या ब्राझीलच्या मध्य भागातल्या विस्तीर्ण दुर्जल अशा गवताळ प्रदेशाचे म्हणजेच 'सिरॅडो'चे क्षेत्र १२ कोटी हेक्टरपेक्षाही जास्त आहे. या भूभागातील माती आम्लधर्मीय असून तिच्यात ॲल्युमिनिअम धातूचे प्रमाण जास्त असते. पिकांच्या वाढीला ही जमीन बाधक असल्याने ब्राझीलमध्ये या नापीक पट्ट्यास 'बंदिस्त प्रदेश' (क्लोज्ड लॅण्ड) असे संबोधत.

चुनखडी आणि स्फुरद-संपृक्त खते मिसळल्याने मातीचा आम्लधर्मी गुणधर्म कमी होतो आणि त्याबरोबरच मातीची उत्पादकता वाढते, असे निदर्शनाला आल्यानंतर सिरॅडोतील जमिनीच्या क्षमतेचे कुलूप उघडले गेले. १९५०च्या दशकात डॉ. कोलीन मॅक्लंग यांच्या प्राथमिक चाचण्यांद्वारे अनेक पिकांचे उत्पादन आश्चर्यकारक प्रमाणात वाढल्याचे आढळून आले. त्यानंतरचे कृषिविद्याशास्त्रीय संशोधन आणि शेतकऱ्यांमधील विस्तारकार्य एडसन लोबॅटो यांनी केले. खतांचे आणि पोषणद्रव्यांचे योग्य प्रमाण ठरवण्यासाठी त्यांनी आणखी सखोल संशोधन केले. मातीच्या सुधारणेची शक्यता दिसल्यानंतर देशात सर्वत्र राज्य आणि राष्ट्रीय पातळीवर कृषी संशोधन व विस्तार कार्याविषयींच्या कायद्यात सुधारणा करण्याचे वारे वाहू लागले.

ब्राझीलचे तत्कालीन कृषिमंत्री ॲलिसन पावलिनेली यांच्या पुढाकाराने 'ब्राझीलियन कृषी संशोधन महापरिषद' (एम्ब्रापा) ही संस्था स्थापन झाली. मातीची धूप झालेल्या जमिनींची सुधारणा करण्यासाठी आणि अशा जमिनींमध्ये अधिक उत्पादन देणारे पिकांचे वाण विकसित करण्यासाठी या संस्थेने नेतृत्व केले. संस्थेचे आंतरराष्ट्रीय स्तरांवरील इतर संशोधन संस्थांशी आणि विद्यापीठांशी सहकार्यासाठी घट्ट संबंध प्रस्थापित झाले. दक्षिण अमेरिकेतील सार्वजनिक क्षेत्रांमधील कृषी संशोधनाचा ३० टक्के वाटा एम्ब्रापा या संस्थेचा आहे. सिरॅडोमधील जमिनीत असलेल्या ॲल्युमिनिअम धातूच्या हानिकारक मात्रेला बळी न पडता, जमिनीतून सूक्ष्म अन्नद्रव्ये आवश्यक त्या प्रमाणात शोषून घेण्यात कार्यक्षम असलेले विविध पिकांचे सुधारित वाण विकसित करण्यात संस्थेला यश आले. शास्त्रज्ञांनी सोप्या मशागत पद्धतींचा प्रसार केला. उदाहरणार्थ, मशागत न करता बियाण्याची पेरणी करणे, पर्यावरणाचा ऱ्हास कमी होईल अशा पद्धती अवलंबणे, जमिनीत मोठ्या प्रमाणात जैविक पदार्थ मिसळणे इत्यादी. सिरॅडो या विभागातील शेतीत नवीन तंत्रज्ञानाचा प्रसार झाल्यापासून ब्राझीलमधील सोयाबीनचा ५४ टक्के, मक्याचा २८ टक्के आणि कॉफीचा ५९ टक्के पुरवठा सिरॅडोमधून होऊ लागला.

शेतीचे वैविध्यदेखील वाढले. भात, कापूस, कसावा आणि ऊस या पिकांची लागवड होऊ लागली. सर्वच पिकांची उत्पादकता इतर सुपीक विभागांपेक्षाही वाढली. सोयाबीनचे हेक्टरी ४.८ टन आणि मक्याचे हेक्टरी ११ टन इतके उत्पादन मिळू लागले. याशिवाय ब्राझीलमधील मांसोत्पादन उद्योगाला लागणाऱ्या ५५ टक्के खाद्याचा पुरवठा सिरॅडोमधून होऊ लागला. अनेक पिकांच्या वाढीव उत्पादनामुळे तेथील जनतेला मुबलक अन्नपुरवठा होऊ लागला. अन्नधान्याच्या किमती कमी झाल्या, शेतकऱ्यांची क्रयशक्ती वाढली आणि ग्रामीण भागातील लोकांचे राहणीमान उंचावले. १९७०पासून १९९०च्या दशकापर्यंत जीवन निर्देशांकात ४७ टक्क्यांनी वाढ झाली. आर्थिक-सामाजिक विकास होण्यास मदत झाली.

१९५५मध्ये फक्त दोन लक्ष हेक्टर क्षेत्र लागवडीखाली असलेल्या सिरॅडो विभागात २००५मध्ये चार कोटी हेक्टर इतके क्षेत्र लागवडीखाली आले. एवढ्या मोठ्या स्तरावर नापीक जमिनींचे उच्च उत्पादनक्षम जमिनीत रूपांतर करण्याचा हा पुनर्वसन प्रयत्न, मध्य-पश्चिम अमेरिकेत झालेल्या आधुनिक वसाहतीनंतरचा जगातला एकमेव प्रयत्न ठरला असून त्याचा ठसा जागतिक कृषी पटलावर दीर्घ काळ राहील. पन्नास वर्षांत तिप्पट झालेल्या ब्राझीलच्या (१८ कोटी) लोकसंख्येला पुरेल इतके शेती उत्पादन वाढलेच; पण ब्राझील हा कृषी क्षेत्रात जगातील एक अग्रणी देश म्हणून उदयाला आला.

सिरॅडोच्या सोयाबीन उत्पादकतेमध्ये वीस पटीने वाढ होऊन सोयाबीन उत्पादनात ब्राझील जगात दुसऱ्या क्रमांकाचा देश ठरला आहे. डॉ. नॉर्मन बोरलॉग म्हणाले होते, ''दक्षिण अमेरिकेतील कोलंबिया व व्हेनेझुएला या देशांतील इलानो प्रदेशात आणि मध्य व दक्षिण आफ्रिकेतसुद्धा सिरॅडोसारख्याच मातीच्या समस्या आहेत. सिरॅडोमध्ये उपयुक्त ठरलेल्या आधुनिक शेती तंत्रज्ञानाचा अवलंब करून या प्रदेशातील लाखो हेक्टर जमिनीचेसुद्धा अधिक उत्पादन देणाऱ्या शेतीत रूपांतर करणे शक्य होणार आहे.''

सिरॅडो विभागातील कृषी क्रांतीमुळे ब्राझील हा देश सोयाबीन, मांस, कुक्कुट, संत्रीरस, इथेनॉल आणि साखर उत्पादनाच्या निर्यातीत जगात अव्वल स्थानी पोहोचला आहे. सिरॅडोचे पीक-लागवडीखालील क्षेत्र १९९१च्या तुलनेत २००८मध्ये फक्त २६ टक्क्यांनी वाढले, परंतु अन्नधान्य उत्पादन १३० टक्क्यांनी वाढले. ब्राझीलच्या एम्ब्रापा या संस्थेने २००६मध्ये पश्चिम आफ्रिकेतील घाना येथे आणि दक्षिण (लॅटिन) अमेरिकेतील व्हेनेझुएला येथे संशोधन व विकास शाखा उघडल्या असून आफ्रिका व दक्षिण अमेरिका खंडांतसुद्धा कृषिक्रांती घडवून आणण्याची महत्त्वाकांक्षा उरी बाळगली आहे. एका विकसनशील देशाने हा इतरांसमोर ठेवलेला आदर्शच होय.

डॉ. अँड्र्यू कोलीन मॅक्लंग

बालपण व पूर्वायुष्य

अँड्र्यू यांचा जन्म अमेरिकेत १९२३मध्ये झाला. पश्चिम व्हर्जिनिया विद्यापीठातून १९४७मध्ये त्यांनी कृषी शास्त्रात पदवी संपादन केल्यानंतर कॉर्नेल विद्यापीठात पदव्युत्तर शिक्षणासाठी प्रवेश घेतला. तेथून १९४९मध्ये मृदाविज्ञान शास्त्रात एम.एस. पदवी आणि १९५०मध्ये पीएच.डी. संपादन केल्यानंतर उत्तर कॅरोलिना विद्यापीठात संशोधक पदावर सेवेला सुरुवात केली.

आंतरराष्ट्रीय अर्थशास्त्र कॉर्पोरेशनमधील कार्य

ब्राझीलच्या अर्थव्यवस्थेला हातभार लावण्यासाठी तेथील मातीचा दर्जा सुधारून कॉफी लागवडीत वृद्धी करण्यासाठी (रॉकफेलर यांनी दिलेल्या निधीतून) आंतरराष्ट्रीय अर्थशास्त्र कॉर्पोरेशनतर्फे सुरू झालेल्या प्रकल्पात संशोधन अधिकारी म्हणून १९५६मध्ये डॉ. मॅक्लंग कार्य करू लागले. प्रकल्पाचा एक भाग म्हणून मध्य ब्राझीलमध्ये ऱ्हास पावलेल्या जमिनींच्या सुधारणेसाठी डॉ. मॅक्लंग यांनी संशोधन सुरू केले. त्यात सुमारे १२ कोटी हेक्टर क्षेत्रावर पसरलेल्या सिरॅडो या पट्ट्याचाही समावेश होता. डॉ. मॅक्लंग यांनी असा निष्कर्ष काढला की, मातीचा आम्लधर्मीपणा, पिकांच्या वाढीस हानिकारक ठरणारे ॲल्युमिनिअम धातूचे आधिक्य आणि पिकांना आवश्यक सूक्ष्म अन्नद्रव्यांची कमतरता या कारणांमुळे सिरॅडो जमिनीत पीकवाढीस मर्यादा पडतात. या निरीक्षणानंतर डॉ. मॅक्लंग यांनी डोलोमाईट हे खनिज जमिनीत मिसळून माती सुधारण्यासाठी चाचणी घेतली. डोलोमाईटमधील चुनखडीमुळे मातीतील ॲल्युमिनिअमची हानिकारकता टळली; कॅल्शिअम व मॅग्नेशिअम या अन्नद्रव्यांचा पुरवठा झाला आणि इतर अन्नद्रव्यांची उपलब्धता होण्यास मदत झाली. परिणामी, वनस्पतींची उत्तम रीतीने वाढ झाली. सोयाबीन, मका व कापूस या पिकांचे उत्पादन चुनखडी मिसळलेल्या जमिनीत, सामान्य सिरॅडो जमिनीपेक्षा, २०० ते ३०० टक्क्यांनी अधिक मिळाले. डॉ. मॅक्लंग यांनी ब्राझीलच्या मृदाविज्ञान सोसायटीच्या वार्षिक अधिवेशनात आपले क्रांतिकारक संशोधन निष्कर्ष सादर केले तेव्हा उपस्थित शास्त्रज्ञ आश्चर्यचकित झाले.

डॉ. मॅक्लंग यांचे माती-सुधारणेतील संशोधन आणि त्यांचे नेतृत्वगुण यावर प्रभावित होऊन खासगी क्षेत्रातील व्यावसायिक आणि स्थानिक गुंतवणूकदार यांनी शेती विकासासाठी सहकार्य दिले. चुनखडी तयार करण्याच्या व्यवसायात व खत कारखानदारीत वाढ झाली. मका व सोयाबीन यांवर प्रक्रिया करणारे मोठे उद्योग स्थापन झाले. कॉर्नेल विद्यापीठातील प्राध्यापक डॉ. शॉ. रीड यांच्या अंदाजानुसार अमेरिकन संघराज्याच्या पिकाखालील एकूण क्षेत्रापेक्षाही मोठ्या क्षेत्राचे दालन सिरॅडोच्या रूपाने सघन शेती लागवडीसाठी उघडले गेले.

आंतरराष्ट्रीय भात संशोधन संस्थेमधील कार्य

सिरॅडोमधील असामान्य योगदानाच्या आधारावर डॉ. मॅक्लंग यांची १९६४मध्ये फिलीपीन्समधील आंतरराष्ट्रीय भात संशोधन संस्थेत (इर्री) साहाय्यक संचालकपदी नेमणूक झाली. १९६७मध्ये त्यांना बढती मिळून ते संस्थेचे सहयोगी संचालक झाले. या पदावर १९७१पर्यंत कार्यरत असताना त्यांनी प्रशिक्षण व आंतरराष्ट्रीय कार्यक्रमांची धुरा सांभाळली. भारतामध्ये आणि आशिया खंडातील इतर देशांत भात विकास प्रकल्प राबवण्यात त्यांनी पुढाकार घेतला.

उत्तर आयुष्यातील कार्य

दक्षिण अमेरिकेतील कोलंबिया देशात स्थापन झालेल्या आंतरराष्ट्रीय उष्णकटिबंधीय कृषी केंद्राच्या उप-महासंचालकपदी १९७१ ते १९७३पर्यंत डॉ. मॅक्लंग कार्यरत होते. त्यानंतर रॉकफेलर फाउंडेशनच्या न्यूयॉर्कमधील कार्यालयात त्यांनी १९७३ ते १९७५पर्यंत प्रशासकीय सेवा केली. रॉकफेलर फाउंडेशनच्या आर्थिक मदतीतून १९७५मध्ये आंतरराष्ट्रीय कृषी विकास सेवा सुरू झाली. डॉ. मॅक्लंग यांनी १९७५ ते १९७८पर्यंत या सेवेच्या कार्यकारी अधिकारी पदाची आणि १९७९पासून अध्यक्षपदाची धुरा सांभाळली.

डॉ. मॅक्लंग यांना एडसन लोबॅटो आणि ॲलिसन पावलिनेली यांच्यासमवेत सिरॅडोमधील अलौकिक कार्याबद्दल २००६चा जागतिक अन्न पुरस्कार देऊन गौरवण्यात आले. वयाच्या ९२व्या वर्षी २ फेब्रुवारी २०१५ रोजी डॉ. मॅक्लंग या अद्वितीय शास्त्रज्ञ व प्रशासकाचे देहावसान झाले.

एडसन लोबॅटो

बालपण व पूर्वायुष्य

ब्राझीलमध्ये जन्मलेल्या एडसन यांनी राष्ट्रीय कृषिविद्या संस्थेतून कृषी अभियांत्रिकी या विषयात १९६४मध्ये पदवी प्राप्त केल्यानंतर सिरॅडो या प्रदेशात जमीन सुधारणा प्रकल्पात सेवेला सुरुवात केली. आंतरराष्ट्रीय विकासासाठी अमेरिकन मदत यंत्रणा (यूएसएआयडी), ब्राझीलचे कृषी मंत्रालय आणि एम्ब्रापा यांनी संयुक्तपणे हा प्रकल्प पुरस्कृत केला होता. स्फुरदयुक्त खताचे जमिनीत मिश्रण करून सुपीकता वाढवणे, तसेच चुनखडीचे जमिनीत मिश्रण करून जमिनीचा पोत सुधारणे असे या प्रकल्पाचे उद्दिष्ट होते. प्रकल्पाच्या कार्यवाहीत एडसन यांनी दाखवलेल्या प्रगतीमुळे त्यांना १९७२मध्ये 'यूएसएआयडी'तर्फे अमेरिकेत पदव्युत्तर अभ्यासक्रमासाठी शिष्यवृत्ती देण्यात आली. १९७३मध्ये दक्षिण

इलिनॉय विद्यापीठातून एम.एस. पदवी संपादन करून परतल्यानंतर एडसन यांनी एम्ब्रापा या संस्थेत संशोधक पद पत्करले.

एम्ब्रापामधील कार्य

१९७५ ते २००४पर्यंत सिरॅडो संशोधन केंद्राच्या 'शाश्वत जमीन सुपीकता संशोधन व विस्तारकार्य आणि मूल्यमापन' यात एडसन यांनी मध्यवर्ती भूमिका निभावली. केंद्राच्या तांत्रिक संचालक पदासह विविध पदांवर त्यांनी कार्य केले आणि सहकाऱ्यांना मोलाचे मार्गदर्शनही केले. *सिरॅडो जमिनींची सुधारणा आणि खत व्यवस्थापन* हा एडसन यांनी लिहिलेला ग्रंथ संशोधक, विद्यार्थी आणि शेतकऱ्यांसाठी एक आदर्श संदर्भग्रंथ ठरला आहे.

ब्राझील विद्यापीठाचे प्राध्यापक वेन्सेस्लाव्ह गोदर्ट यांनी एडसन यांच्याविषयी म्हटले होते, ''त्यांचे ज्ञान व अनुभव यामुळे सिरॅडो प्रदेशाचे जगातील प्रमुख अन्न उत्पादक भूभागामध्ये रूपांतर झाले आहे. त्यांचे कार्य अद्वितीय आहे.''

ॲलिसन पावलिनेली

बालपण व पूर्वायुष्य

ब्राझीलच्या मिनास गेराइस राज्यातील लावरास विद्यापीठातून कृषी अभियांत्रिकी विषयात १९५९मध्ये पदवी प्राप्त केल्यानंतर तेथील कृषी महाविद्यालयातच त्यांनी अध्यापनाला सुरुवात केली. १९६७ ते १९७१ या काळात त्यांनी महाविद्यालयाच्या अधिष्ठाता (डीन) पदाची धुरा सांभाळली. कृषी महाविद्यालयाचा शैक्षणिक दर्जा वाढवून लावरास विद्यापीठाचे केंद्रीय विद्यापीठात रूपांतर करण्यासाठी त्यांनी प्रयत्नांची पराकाष्ठा केली. परदेशातील उत्कृष्ट विद्यापीठांमध्ये प्रवेश घेऊन आधुनिक तांत्रिक शिक्षण घेण्यासाठी त्यांनी प्राध्यापकांना प्रोत्साहन दिले.

कृषी सचिव पदावरील कार्य

१९७१मध्ये पावलिनेली यांची मिनास गेराइस राज्याच्या कृषी-सचिवपदी नेमणूक झाली. १९७४पर्यंत त्यांनी या पदावर कार्य केले. सचिव पदाच्या कार्यकाळात त्यांनी अन्नधान्य उत्पादनक्षमता वाढवण्यासाठीचे धोरण आखले, पायाभूत सुविधा निर्माण केल्या आणि धोरण राबवण्यासाठी विविध संस्था उभारल्या. राज्यातील कृषी शिक्षण-संशोधन कार्यात एकसंधपणा आणून या क्षेत्राला चालना देण्यास त्यांनी सर्वोच्च प्राधान्य दिले. शेतकऱ्यांनी सुधारित पीक उत्पादन पद्धतींचा अवलंब करावा यासाठी त्यांनी कृषी विद्यापीठ-शेतकरी सहकार्यास प्रोत्साहन दिले. राष्ट्रीय आणि आंतरराष्ट्रीय स्तरांवरील पतपुरवठा करणाऱ्या संस्थांशी संपर्क साधून त्यांनी तीन वर्षांत एक हजार तंत्रज्ञांची पदे निर्माण केली.

शेतीसाठी पतपुरवठा उपलब्ध करून देण्यासाठी त्यांनी आदर्श आराखडा तयार केला. शेतकऱ्यांना कमी व्याजदराने कर्ज उपलब्ध करून दिले. कर्जाच्या परतफेडीची मुदत एका हंगामापेक्षा जास्त ठेवली. त्यामुळे हंगामाच्या अखेरीस झालेला नफा शेतकऱ्यांना पुढील हंगामातील लागवडीसाठी उपयोगी पडू लागला. पावलिनेली यांच्या धोरणामुळे सिरॅडोच्या विस्तृत कृषी विकासाच्या कार्याला गती मिळाली. केवळ तीन वर्षांच्या प्रशासकीय कार्यकाळात त्यांनी घडवून आणलेल्या नेत्रदीपक बदलांमुळे १९७४मध्ये पावलिनेली यांची ब्राझीलच्या कृषिमंत्री पदी निवड झाली.

कृषिमंत्री पदावरील कार्य

१९७४ ते १९७९पर्यंत पावलिनेली यांनी ब्राझीलचे कृषिमंत्री पद भूषवले. या काळात त्यांनी ब्राझील कृषी संशोधन महापरिषदेची (एम्ब्रापा) स्थापना केली. सिरॅडो प्रदेशातील ३० लक्ष हेक्टर क्षेत्रात उत्पादनवाढीसाठी निधी उपलब्ध करून देण्यासाठी मंत्री पावलिनेली यांनी 'पोलोसेंट्रो प्रकल्प' सुरू केला. शाश्वत विकासासाठी त्यांनी खासगी आणि आंतरराष्ट्रीय गुंतवणूक आकृष्ट केली. १९७८मध्ये त्यांनी संशोधन, विस्तारकार्य आणि उद्यमशीलता विकास यातील गुंतवणुकीसाठी ब्राझील-जपान संयुक्त करार घडवून आणला. सिरॅडोच्या पुनर्वसनाला त्यामुळे मोठी चालना मिळाली. एम्ब्रापाचे भूतपूर्व अध्यक्ष एलिसो आल्विस म्हणाले होते, ''कृषी क्षेत्रातील प्रगती आणि ग्रामीण विकास या बाबतीत आपल्या सम स्या सोडवण्याकरिता ज्याच्याकडे शेतकरी आशेने पाहतात, असा एकमेव नेता म्हणजे ॲलिसन पावलिनेली होत.''

ब्राझील कृषी व्यावसायिक संघटनेचे कार्यकारी संचालक अंतोनिओ पिनांझा यांनी मंत्री ॲलिसन पावलिनेली यांच्याबद्दल म्हटले होते, ''शेती व्यवसायातला सल्लागार व प्रशासक या नात्याने मंत्री ॲलिसन पावलिनेली यांनी दूरदृष्टी आणि अलौकिक क्षमता असलेला नेता असल्याचे दाखवून दिले आहे. या नेत्याचा देश खरोखरीच ऋणी आहे.''

❑

अग्रणी अन्नप्रक्रिया संशोधक

डॉ. फिलीप इ. नेल्सन

(Dr. Philip E. Nelson)

(१९३४)

फळे आणि भाजीपाला यांची मोठ्या प्रमाणावर साठवणूक व वाहतूक करण्यासाठी डॉ. फिलीप नेल्सन यांनी शोधलेल्या निर्जंतुकीकरण प्रक्रियेमुळे अन्न-उद्योग क्षेत्रात क्रांती घडून आली. सर्वत्र पौष्टिक अन्न उपलब्ध झाले. विशेषतः विकसनशील देशांना कमी खर्चीक अन्नप्रक्रियेच्या पद्धती उपलब्ध झाल्याने अन्नाची मोठ्या प्रमाणात होणारी नासाडी टळली, अन्नसुरक्षा वाढली आणि भूकमुक्तीच्या मार्गावर आणखी एक मैलाचा दगड रोवला गेला. या कार्यासाठी डॉ. फिलीप नेल्सन यांना २००७चा जागतिक अन्न पुरस्कार प्रदान करण्यात आला.

पार्श्वभूमी

मोठ्या प्रमाणावरील अन्नप्रक्रिया तंत्रज्ञान विकसित होण्यापूर्वी स्थानिक पातळीवर किंवा जगात इतरत्र लांब अंतरावर अन्नसाठा वाहून नेताना तो इच्छित स्थळी पोहोचण्यापूर्वीच नाश पावत असे. ताजी फळे व भाजीपाला यांची जंतूंमुळे नासाडी होण्यापूर्वी त्यांच्यावर त्वरित प्रक्रिया करून डबाबंद करण्याची घाई केली जात असे. डॉ. नेल्सन यांनी शोधून काढलेल्या नावीन्यपूर्ण तंत्रज्ञानाच्या साहाय्याने अन्न निर्जंतुक करून दीर्घ काळ साठवणे शक्य झाले. विकसनशील देशांत अर्ध्यापेक्षाही अधिक अन्नसाठा योग्य प्रक्रियेअभावी नाश पावत असे.

बालपण व पूर्वायुष्य

फिलीप यांचा जन्म १९३४मध्ये अमेरिकेतील इंडियाना राज्यामधील मॉरीस टाऊन शहरानजीक एका फार्महाउसवर झाला. नेल्सन कुटुंबाचा 'ब्लू रिव्हर पॅकिंग कंपनी' या नावाचा टोमॅटो डब्यात पॅकिंग करण्याचा कारखाना होता. टोमॅटोचे पीक फक्त एका हंगामापुरतेच घेतले जात होते. त्यामुळे फॅक्टरी फक्त काही महिनेच चालत असे .

एका प्रदर्शनात फिलीप यांनी मांडलेल्या टोमॅटोंना उत्कृष्टतेचे 'फोर एच' पारितोषिक मिळाले आणि त्यांना 'टोमॅटोचा राजा' हा किताब मिळाला. पुढे फिलीप यांनी पर्ड्यू विद्यापीठात शिक्षणासाठी प्रवेश घेऊन १९५६मध्ये कृषी विषयातील बी.एस्सी. पदवी संपादन केली. त्यानंतर आपल्या फार्मवर परतून फॅक्टरीचे प्लॅन्ट मॅनेजरपद त्यांनी सांभाळले. तथापि, त्या काळात टोमॅटो व्यवसायाचे केंद्र पश्चिमेकडील कॅलिफोर्निया राज्यात स्थलांतरित झाल्याने नेल्सन कुटुंबाला फॅक्टरी बंद करावी लागली, आणि फिलीप यांनी फलोत्पादनशास्त्र विभागात अर्ध वेळ शिक्षकाची नोकरी पत्करली. टोमॅटो प्रक्रियेवर संशोधन करून त्यांनी १९६७मध्ये पीएच.डी. प्राप्त केली. पदवी आणि संशोधन यांच्या पाठबळावर फिलीप यांची पर्ड्यू विद्यापीठात करारावरील प्राध्यापकपदी नेमणूक झाली.

पर्ड्यू विद्यापीठातील संशोधन

तरुणपणी शेतीत आणि कारखान्यात काम करत असतानाच डॉ. नेल्सन यांच्या लक्षात आले की, व्यावसायिक पातळीवर प्रक्रिया व पॅकेजिंग करण्यासाठी एका हंगामावर अवलंबून राहता कामा नये, तसेच पीक-काढणीनंतरची नासाडीसुद्धा थांबवली पाहिजे. या जाणिवेतूनच त्यांनी संशोधन कार्य सुरू केले. विशाल प्रमाणावर अन्नपदार्थांचे निर्जंतुकीकरण करण्याची प्रक्रिया शोधून काढणे आणि प्रक्रिया केलेल्या पदार्थांचे पॅकेजिंग करणे या दिशेने त्यांनी पर्ड्यू विद्यापीठाच्या प्रयोगशाळेत संशोधन सुरू केले. डॉ. नेल्सन यांनी निर्जंतुकीकरणाच्या अनेक बाबी एकत्रित केल्या आणि सुधारित यंत्र व साठवणूक

साहित्याची निर्मिती केली. डॉ. नेल्सन यांनी फळे व भाजीपाल्याचे विवक्षित तापमानाला निर्जंतुकीकरण करणे, शीतकरण करणे आणि त्यानंतर सामान्य तापमानाला साठवणूक करणे या बाबींचे प्रमाणीकरण केले. साठवणुकीसाठी त्यांनी आतील बाजूला इपॉक्सी रेझीनचे अस्तरीकरण (कोटिंग) केलेले ४० हजार ते १० लाख गॅलन एवढ्या प्रचंड क्षमतेचे डबे तयार केले. या डब्यांना निर्जंतुक व्हॉल्व बसवले, जेणेकरून अपायकारक सूक्ष्मजंतू डब्यात प्रवेश करू शकणार नाहीत. त्यांनी प्रथमच कमी खर्चीक पॅकेजिंग साहित्यापासून एक ते तीन हजार गॅलन क्षमतेच्या पिशव्या तयार केल्या. त्यात निर्जंतुक अन्नपदार्थ यंत्राद्वारे भरून बंद केलेल्या पिशव्या गोदामात रचणे सोपे झाले. नॉर्वे या देशातील जहाजबांधणी कारखान्याच्या सहकार्याने त्यांनी १८ ते ८० लाख गॅलन फळांचा रस नेणाऱ्या विशालकाय टाक्या जहाजात बांधून घेतल्या. त्यामुळे रसाची व अन्नपदार्थांची निर्यात करणे शक्य झाले.

विकसनशील देशांना कमी खर्चीक अन्नप्रक्रिया पद्धती उपलब्ध झाली. मोठ्या प्रमाणावर अन्नपदार्थांची आयात-निर्यात करणे शक्य झाले. अमेरिकन कृषी खात्याने पुरवलेल्या निधीतून लँड ओ-लेक्स या संस्थेने सन २०००पासून निर्जंतुक दुधाचे व बेकरी पदार्थांचे शालेय पोषण कार्यक्रमाद्वारे वितरण केले. निर्जंतुकीकरणामुळे शालेय पोषण कार्यक्रमाचा लाभ फिलीपीन्स, व्हिएतनाम, इंडोनेशिया, पाकिस्तान आणि बांगला देशातील मुलांना झाला. २००५-०६मध्ये फिलीपीन्समधील शालेय अन्नाची नासाडी ०.२ टक्के इतकी कमी करणे निर्जंतुक पॅकेजिंगमुळे शक्य झाले. दक्षिण-पूर्व आशियाई देशांत २००४मध्ये झालेल्या त्सुनामी प्रलयानंतरच्या पुनर्वसन काळात अशा प्रकारच्या पिशव्यांमध्ये बंद केलेले पेयजल पुरवणे सुलभ झाले. २००५मध्ये कट्रीना वादळानंतर अमेरिकेच्या गल्फ किनाऱ्यावरसुद्धा अशाच पिशव्यांमधून पाण्याचा पुरवठा केला गेला. त्यामुळे अशा प्रकारच्या कमी खर्चीक व सोयीच्या लवचीक वेष्टनांचा मोठ्या प्रमाणावर वापर होऊ शकतो, हे सिद्ध झाले; आणि त्या दिशेने पुनर्वसन कार्याचा विस्तार होऊ लागला. डॉ. नेल्सन यांनी केलेल्या अन्नतंत्रज्ञानातील क्रांतिकारक शोधांमुळे आणि अमेरिका व इतर देशांतील व्यावसायिकांबरोबर केलेल्या सहकार्यामुळे पॅकेजिंग करणाऱ्या लहान व्यवसायाचे रूपांतर महाउद्योगात झाले.

१९७०च्या दशकात अमेरिकन राष्ट्रीय शास्त्र अकादमीच्या गटाने भारताला भेट दिली होती. डॉ. नेल्सनसुद्धा या गटाचे सदस्य होते. मोठ्या प्रमाणावर अन्नप्रक्रिया करून स्थानिक पातळीवर पोषणासाठी प्रक्रियायुक्त पदार्थांचे वितरण करण्याचे या गटाने सुचवले होते. पर्ड्यू विद्यापीठात ५० वर्षे सेवा केल्यानंतर २०१०मध्ये डॉ. नेल्सन पूर्ण वेळ प्राध्यापक पदावरून निवृत्त झाले. तथापि, त्यानंतरही ते सन्माननीय प्राध्यापक म्हणून कार्यरत आहेत.

सन्मान व पुरस्कार

डॉ. नेल्सन यांना मिळालेले पुरस्कार

- अमेरिकन अन्नतंत्रज्ञान संघटनेचे 'निकोलस ॲपर्ट पारितोषिक' (१९९५)
- कृषी क्षेत्रातील उत्कृष्ट कार्याबद्दल राष्ट्रीय 'पुटमन अन्न पारितोषिक' (२००१)
- अमेरिकन कृषी मंत्रालयाचे व्यक्तिगत उत्कृष्टतेचे पारितोषिक (२००१)
- कार्ल फेलर्स पारितोषिक (२००५)
- जागतिक अन्न पुरस्कार (२००७)
- एच. डी. ब्राऊन पारितोषिक (२००९)

२००१-०२मध्ये अन्नतंत्रज्ञान संघटनेच्या अध्यक्षपदी त्यांची निवड झाली. २००७मध्ये इंडियाना राज्याच्या राज्यपालांनी डॉ. नेल्सन यांच्या नावाने 'फिलीप इ. नेल्सन अलौकिक संशोधन पुरस्कार' देण्याचे जाहीर केले. २०१०मध्ये पर्ड्यू विद्यापीठाने आपल्या अन्नशास्त्र विभागाच्या इमारतीचे नामकरण 'फिलीप इ. नेल्सन हॉल ऑफ फूड सायन्स' असे करून त्यांचा सन्मान केला. अमेरिकन कृषी खात्याच्या राष्ट्रीय कृषी संशोधन, विस्तार, शिक्षण आणि आर्थिक सल्लागार मंडळाचे सभासद म्हणूनही डॉ. नेल्सन यांनी कार्य केले. डॉ. नेल्सन यांना आधुनिक अन्नशास्त्राचे आणि तंत्रज्ञानाचे जनक मानले जाते. त्यांनी विकसित केलेले तंत्रज्ञान असंख्य विकसनशील देशांत वापरले जात आहे. त्यामुळे गरीब आणि कुपोषणग्रस्त लोकांना आर्थिकदृष्ट्या परवडेल अशा किमतीत सुरक्षित आणि पोषक अन्न पुरवणे शक्य झाले आहे.

'युनिव्हर्सल अन्न आणि पेये' कंपनीचे उपाध्यक्ष चार्ल्स सीझर यांनी डॉ. नेल्सन यांच्याविषयी म्हटले होते, "डॉ. नेल्सन यांचे शोध तिसऱ्या जगातील देशांमध्ये नाशवंत अन्नाच्या साठवणुकीसाठीच्या प्रमुख पद्धती ठरल्या आहेत, त्यामुळे निर्जंतुकीकरण क्रांती घडून आली आहे."

❑

जागतिक शालेय अन्न कार्यक्रमाचे नेतृत्व

रॉबर्ट जोसेफ डोल
(Robert J. Dole)

(१९२३)

डॉ.जॉर्ज स्टॅन्ले मॅक्गव्हर्न
(Dr. George S. McGovern)

(१९२२-२०१२)

अमेरिकन सिनेटर रॉबर्ट डोल आणि जॉर्ज मॅक्गव्हर्न यांच्या स्फूर्तिदायक नेतृत्वामुळे जागतिक स्तरावर शालेय पोषण आहार कार्यक्रम विस्तृतपणे राबवला गेला. या कार्यक्रमामुळे मुलांची शाळेतील हजेरी वाढून शैक्षणिक विकास होण्यास मदत तर झालीच; परंतु जगातील लाखो गरीब मुले, विशेषतः मुली, आणि माता यांच्या पोषण आहार कार्यक्रमाला गती मिळून भूकमुक्ती कार्यक्रमाला अन्नबळ मिळाले. या अलौकिक योगदानामुळे या सिनेटर्सद्वयींना २००८चा जागतिक अन्न पुरस्कार देऊन गौरवण्यात आले.

पार्श्वभूमी

उपाशीपोटी मुलांना शिकणे अवघड जाते आणि कुपोषणामुळे मुले शारीरिक व मानसिक दृष्ट्या खुजी होतात. परंपरेने अनेक विकसनशील देशांमध्ये मुलींना शाळेत पाठवले जात नाही. लहान मुलांची आणि वृद्धांची काळजी घेण्यासाठी किंवा घरकामात मदतीसाठी मुलींना घरीच ठेवले जाते अथवा पैसे कमावण्यासाठी कामावर पाठवले जाते. त्यामुळे पुरुषांपेक्षा स्त्रिया शिक्षणापासून अधिक वंचित राहतात किंवा साक्षरतेत मागे पडतात. मुलांना शाळेत पौष्टिक अन्न पुरवले गेले तर त्यांची उपस्थिती तर वाढेलच; पण त्यांची शारीरिक आणि मानसिक वाढही उत्तम होईल. विशेषतः मुलींच्या शालेय भोजनाची व्यवस्था केली, तर ती अधिक परिणामकारक ठरेल. या जाणिवेतून अमेरिकन संघराज्याचे सिनेटर रॉबर्ट डोल आणि जॉर्ज मॅक्गव्हर्न यांनी शालेय पोषण आहार कार्यक्रमाची मुहूर्तमेढ रोवली. अमेरिकेसह इतर देशांतूनही भुकेचे उच्चाटन करण्यासाठी त्यांनी आपले आयुष्य वेचले. १९७०च्या दशकात विरोधी पक्ष नेते असताना त्यांनी एकत्रितपणे कार्य करून 'अन्नासाठी कूपन' या कार्यक्रमात सुधारणा करण्यासाठी अमेरिकेत कायदा मंजूर करवून घेतला. त्याद्वारे देशातील शालेय पोषण आहार कार्यक्रमाचे विस्तारीकरण झाले.

पुढच्या दशकात त्यांनी विस्तृत, पक्षविरहित असा भूकमुक्तीचा आणि गरिबी हटवण्याचा कार्यक्रम तयार केला. राष्ट्रीय शालेय पोषण आहार कार्यक्रमांतर्गत अमेरिकन संघराज्यातील सुमारे तीन कोटी मुलांना सकस अन्न दिले जाऊ लागले.

अमेरिकन संघराज्यातील या कार्यक्रमाच्या यशानंतर १९९०च्या दशकाच्या अखेरीस त्यांनी जागतिक स्तरावर शालेय अन्न, पोषण आणि शैक्षणिक कार्यक्रमावर भर दिला. आशिया, आफ्रिका, दक्षिण अमेरिका आणि पूर्व युरोप येथील गरीब कुटुंबातील मुलांना शालेय भोजन देण्यासाठी त्यांनी प्रकल्प तयार केला. अमेरिकेचे तत्कालीन राष्ट्राध्यक्ष बिल क्लिंटन यांनी प्रकल्पाला पाठिंबा दिला. जुलै २०००मध्ये त्यांच्या प्रशासनाने दोन वर्षांसाठी पथदर्शक कार्यक्रम सुरू केला आणि ३० कोटी डॉलर्सचा निधी उपलब्ध करून दिला. 'ग्लोबल फूड फॉर एज्युकेशन इनिशिएटिव्ह' (जीएफइआय) असे या प्रकल्पाचे नाव होते. या कार्यक्रमांतर्गत ३८ देशांमधील मुलांना पोषक अन्न पुरवले गेले. अनेक आंतरराष्ट्रीय संघटनांनी या कार्यक्रमात सहभाग घेतला. विविध देशांच्या राज्यकर्त्यांनी सार्वत्रिक शिक्षण योजना लागू करून हा कार्यक्रम राबवला.

'जीएफइआय' राबवल्याने मुलांची शाळेतील उपस्थिती, विशेषतः मुलींची, खूपच वाढली. शालेय पोषण आहार कार्यक्रमामुळे मुलांच्या आकलनशक्तीत वाढ होऊन शैक्षणिक प्रगती झाली. पालकांचा आणि स्थानिक प्रशासनाचा शालेय पोषण आहार

कार्यक्रमातील सहभाग वाढला. रोजगारात वाढ झाली. सिनेटर मॅक्गव्हर्न आणि डोल यांचा भक्कम पाठिंबा आणि विनंतीमुळे अमेरिकन प्रतिनिधी सभेने कायमस्वरूपी शालेय पोषण आहार पुरवण्याचा कायदा पारित केला. मे २००२मध्ये तत्कालीन राष्ट्राध्यक्ष जॉर्ज बुश यांनी 'शिक्षणासाठी अन्न आणि बालकांचे पोषण' कायद्यावर स्वाक्षरी केली. 'मॅक्गव्हर्न-डोल कार्यक्रम' या नावाने हा कायदा प्रख्यात झाला. तेव्हापासून जगभरात बालकांना शाळेमध्ये अन्न पुरवण्याचा बृहद् कार्यक्रम चालू आहे. या कार्यक्रमांतर्गत ४१ देशांतील कोट्यवधी मुलांना अन्नपुरवठा झाला आहे. अफगाणिस्तान, कंबोडिया, एरिट्रिया, घाना, किर्गीझस्तान, लायबेरिया, मालावी, मोल्दोव्हा, निकारागुवा, नायजर, व पाकिस्तान हे त्यांतील प्रमुख लाभदायक देश होत. २००६मध्ये शालेय पोषण आहार कार्यक्रमाचा विस्तार ७४ देशांत होऊन अशा प्रकारचा हा जगातील एकमेव मोठा प्रकल्प ठरला. मॅक्गव्हर्न-डोल कार्यक्रमात मुली आणि स्त्रिया यांच्यापर्यंत मदत व शिक्षण पोहोचावे या गोष्टीवर भर दिला जातो.

रॉबर्ट जोसेफ डोल

बालपण व पूर्वायुष्य

रॉबर्ट जोसेफ डोल ऊर्फ बॉब डोल यांचा जन्म अमेरिकच्या कॅन्सास राज्यातील रसेल शहरात २२ जुलै १९२३ रोजी झाला. शालेय शिक्षणानंतर त्यांनी लॉरेन्स येथील कॅन्सास विद्यापीठात प्रवेश घेतला. या दरम्यान दुसरे जागतिक महायुद्ध सुरू झाले, अन् ते अमेरिकन सैन्यदलात सामील झाले. युद्धकाळात त्यांच्या शिक्षणात खंड पडला. लेफ्टनंट या पदावर कार्यरत असताना युद्धाच्या आघाडीवर इटलीमध्ये ते गंभीररीत्या जखमी झाले होते. त्यांना तीन शौर्यपदकेसुद्धा मिळाली होती.

युद्धसमाप्तीनंतर त्यांनी वॉशबर्न विद्यापीठात प्रवेश घेतला. बी.ए. आणि कायद्याची एलएल.बी. पदवी संपादन केली. १९५२मध्ये त्यांनी वकिली व्यवसायाला सुरुवात केली.

राजकीय कारकीर्द

बॉब डोल यांनी १९६०मध्ये कॅन्सास राज्यातून प्रथम निवडणूक लढवली आणि त्यानंतर ते अमेरिकन प्रतिनिधिगृहाच्या सभासदपदी तीन वेळा निवडून आले. १९६८मध्ये ते अमेरिकन सिनेटच्या सभासदपदी निवडले गेले. रिपब्लिकन पक्षाच्या राष्ट्रीय समितीचे ते १९७१-७२ या काळात अध्यक्ष होते. माजी राष्ट्राध्यक्ष जेराल्ड फोर्ड यांनी १९७६मध्ये लढवलेल्या अध्यक्षीय निवडणुकीत उपाध्यक्ष पदाची निवडणूक बॉब डोल यांनी लढवली होती. सिनेटच्या आर्थिक समितीचे अध्यक्षपद बॉब डोल यांनी १९८१ ते ८५ या काळात सांभाळले. सिनेटचे बहुमताचे नेते या पदीही त्यांची १९८४मध्ये निवड झाली होती.

अमेरिकन सिनेटचे रिपब्लिकन पक्षातर्फे निवडून आलेले आणि 'सर्वाधिक काळ (१९६८ ते १९९६) सिनेटर राहिलेले नेते' असा विक्रम त्यांनी प्रस्थापित केला होता. १९९६मध्ये सिनेटपदाचा राजीनामा देऊन त्यांनी रिपब्लिकन पक्षातर्फे राष्ट्राध्यक्षपदाची निवडणूक लढवली; पण बिल क्लिंटन यांच्याविरुद्ध ते पराभूत झाले.

राजकारण निवृत्तीनंतरचे कार्य

१९९७ ते २००४ या काळात बॉब डोल यांनी द्वितीय जागतिक महायुद्धाच्या स्मृती मोहिमेचे राष्ट्रीय अध्यक्ष पद भूषवले. युगोस्लाव्हियातील अंतर्गत कलहात बेपत्ता लोकांच्या शोधासाठी स्थापन झालेल्या आंतरराष्ट्रीय कमिशनचे ते अध्यक्ष होते. राष्ट्राध्यक्ष जॉर्ज बुश यांनी २००७मध्ये बॉब डोल यांची सैनिकी आरोग्य महामंडळाच्या सहअध्यक्षपदी नेमणूक केली होती. वैधानिक आणि सार्वजनिक धोरण गटाचे सभासद पदही त्यांनी भूषवले. राष्ट्राध्यक्षांच्या सेवा आणि नागरी सहकार्य महापरिषदेचेही ते सहअध्यक्ष होते.

बॉब डोल यांनी निभावलेल्या आणखी काही जबाबदाऱ्या अशा आहेत : 'एफएओ'चे सल्लागार, युरोपियन सुरक्षा व सहकार्य महापरिषदेचे सभासद, युनेस्कोसाठीच्या अमेरिकन राष्ट्रीय महापरिषदेचे सभासद, आणि राष्ट्रीय सामाजिक सुरक्षा महापरिषदेचे सभासद.

पुरस्कार, सन्मान आणि वारसा

१९८३मध्ये बॉब डोल यांनी 'डोल प्रतिष्ठान'ची स्थापना केली. या प्रतिष्ठानातर्फे अपंगांच्या शिक्षण व पुनर्वसनासाठी आर्थिक मदत दिली जाते. तसेच युनायटेड निग्रो कॉलेजमधील अपंगांसाठी 'रॉबर्ट डोल शिष्यवृत्ती' दिली जाते. २००१मध्ये त्यांनी कॅन्सास विद्यापीठाच्या सहकार्याने 'डोल राज्यशास्त्र इन्स्टिट्यूट'ची स्थापना केली. अभ्यासकांना या संस्थेत सार्वजनिक धोरण ठरवण्याचे शिक्षण दिले जाते.

२०१६मध्ये कॅन्सासमधील फोर्ट हेज राज्य विद्यापीठाने रॉबर्ट डोल यांना सन्माननीय डॉक्टरेट पदवी बहाल केली.

रॉबर्ट डोल यांना मिळालेले पुरस्कार

- अमेरिकेचा सर्वोच्च नागरी सन्मान 'राष्ट्राध्यक्षांचे स्वातंत्र्य पदक' (१९९७)
- राष्ट्राध्यक्षांचे नागरी पदक (दुसऱ्या क्रमांकाचा सर्वोच्च नागरी सन्मान)
- माजी अमेरिकन सिनेटरांच्या संघटनेचे विशिष्ट सेवापदक
- अमेरिकन संरक्षण खात्याचे विशिष्ट सार्वजनिक सेवापदक
- कोसोवो या देशाचे स्वातंत्र्य सुवर्णपदक (२००४)
- जॉर्ज मॅक्गव्हर्न यांच्याबरोबर जागतिक अन्न पुरस्कार (२००८)

जॉर्ज स्टॅन्ले मॅक्गव्हर्न

बालपण व पूर्वायुष्य

अमेरिकेच्या दक्षिण डाकोटा राज्यातील एवन शहरात १९ जुलै १९२२ रोजी जॉर्ज यांचा जन्म झाला. त्यांचे वडील ख्रिश्चन मेथॉडिस्ट धर्मगुरू होते. माध्यमिक विद्यालयात शिकत असताना एका वादविवाद स्पर्धेतील विजयामुळे त्यांना डाकोटा वेस्लियन विद्यापीठात शिक्षणासाठी शिष्यवृत्ती मिळाली आणि १९४०मध्ये त्यांनी मिशेल शहरात महाविद्यालयीन शिक्षणाला सुरुवात केली. जागतिक महायुद्धामुळे १९४३मध्ये त्यांच्या शिक्षणात खंड पडून त्यांना सैन्यात भरती व्हावे लागले. बी-२४ या प्रकारच्या बॉंबफेकी विमानाचे पायलट म्हणून त्यांनी युरोपात ३५ हवाईहल्ल्यांमध्ये सहभाग घेतला. लढाईतील शौर्यामुळे त्यांना विशिष्ट उड्डाणचक्रही प्राप्त झाले. महायुद्ध समाप्तीनंतर विद्यापीठात परतून १९४६मध्ये त्यांनी बी.ए. पदवी संपादन केली. वर्षभर चर्चमध्ये सेवा केल्यानंतर ते शिकागो शहरातील उत्तर-पश्चिम विद्यापीठात दाखल झाले. तेथून त्यांनी अमेरिकन इतिहास व प्रशासन या विषयात एम.ए. (१९४९) आणि पीएच.डी. (१९५३) या पदव्या संपादन केल्या. या शैक्षणिक पात्रतेच्या आधारावर त्यांची डाकोटा वेस्लियन विद्यापीठात इतिहासाच्या व राज्यशास्त्राच्या प्राध्यापकपदावर नेमणूक झाली. पाच वर्षांच्या अध्यापन काळात जॉर्ज यांनी दक्षिण डाकोटा राज्यातल्या डेमोक्रॅटिक पक्षाच्या पुनर्बांधणीचेही कार्य केले. येथूनच त्यांच्या राजकीय कारकिर्दीला सुरुवात झाली.

राजकीय कारकिर्द

१९५६मध्ये जॉर्ज मॅक्गव्हर्न यांची अमेरिकन प्रतिनिधिगृहाच्या सभासदपदी प्रथमच निवड झाली. १९५८मध्ये झालेल्या निवडणुकीत प्रतिनिधिगृहावर त्यांची फेरनिवड झाली. कॉंग्रेसमध्ये प्रतिनिधी या नात्याने शेतकऱ्यांचे प्रश्न ते हिरिरीने मांडत असत. १९६०मध्ये लढवलेल्या सिनेटच्या निवडणुकीत त्यांना हार पत्करावी लागली. तत्कालीन राष्ट्राध्यक्ष जॉन एफ. केनेडी यांनी जॉर्ज यांना राष्ट्राध्यक्षांचे विशेष साहाय्यक पद देऊन त्यांची शांततेसाठी अन्न कार्यक्रमाच्या पहिल्या संचालकपदी नेमणूक केली (१९६१). या पदावर असताना त्यांनी विकसनशील देशांना लाखो टन अन्नाची देणगी पुरवण्यात पुढाकार घेतला.

जॉर्ज यांनी १९६२मध्ये पुन्हा सिनेटची निवडणूक लढवली आणि ते विजयी झाले. सिनेटर असताना त्यांनी कृषी, पोषण, वने, परराष्ट्र संबंध आणि संयुक्त आर्थिक बाबींसंबंधीच्या समित्यांच्या महत्त्वपूर्ण कार्यात योगदान दिले. १९७२मध्ये डेमोक्रॅटिक पक्षाने जॉर्ज यांची अध्यक्षपदाचे उमेदवार म्हणून निवड केली होती; परंतु रिचर्ड निक्सन यांनी ती निवडणूक जिंकली. माजी राष्ट्राध्यक्ष जेरॉल्ड फोर्ड यांनी १९७६मध्ये जॉर्ज यांची

संयुक्त राष्ट्र संघटनेच्या सर्वसाधारण प्रतिनिधिगृहाचे (जनरल असेंब्ली) सभासद पदी नेमणूक केली होती. पुढे १९७८मध्ये त्यांनी संयुक्त राष्ट्र संघटनेच्या निःशस्त्रीकरण समितीवर राष्ट्राध्यक्ष जिमी कार्टर यांचे प्रतिनिधी म्हणूनही कार्य केले. प्रदीर्घ सेवेनंतर जॉर्ज यांनी अमेरिकन सिनेटमधून निवृत्ती स्वीकारली.

राजकारण-निवृत्तीनंतरचे कार्य

राजकारणातील निवृत्तीनंतर जॉर्ज यांनी अनेक विद्यापीठांमध्ये मानद प्राध्यापक पदावर कार्य केले. कोलंबिया, उत्तर-पश्चिम अमेरिकन आणि बर्लिन विद्यापीठ ही त्यांमधील प्रमुख होत. १९९१ ते १९९८ या काळात ते मध्य-पूर्वेतील धोरण परिषदेचे अध्यक्षही होते. त्याच काळात तत्कालीन राष्ट्राध्यक्ष बिल क्लिंटन यांनी त्यांची एफएओमधील अमेरिकेचे राजदूत पदी नेमणूक केली होती (१९९८-२००१). 'भूकमुक्तीसाठी अन्न' या वैश्विक कार्यक्रमाला प्रथम राजदूत या नात्याने जॉर्ज यांनी अलौकिक नेतृत्व दिले (२००१ ते २०१२). अशा या मानवतावादी राजकारण्याचे २१ ऑक्टोबर २०१२ रोजी निधन झाले.

पुरस्कार व सन्मान

जॉर्ज मॅक्गव्हर्न यांना मिळालेले पुरस्कार

- अमेरिकन शासनातर्फे सर्वोच्च मानाचे 'राष्ट्राध्यक्षांचे स्वातंत्र्य पदक' (२०००)
- बॉब डोल यांच्यासमवेत जागतिक अन्न पुरस्कार (२००८)

जॉर्ज आणि त्यांच्या पत्नी एलीनॉर यांच्या सन्मानार्थ २००६मध्ये 'मॅक्गव्हर्न केंद्र' या नावाने सार्वजनिक नेतृत्व आणि सेवेच्या अभ्यासासाठी राष्ट्रीय संस्थेची स्थापना करण्यात आली. 'भूकमुक्ती हेच खरे जनतेचे स्वातंत्र्य आहे,' हे आपल्या कार्याने सिद्ध करणारे राजकारणी जॉर्ज मॅक्गव्हर्न आणि रॉबर्ट डोल यांनी राजकारण्यांपुढे एक आदर्श ठेवला आहे.

❑

आफ्रिकेतील ज्वारी उत्पादन क्रांतीचे जनक

डॉ. गेबिसा इजेटा

(Dr. Gebisa Ejeta)

(१९५०)

आफ्रिका खंडातील लोकांच्या भोजनातील प्रमुख तृणधान्य असलेल्या ज्वारी पिकाचे अनेक सुधारित वाण डॉ. गेबिसा इजेटा यांनी विकसित केले. या वाणांच्या लागवडीपासून ज्वारीच्या उत्पादनात भरघोस वाढ होऊन भूकमुक्तीत महत्त्वाचे योगदान दिल्याने डॉ. इजेटा हे २००९च्या जागतिक अन्न पुरस्काराचे मानकरी ठरले.

पार्श्वभूमी

ज्वारी हे पीक पृथ्वीवरील जनतेच्या अन्नातील पाच प्रमुख तृणधान्यांमध्ये मोडते. आफ्रिका आणि आशिया खंडांतील लोकांचे ज्वारी हे महत्त्वाचे अन्नधान्य आहे. तसेच ते दुभत्या आणि मांस पुरवणाऱ्या जनावरांचेसुद्धा मुख्य खाद्य आहे. अनेक जैविक आणि अजैविक ताणांना बळी पडल्याने ज्वारी दाण्याच्या आणि चाऱ्याच्या उत्पादनात खूपच घट होते. परिणामी, लोकांना पुरेशा अन्नाअभावी उपासमारीला सामोरे जावे लागते. ज्वारी पीक शेतात वाढत असताना झाडांच्या मुळांवर स्ट्रायगा म्हणजेच टारफुला किंवा टाकळा नावाची इवलीशी परजीवी वनस्पती वाढते. स्ट्रायगा हे तण मुळांमधील अन्न व पाणी शोषून घेत असल्याने ज्वारीच्या झाडाची वाढ खुंटून उत्पादन मिळत नाही. स्ट्रायगा या तणाला प्रतिरोधक शक्ती असलेले ज्वारीचे वाण प्रथमच डॉ. गेबिसा इजेटा यांनी विकसित केले. इतरही प्रतिरोधक शक्ती असलेले आणि भरघोस उत्पादनक्षम संकरित वाण पुढे डॉ. इजेटा यांनी विकसित केले. या वाणांच्या लागवडीपासून ज्वारीच्या उत्पादनात क्रांती घडून आली. आफ्रिकेतील १० कोटींपेक्षाही जास्त लोकांचा कुपोषणापासून बचाव झाला.

बालपण व पूर्वायुष्य

गेबिसा यांचा जन्म १९५०मध्ये इथिओपिया या आफ्रिकन देशात झाला. वोलनकोमी राज्यातील एका लहानशा खेड्यामध्ये मातीच्या झोपडीत त्यांचे बालपण गेले. गरिबी आणि हलाखीच्या परिस्थितीत त्यांनी स्थानिक शाळेत प्राथमिक शिक्षण पूर्ण केले. आईने खूप कष्ट उपसून गेबिसा यांच्या पुढील शिक्षणाची सोय शेजारच्या शहरात लावून दिली. दर रविवारी रात्री सुमारे वीस किलोमीटर अंतर पायी प्रवास करून ते शहरात पोहोचत आणि आठवडाभर शाळेत हजर राहून शुक्रवारी रात्री पायपीट करून घरी परत येत. राष्ट्रीय प्रवेश परीक्षेत उच्च श्रेणीत उत्तीर्ण झाल्याने त्यांना शिष्यवृत्ती मिळाली आणि अमेरिकेतील ओक्लाहोमा राज्य विद्यापीठाने इथिओपियात स्थापन केलेल्या कृषी व तंत्रज्ञान उच्चतर माध्यमिक निकेतनात त्यांना प्रवेश मिळाला. तेथील शिक्षण विशेष प्रावीण्यासह संपादन केल्यावर त्यांनी ओक्लाहोमा विद्यापीठाने चालवलेल्या महाविद्यालयात प्रवेश घेऊन १९७३मध्ये वनस्पतिशास्त्रात पदवी संपादन केली. त्या दरम्यान त्यांनी पर्ड्यू विद्यापीठातून आलेल्या डॉ. जॉन ॲक्सटेल या शास्त्रज्ञाला ज्वारीचे स्थानिक वाण गोळा करण्यात म दत केली. गेबिसा यांच्या कार्यावर प्रभावित होऊन डॉ. ॲक्सटेल यांनी त्यांना पर्ड्यू विद्यापीठात १९७४मध्ये प्रवेश मिळवून दिला. डॉ. ॲक्सटेल यांच्या मार्गदर्शनाखाली गेबिसा यांनी अनुवंशशास्त्र आणि वनस्पती पैदासशास्त्रात एम.एस्सी. (१९७६) व पीएच. डी. (१९७८) पदवी संपादन केली. १९७९मध्ये डॉ. गेबिसा यांनी सुदानमधील कृषी

संशोधन केंद्रात ज्वारी संशोधक पदावर सेवेस सुरुवात केली. भारतातील हैदराबाद येथील 'इक्रिसॅट' या आंतरराष्ट्रीय पीक संशोधन संस्थेचे हे सुदानमधील उपकेंद्र आहे.

इक्रिसॅटमधील कार्य

इक्रिसॅटमध्ये कार्यरत असताना डॉ. इजेटा यांनी आफ्रिका खंडात लागवडीसाठी ज्वारीचे सुधारित संकरित वाण प्रथमच विकसित केले. हे वाण अधिक उत्पादनक्षम असून दुर्जल शेतीमध्ये पाण्याचा ताण सहन करू शकतात. 'हगीन डुरा-१' या संकरित वाणाने क्षेत्रीय चाचण्यांमध्ये प्रचलित वाणांपेक्षा ५० ते १०० टक्के अधिक उत्पादन दिले. १९८३मध्ये हा वाण लागवडीसाठी शेतकऱ्यांना वितरित केला गेला. शेतकऱ्यांच्या शेतावर हगीन डुरा-१ या वाणाने स्थानिक वाणांपेक्षा १५० टक्के अधिक उत्पादन दिले. या वाणाच्या दाण्यांची प्रतसुद्धा चांगली असल्याने तो बहुसंख्य शेतकऱ्यांच्या पसंतीस उतरला. त्याची व्यापक क्षेत्रावर लागवड होऊ लागली.

सुदानमध्ये कोरडवाहू शेतीचे क्षेत्र मोठे असल्याने डॉ. इजेटा यांनी विकसित केलेल्या वाणांच्या लागवडीमुळे ज्वारी उत्पादनात उच्च पातळी गाठली गेली. सुदानमधील लोकांच्या भोजनात ज्वारीचे अनन्यसाधारण महत्त्व आहे. ज्वारीपासून भाकरी आणि खीर तर बनवतातच; पण अनेक प्रकारची पेयेसुद्धा स्थानिक लोक बनवतात. नवीन संकरित वाणांच्या लोकप्रियतेमुळे बियाण्यांची मागणीसुद्धा वाढली. त्यासाठी सुदानमध्ये व्यावसायिक पातळीवर संकरित ज्वारी बीजोत्पादन उद्योगाची मुहूर्तमेढ रोवली गेली.

लोकांसाठी समर्पित भावनेने काम करण्याच्या वृत्तीमुळे डॉ. इजेटा यांनी ग्रामीण भागात पायाभूत सुविधा निर्माण करण्यासाठीही प्रयत्न सुरू केले. या सुविधांमुळे संकरित बीजोत्पादन, बीजप्रक्रिया, प्रमाणीकरण, विक्री इत्यादी कार्यात सुसूत्रीकरण होऊन संनियंत्रण करणे सोपे झाले. तसेच खतांचा योग्य वापर, भू आणि जलसंवर्धन, पीक व्यवस्थापन इत्यादी बाबतीत शेतकऱ्यांना प्रशिक्षित केले. परिणामस्वरूप १९९९पर्यंत सुदानमध्ये हगीन डुरा-१ या संकरित वाणाच्या लागवडीखाली १० लाख हेक्टर इतके क्षेत्र आले आणि लाखो लोकांना पोटभर अन्न मिळू लागले.

पर्ड्यू विद्यापीठातील कार्य

इथिओपियामधील राजकीय अस्थैर्यामुळे डॉ. इजेटा सुमारे २५ वर्षे आपल्या मायदेशापासून दूर राहिले. इक्रिसॅट संस्थेच्या सुदानमधील उपकेंद्रात उत्तुंग कामगिरी केल्यानंतर १९८४पासून डॉ. इजेटा अमेरिकेतील पर्ड्यू विद्यापीठात अध्यापन करू लागले. पर्ड्यू विद्यापीठात त्यांच्या मार्गदर्शनाखाली संशोधन करणाऱ्या एका विद्यार्थ्याच्या सहकार्याने त्यांनी ज्वारीचा दुसरा संकरित वाण १९९२मध्ये विकसित केला. एनएडी-१ या नावाचा हा

वाण नायजर या देशात लागवडीस योग्य ठरला. या वाणाच्या लागवडीपासून नायजरच्या राष्ट्रीय ज्वारी उत्पादनात चार ते पाच पटीने वाढ झाली.

नायजर आणि सुदानमधील सुधारित वाणांचा उपयोग करून डॉ. इजेटा यांनी अमेरिकेतील संकरित ज्वारी उद्योगासाठीसुद्धा काही वाण विकसित केले. हे वाण स्थानिक व परदेशी बाजारपेठांसाठी संकरित वाण तयार करण्यासाठी उपयुक्त ठरले. डॉ. इजेटा यांचे महत्त्वपूर्ण संशोधन १९९०च्या दशकात बहराला आले. त्यात टारफुला या तणाच्या नियंत्रणाचे संशोधन प्रमुख ठरले. आफ्रिकेतील ज्वारी पिकाचा कर्दनकाळ ठरलेल्या टारफुला तणाचे नियंत्रण मशागतीद्वारे आणि रासायनिक तणनाशकांद्वारे करण्याचे सर्व प्रयत्न असफल झाले होते.

टारफुलाचे बी जमिनीत असते. ज्वारीच्या वाढीनंतर हे बी रुजते आणि ज्वारीच्या मुळातील अन्नपाणी शोषून घेते. त्यामुळे ज्वारीची वाढ खुंटून उत्पादनात घट येते. ज्वारीच्या मुळांवर वाढणाऱ्या या परोपजीवी तणाचा बंदोबस्त करणे अवघड होऊन बसते. भारतातसुद्धा या तणापासून ज्वारी पिकाला उपद्रव होतो. डॉ. इजेटा आणि त्यांचे पर्ड्यूमधील सहकारी डॉ. लॅरी बटलर यांनी संयुक्तपणे टारफुला प्रतिरोधक ज्वारी-वाण विकसित करण्याचा प्रकल्प राबवला. या प्रकल्पाला रॉकफेलर फाउंडेशन आणि अमेरिकन शासन (यूएसएआयडी) यांनी आर्थिक पाठबळ पुरवले. अनुवंशशास्त्र आणि जीवरसायनशास्त्रीय सखोल अभ्यासानंतर त्यांनी ज्वारी आणि टारफुला यांच्या परस्परसंबंधावर प्रकाश टाकला. टारफुलास प्रतिरोधकता असलेले जनुक ज्वारीच्या विशिष्ट वाणांमध्ये असल्याचे डॉ. इजेटा आणि डॉ. बटलर यांनी शोधून काढले. या जनुकांचा सुधारित ज्वारी वाणांमध्ये अंतर्भाव करून त्यांनी प्रतिरोधकता असलेले, पर्यावरणाशी जुळवून घेणारे आणि अधिक उत्पादनक्षम ज्वारी वाण विकसित करून १९९४मध्ये लागवडीसाठी उपलब्ध केले.

टारफुला तणाचा प्रादुर्भाव असलेल्या आफ्रिकन देशांमध्ये या नवीन प्रतिरोधक ज्वारी-वाणाचा प्रसार करण्यासाठी 'वर्ल्ड व्हीजन इंटरनॅशनल' आणि 'सासाकावा २०००' या दोन संस्थांच्या सहकार्याने आणि 'यूएसएआयडी'ने दिलेल्या निधीतून प्रकल्प राबवला गेला. सुधारित वाणांचे आठ टन बियाणे आफ्रिका खंडातील एरिट्रिया, इथिओपिया, केनिया, माली, मोझांबिक, नायजर, रवांडा, सेनेगल, सोमालिया, सुदान, टांझानिया आणि झिम्बाब्वे या देशांतील शेतकऱ्यांना लागवडीसाठी वितरित केले गेले. पथदर्शक प्रात्यक्षिकांचे निष्कर्ष फारच आशादायक होते. स्ट्रायगा प्रतिरोधक सुधारित वाणांपासून मिळालेले उत्पादन स्थानिक वाणांच्या चार पटींइतके होते. पाण्याची तीव्र उणीव भासणाऱ्या क्षेत्रांवरही सुधारित वाणांनी चांगले उत्पादन दिले.

या पथदर्शक प्रकल्पामुळे शेतकऱ्यांची नवीन वाणांच्या क्षमतेविषयी खातरी झाल्याने त्यांचा विस्तृत क्षेत्रांवर झपाट्याने प्रसार होऊन आफ्रिका खंडात ज्वारी उत्पादनात क्रांती घडून आली. २००२-०३ मध्ये डॉ. इजेटा यांनी 'यूएसएआयडी'च्या आर्थिक साहाय्याने एरिट्रिया, इथिओपिया आणि टांझानिया या देशांमध्ये 'एकात्मिक स्ट्रायगा व्यवस्थापन प्रकल्प' कार्यान्वित केला. या कार्यक्रमात डॉ. इजेटा यांनी नव्याने विकसित स्ट्रायगा प्रतिरोधक ज्वारी वाण, जमिनीची सुपीकता आणि भूजल संवर्धन यांचा अवलंब केला. एकात्मिक व्यवस्थापनामुळे ज्वारीच्या उत्पादनात भरघोस वाढ झाली.

डॉ. गेबिसा इजेटा हे पर्ड्यू विद्यापीठात अनुवंशशास्त्र आणि वनस्पती पैदासशास्त्राचे प्राध्यापक, तसेच आंतरराष्ट्रीय कृषी विज्ञानशास्त्राचे विशेष प्राध्यापक या पदांवर दीर्घ काळ अध्यापनाचे कार्य करत आहेत. अध्यापनाबरोबरच त्यांनी ज्वारी या पिकाच्या आनुवंशिक सुधारणेसंबंधीच्या संशोधनात स्वतःला वाहून घेतले आहे. त्यांच्या संशोधनामुळे आफ्रिका आणि इतर खंडांतील कोट्यवधी लोकांची भूकमुक्तीच्या दिशेने मोठी प्रगती झाली. डॉ. इजेटा यांनी पर्ड्यू विद्यापीठातील अन्न शाश्वती केंद्राचे कार्यकारी संचालक या पदाचीसुद्धा जबाबदारी पार पाडली.

सन्मान, पुरस्कार व वारसा

डॉ. इजेटा यांना मिळालेले पुरस्कार

- जागतिक अन्न पुरस्कार (२००९)
- इथिओपियाच्या राष्ट्राध्यक्षांच्या हस्ते 'राष्ट्रीय हिरो' हा सर्वोच्च सन्मान

अनेक राष्ट्रीय आणि आंतरराष्ट्रीय संघटनांचे सभासद किंवा सल्लागार या पदावर डॉ. इजेटा यांनी काम केले आहे. त्यांपैकी काही प्रमुख संस्था अशा आहेत : रॉकफेलर फाउंडेशन, संयुक्त राष्ट्र संघटनेची अन्न व शेती संघटना, आफ्रिकन हरितक्रांती महापरिषद, आंतरराष्ट्रीय कृषी संशोधन सल्लागार गट (सीजीआयएआर), सासाकावा आफ्रिका प्रकल्प आणि वैश्विक कृषी विकास प्रकल्प (शिकागो). २०१०मध्ये अमेरिकन राष्ट्राध्यक्षांचे शास्त्रविषयीचे सल्लागार म्हणून त्यांची नेमणूक झाली होती. तत्कालीन राष्ट्राध्यक्ष बराक ओबामा यांनी डॉ. इजेटा यांची आंतरराष्ट्रीय अन्न व कृषी विकास महामंडळाच्या सभासदपदी नेमणूक केली होती (२०११). 'अमेरिकन असोसिएशन फॉर दी ॲडव्हान्समेंट ऑफ सायन्सेस', 'क्रॉप सायन्स सोसायटी ऑफ अमेरिका', आणि 'अमेरिकन सोसायटी ऑफ ॲग्रॉनॉमी' या शास्त्रीय संघटनांनी डॉ. इजेटा यांची फेलोपदी निवड केली आहे. त्यांना मिळालेल्या

जागतिक अन्न पुरस्काराच्या निधीतून डॉ. इजेटा यांनी एका शैक्षणिक प्रतिष्ठानाची स्थापना केली. आफ्रिका खंडातील होतकरू विद्यार्थ्यांना त्याद्वारे शैक्षणिक मदत दिली जाते.

डॉ. इजेटा यांच्याविषयी डॉ. नॉर्मन बोरलॉग म्हणाले होते, ''आघाडीचे शास्त्रीय तंत्रज्ञान आणि आंतरराष्ट्रीय सहकार्य यांच्या संयोगाने जगातील अत्यंत मागास लोकांचे सबलीकरण घडवून आणून त्यांचे जीवनमान उंचवता येते, हे डॉ. इजेटा यांनी केलेल्या ज्वारी पिकाच्या आनुवंशिक सुधारणेच्या संशोधनातून सिद्ध होते.''

डॉ. इजेटा यांची जून २०१८मध्ये जागतिक अन्न पुरस्कार निवड समितीच्या अध्यक्षपदी नेमणूक झाली आहे. डॉ. नॉर्मन बोरलॉग आणि डॉ. एम. एस. स्वामीनाथन यांच्यानंतर निवड झालेले ते तिसरे अध्यक्ष आहेत.

❑

'ब्रेड फॉर द वर्ल्ड'चे अध्वर्यू

डेव्हिड बेकमन

(David Beckmann)

(माहिती उपलब्ध नाही)

'हीफर इंटरनॅशनल'च्या अध्वर्यू

जो लक

(Jo Luck)

(माहिती उपलब्ध नाही)

'ब्रेड फॉर द वर्ल्ड' आणि 'हीफर इंटरनॅशनल' या जगातील प्रमुख सेवाभावी संघटनांची बांधणी करून भूकमुक्ती व गरिबी निवारणासाठी डेव्हिड बेकमन आणि जो लक यांनी आयुष्यभर तळागाळातील लोकांमध्ये कार्य केले. त्याची पावती म्हणून २०१०चा जागतिक अन्न पुरस्कार देऊन त्यांचा सन्मान करण्यात आला.

डेव्हिड बेकमन

बालपण व पूर्वायुष्य

अमेरिकेतील नेब्रास्का या राज्यात डेव्हिड बेकमन यांचा जन्म झाला. ते लुथरन पंथाचे ख्रिश्चन धर्मगुरू आहेत. अमेरिकेतील येल विद्यापीठ आणि ख्रिश्चन विद्यापीठ इथून शिक्षण पूर्ण केल्यानंतर त्यांनी लंडन स्कूल ऑफ इकॉनॉमिक्समधून अर्थशास्त्राचे शिक्षण घेतले. जागतिक बँकेत १५ वर्षे सेवा करत असताना त्यांनी आंतरराष्ट्रीय विकासकामांवर आपला महत्त्वपूर्ण ठसा उमटवला. भूकमुक्तीच्या कार्यात बेकमन यांनी दिलेल्या योगदानामुळेच त्यांच्यावर 'ब्रेड फॉर द वर्ल्ड' या प्रकल्पाच्या अध्यक्षपदाची जबाबदारी १९९१मध्ये सोपवण्यात आली.

'ब्रेड फॉर द वर्ल्ड' कार्यक्रमाचे नेतृत्व

स्वदेशात आणि परदेशांतही भूक निवारणासाठी ठाम भूमिका असणाऱ्या लोकांच्या दातृत्वाला आवाहन करण्यासाठी ख्रिश्चन धर्मियांनी संघटितपणे घातलेली साद आणि प्रयत्न म्हणजेच 'ब्रेड फॉर द वर्ल्ड' हा कार्यक्रम होय. डेव्हिड बेकमन यांची या कार्यक्रमाचे द्वितीय अध्यक्ष म्हणून १९९१मध्ये नेमणूक झाली. जगातील अत्यंत दारिद्र्यग्रस्त लोकांच्या मूलभूत गरजा भागवण्यासाठी, विशेषतः भूक निवारणासाठी तळागाळात प्रयत्न एकवटण्याची गरज होती. त्या दृष्टीने बेकमन यांनी योग्य धोरणांवर लक्ष केंद्रित केले आणि निधीची व्यवस्था केली. अमेरिकन संघराज्ये आणि इतर समविचारी देशातील सुमारे अडीच लाख लोकप्रतिनिधींशी संपर्क साधून भूक निवारणासाठीची धोरणे व कार्यक्रम राबवणारे कायदे त्यांच्या देशात करण्यासाठी पाठिंबा मिळवला. याकरिता बेकमन यांनी 'ब्रेड फॉर द वर्ल्ड' या संघटनेच्या सेवाभावी सैनिकांच्या मदतीने समविचारी पुरस्कर्त्या लोकांचे कायमस्वरूपी जाळेच विणले. बेकमन यांच्या नेतृत्वाखाली तळागाळात काम करण्यासाठी हजारो समर्पित लोकांची फळी उभी राहिली.

बेकमन यांनी अमेरिकन काँग्रेसच्या सर्व ४३५ जिल्ह्यांमध्ये 'ब्रेड'ची सभासद-संख्या एका दशकात ४४ हजार ५०० वरून ७२ हजार ५०० पर्यंत वाढवली. या सभासदांनी स्थानिक चर्चमधील प्रवचने आणि राष्ट्रीय महासभांमधून आवाहन करून १० लाखांपेक्षाही अधिक ख्रिश्चन बांधवांचा भूकमुक्तीसाठीचा कायदा करण्यासाठी पाठिंबा मिळवला. या नावीन्यपूर्ण भावनात्मक आवाहनाच्या मार्गामुळे दीर्घकालीन उपाययोजना असलेला कायदा मंजूर करण्यात आला.

कृषी शास्त्रे आणि तंत्रज्ञान यासाठी वाढीव आर्थिक स्रोतांची तरतूद, मागास देशांच्या विकासकामासाठी मदत करणे इत्यादी तरतुदींचा या कायद्यात समावेश झाला. अशा प्रकारे

डेव्हिड बेकमन यांनी दिलेल्या शांततामय लढ्यामुळे कोट्यवधी लोकांचे दारिद्र्यनिर्मूलन आणि भूकमुक्ती होऊ शकली. अमेरिकन प्रतिनिधीगृहाने गरिबी निवारण्यासाठीचा विकास मदतनिधी दहा वर्षांत तिप्पट केला. २०००मध्ये दिलेला ७५० कोटी डॉलर्सचा वार्षिक निधी २०१०मध्ये २२०० कोटी डॉलर इतका झाला. आफ्रिकन देशांसाठीची मदत चारपट झाली, तसेच कृषी व ग्रामीण क्षेत्रांसाठी पायाभूत सोयी निर्माण करण्यासाठीच्या निधीत आठपट वाढ झाली. देशांतर्गत गरीब कुटुंबाच्या पोषण कार्यक्रमासाठीची ३३०० कोटी डॉलरची मदत दहा वर्षांत ८००० कोटींपर्यंत वाढली.

बेकमन यांनी २००४मध्ये अमेरिकन भूक निवारण संघटनेची स्थापना केली. यात अनेक धर्मांचे लोक, सेवाभावी संस्था, महासंघ आणि व्यावसायिक यांनी योगदान दिले. सरकारवर दबाव टाकण्यासाठी बेकमन यांनी इतरही अनेक संस्थांची बांधणी केली. उदाहरणार्थ, 'आफ्रिकेतील भूक व गरिबी निवारण्यासाठीचा सहभाग', 'ओएनई मोहीम', 'विश्वदृष्टी' (वर्ल्ड व्हीजन), 'वैश्विक अन्न बँकेचे जाळे', 'विद्यापीठांचा जागतिक भुकेविरुद्धचा लढा', 'संयुक्त राष्ट्र संघटनेचा सहस्रक भूकमुक्ती कृती गट' इत्यादी.

सन्मान व पुरस्कार

डेव्हिड बेकमन यांना मिळालेले पुरस्कार

- जागतिक अन्न पुरस्कार (२०१०)
- ख्रिस्तियन समुदायाने दिलेला आंतरराष्ट्रीय शांतता पुरस्कार (२०१४)
- रूमी फोरम शांतता पुरस्कार (२०१४)
- भूकमुक्तीसाठी राष्ट्रीय लॅटिनो इव्हँजेलिकल युती पुरस्कार (२०१५)
- सार्वजनिक न्यायासाठीचे नेतृत्व पारितोषिक (२०१५)

डेव्हिड बेकमन यांना सात विद्यापीठांनी सन्माननीय डॉक्टरेट पदवी बहाल केली आहे. त्यांनी स्थापन केलेल्या विविध संस्थांमार्फत त्यांचे भूकमुक्तीचे कार्य अविरतपणे चालू आहे.

जो लक

बालपण व पूर्वायुष्य

जो लक यांनी अमेरिकतील हेंड्रिक्स कॉलेज आणि डेव्हिड लिप्सकोम्ब कॉलेजमध्ये पदवी संपादित केली. त्यानंतर त्यांनी हार्वर्ड विद्यापीठाच्या जॉन एफ. कॅनडी प्रशासन संस्थेतून

आणि हार्वर्ड बिझनेस स्कूलमधून कार्यकारी प्रशासनाचा अभ्यासक्रम पूर्ण केला. त्यानंतर १९७९ ते १९८९ या काळात त्यांनी अर्कान्सस राज्याच्या उद्यान व पर्यटन विभागाच्या संचालकपदी कार्य केले. १९८९मध्ये जो लक यांची हीफर इंटरनॅशनल या संस्थेच्या आंतरराष्ट्रीय कार्यक्रमांच्या संचालिका म्हणून नेमणूक झाली.

हीफर इंटरनॅशनल संस्था

समाजातील अत्यंत गरीब कुटुंबांना पशुसंवधर्नाद्वारे रोजगार पुरवून स्वावलंबी बनवण्यासाठी 'हीफर इंटरनॅशनल' या संस्थेची १९४४मध्ये स्थापना झाली. या संस्थेच्या कार्यक्रमांतर्गत गरजू कुटुंबांना गायीची वासरे पुरवून त्यांच्या शास्त्रोक्त जोपासणीचे तंत्र शिकवले जाते. प्राणी संगोपनातून आपले जीवनमान सुधारण्यासाठी लोकांना मार्गदर्शन केले जाते.

'ना नफा' तत्त्वावर कार्य करून सामाजिक विकास घडवून आणणारी हीफर इंटरनॅशनल ही जागतिक पातळीवरील आघाडीची सेवाभावी संस्था आहे. हीफर योजनेनुसार प्रत्येक कुटुंबाला संगोपनासाठी आणि आपल्या चरितार्थासाठी एक गाय मदत म्हणून दिली जाते. मदत मिळालेल्या कुटुंबाला आपल्या गाईला झालेले पहिले वासरू (कालवड) दुसऱ्या गरजू कुटुंबाला मदतीच्या स्वरूपात द्यावे लागते. या कुटुंबाने पुढे तिसऱ्या कुटुंबाला कालवडीची देणगी देणे क्रमप्राप्त ठरते. अशा प्रकारे ही देणगीची प्रथा पुढे चालू राहते. या कार्यक्रमांतर्गत सहभागी कुटुंबांना सकस अन्न मिळतेच, पण इतरांनाही सकस अन्न पुरवणे त्यांना शक्य होते आणि योजनेची शाश्वतता टिकून राहते.

हीफर इंटरनॅशनलचे अध्यक्षपद

१९९२मध्ये जो लक यांची हीफर इंटरनॅशनलच्या अध्यक्ष व मुख्य कार्यकारी अधिकारीपदी नेमणूक झाली. जो लक यांनी संस्थेच्या बांधणीमध्ये मौलिक कार्य केले. संस्थेची उद्दिष्टे आणि कार्यकक्षा यांचा विस्तार करून त्यांनी संपूर्ण आफ्रिका व अमेरिका खंड, दक्षिण पॅसिफिक महासागर विभाग आणि मध्यपूर्व युरोप खंड अशा विविध भागांत संस्थेचा विस्तार केला. जो लक यांनी नावीन्यपूर्ण अशा सामाजिक शिक्षणाच्या पद्धती अवलंबल्या. श्रीमंत देशातील आबालवृद्धांमध्ये जागतिक गरिबी आणि भुकेसंबंधी जागृती निर्माण केली. मदतीची गरज असलेल्या विकसनशील व अविकसित देशांतील लोकांशी दानशूर लोकांचा प्रत्यक्ष संपर्क प्रस्थापित करून दिला. आपल्या मदतीमधून लाखो लोकांची भूकमुक्ती होणार असल्याची दात्यांची खातरी पटवून दिली. त्यामुळे हजारो कुटुंबांनी, धर्मपंथांच्या समुदायांनी, शिक्षणसंस्थांनी आणि नागरी समित्यांनी सढळ हाताने देणग्या दिल्या. हीफरच्या मदतनिधीत फार मोठी वाढ झाली. नियमितपणे मदत देणाऱ्यांची संख्या १९९२मध्ये २० हजार इतकी होती; ती २००९मध्ये पाच लाख इतकी प्रचंड झाली.

त्यांच्या मदतनिधीतून एक कोटी २० लाख कुटुंबे स्वावलंबी झाली.

जो लक यांच्या कार्यातील मैलाचे दगड पुढीलप्रमाणे आहेत : सुधारित मानवी पोषण, प्राणी व नैसर्गिक संसाधनांचे व्यवस्थापन, मानवी नैतिक मूल्यांची वाढ होण्यासाठी संघटनात्मक व व्यावसायिक विकास आणि नेतृत्व, लिंगसमानता व पर्यावरणसंवर्धन पद्धतींचे प्रशिक्षण. मधुमक्षिकापालनापासून गाई-म्हशींच्या संवधर्नापर्यंत सुमारे ३० प्रकारच्या सजीव प्राण्यांच्या संगोपनाचा समावेश त्यांनी आपल्या कार्यक्रमात केला. त्यांनी गरजवंतांना झाडांची रोपे व बियाण्यांचेसुद्धा वाटप केले. शेतकऱ्यांनी, विशेषतः स्त्रियांनी, आपल्याला मिळालेल्या देणगीचे अक्षरशः सोने केले. त्यांनी स्वतःसाठी अन्न उपलब्ध केले आणि उत्पन्न देणारा व्यवसायही सुरू केला. देणगी हस्तांतराच्या कार्यक्रमामुळे भूकमुक्तीच्या जागतिक कार्यास पाठबळ मिळाले. हीफर इंटरनॅशनलच्या आदर्श नेत्या म्हणून जो लक यांनी जगावर ठसा उमटवला आहे. वंचित लोकांना त्यांनी भावनात्मक आणि आर्थिक दृष्टिकोणातून एका विशिष्ट बंधनात बांधून त्यांचे सक्षमीकरण केले. त्यांना आणि त्यांच्या भावी पिढ्यांना सुखमय जीवन जगता यावे याची दृष्टी दिली. बावीस वर्षांच्या प्रदीर्घ सेवेनंतर जो लक यांनी हीफर इंटरनॅशनल या संघटनेच्या अध्यक्ष पदावरून जुलै २०११मध्ये निवृत्ती स्वीकारली. जो लक यांच्या सेवाकाळात हीफर इंटरनॅशनलचे अंदाजपत्रक ७० लाख डॉलरवरून १० कोटी डॉलर इतके वाढले.

सेवानिवृत्तीनंतरचे कार्य व सन्मान

सेवानिवृत्तीनंतर सुद्धा भूक, गरिबी आणि लहान शेतकऱ्यांच्या समस्या निवारणासाठी कार्यरत अनेक जागतिक संघटनांच्या सल्लागार मंडळांवर जो लक कार्य करत आहेत. आंतरराष्ट्रीय अन्न व कृषी विकास महामंडळाच्या सभासद पदी अमेरिकेच्या राष्ट्राध्यक्षांनी त्यांची नेमणूक केली आहे. शिकागो परिषद, फार्म फाउंडेशन आणि ड्यू पॉन्ट कंपनी यांच्या जागतिक कृषी विकास कार्यक्रमाच्या त्या सल्लागार आहेत. पेनांग येथील जागतिक मत्स्य केंद्राच्या जलजन्य कृषीपद्धती कार्यक्रमाच्या नियामक समितीच्या त्या अध्यक्षा आहेत.

हीफर इंटरनॅशनल या संघटनेमार्फत जागतिक गरिबी व भूक निवारण कार्यक्रमाला वाहून घेतलेल्या जो लक या मानवतावादी कार्यकर्तीला डेव्हिड बेकमन यांच्यासमवेत संयुक्तपणे २०१० या वर्षाचा जागतिक अन्न पुरस्कार देऊन गौरवण्यात आले.

❑

भूकमुक्तीच्या कार्यात अग्रेसर राष्ट्राध्यक्ष

जॉन अग्येकम कुफूर
(John Agyekum Kufuor)

लुई इनॅसिओ लुला द सिल्व्हा
(Lui Inacio Lula da Silva)

(१९३८)

(१९४५)

आफ्रिका खंडातील घाना या देशाचे भूतपूर्व राष्ट्राध्यक्ष जॉन कुफूर आणि दक्षिण अमेरिकेतील ब्राझीलचे भूतपूर्व राष्ट्राध्यक्ष लुई द सिल्व्हा यांनी सामाजिक बांधिलकीतून सरकारची धोरणे आखली आणि ती आपल्या देशांमध्ये राबवली. क्रांतिकारक नेतृत्व सकारात्मक बदल घडवून दारिद्र्यग्रस्त लोकांचे जीवनमान उंचावू शकते हे त्यांच्या कार्याने सिद्ध झाले. म्हणूनच या उभय नेत्यांना संयुक्तपणे २०११मध्ये जागतिक अन्न पुरस्कार दिला गेला.

जॉन अग्येकम कुफूर

बालपण व पूर्वायुष्य

घानातील कुमासी शहरात तीनशे वर्षांचा इतिहास असलेल्या एका राजघराण्यात जॉन यांचा ८ डिसेंबर १९३८ रोजी जन्म झाला. मातृसत्ताक पद्धतीनुसार त्यांच्या आईला माहेरकडून कोकोच्या आणि कॉफीच्या मळ्यांची मोठी संपत्ती मिळाली होती. आर्थिक सुबत्ता असल्याने आईने उत्तम शिक्षणासाठी जॉन यांना भरपूर प्रोत्साहन दिले. ब्रिटिश सत्तेपासून स्वातंत्र्यासाठी धडपडणाऱ्या तरुणांची बैठक त्यांच्या प्रशस्त घरातच होत असे. इंग्लंडमधील ऑक्सफर्ड, केंब्रिज आणि लंडन विद्यापीठांमधून शिक्षण घेऊन मायदेशी परतलेल्या तरुणांकडे घानाच्या स्वातंत्र्य चळवळीचे नेतृत्व होते. या तरुणांपासून जॉनला बालपणीच देशभक्तीची प्रेरणा मिळाली.

कुमासीतील एका उत्तमपैकी शासकीय शाळेत जॉनचे प्राथमिक शिक्षण झाले. त्यानंतर कुमासीजवळच्या ओसे टूटू शहरातील बोर्डिंग शाळेमध्ये त्यांनी पुढील शिक्षण घेतले. १९५८मध्ये पदवीपर्यंतचे शिक्षण पूर्ण झाल्यानंतर त्यांनी लंडनमधील 'लिंकन्स इन' या कायदेशिक्षणासाठी जगप्रसिद्ध असलेल्या संस्थेत प्रवेश घेऊन १९६१मध्ये कायद्याची पदवी संपादन केली. पुढील शिक्षणाकरिता ऑक्सफर्ड विद्यापीठात प्रवेश घेऊन अर्थशास्त्र, तत्त्वज्ञान आणि राज्यशास्त्र या विषयांत पदव्युत्तर शिक्षण घेतले (१९६४). येथेच जॉनची भेट घानातील प्रसिद्ध अर्थतज्ज्ञ जे. एच. मेनसे यांची भगिनी थेरेसा हिच्याशी झाली. दोघांच्या मैत्रीचे पर्यवसान पुढे १९६२मध्ये त्यांच्या लग्नात झाले.

उमेदीच्या काळातील सेवा

इंग्लंडमधील शिक्षण पूर्ण करून कुफूर घानामध्ये परतले. घानात तेव्हा राजकीय, सामाजिक आणि आर्थिक उलथापालथ होऊन लोकशाही राज्यव्यवस्था स्थापन होण्याच्या मार्गावर होती. कुफूर यांनी वकिलीचा व्यवसाय सुरू केला आणि राजकारणातही रस घ्यायला सुरुवात केली. लवकरच ते मुख्य कायदा अधिकारी म्हणून शासकीय सेवेत रुजू झाले. १९६७ ते १९६९ या काळात त्यांनी कुमासी शहराचे प्रशासक म्हणूनही काम पाहिले.

राजकारणातील प्रगती व राष्ट्राध्यक्ष पदाची कारकीर्द

जॉन कुफूर १९६९ ते १९७२ आणि १९७९ ते १९८१ या काळात संसदेचे सदस्य होते. १९६९मध्ये कोफी अब्रेफा बुसीया यांच्या उदारमतवादी लोकशाही शासनकाळात जॉन कुफूर यांच्याकडे परराष्ट्र व्यवहार खात्याचे उपमंत्रीपद चालून आले. तथापि, १९७२मध्ये लष्कराने क्रांती करून बुसीया यांचे सरकार उलथून टाकले आणि इतर उच्चपदस्थांसमवेत

कुफूर यांनासुद्धा वर्षभर तुरुंगवास भोगावा लागला. या बंदीवासानंतर जॉन कुफूर राजकारणात पुन्हा प्रस्थापित झाले. २०००मध्ये त्यांनी घानाच्या राष्ट्राध्यक्षपदाची निवडणूक लढवली अन् विजयी होऊन जॉन कुफूर घानाच्या राष्ट्राध्यक्षपदी विराजमान झाले. २००४ मध्ये त्यांची दुसऱ्यांदा राष्ट्राध्यक्षपदी निवड झाली. २००१ ते २००९ या त्यांच्या संपूर्ण कारकिर्दीत राष्ट्राध्यक्ष जॉन कुफूर यांचे ध्येय होते, सार्वजनिक आणि खासगी क्षेत्रांतल्या भागिदारीतून अन्नाची सुरक्षा वाढवणे आणि दारिद्र्य कमी करणे. या ध्येयपूर्तीसाठी त्यांनी पुरोगामी आर्थिक आणि शैक्षणिक धोरणे राबवली. घानामध्ये त्याचे परिणाम दिसून आले. शेतकऱ्यांच्या उत्पन्नात वाढ झाली आणि जनतेला वाढीव प्रमाणात सकस अन्न उपलब्ध झाले. देशभरात राबवलेल्या शालेय पोषण आहार कार्यक्रमाद्वारे मुलांचे पोषण आणि शाळेतील हजेरी लक्षणीयरीत्या वाढली. प्रतिदिन एक डॉलर इतक्या कमी उत्पन्नावर उदरनिर्वाह करणाऱ्या भूकपीडित लोकांच्या जीवनमानात सुधारणा झाली आणि पीडितांची संख्या ५० टक्क्यांइतकी कमी करणारा घाना हा आफ्रिका खंडातील पहिला देश ठरला. संयुक्त राष्ट्र संघटनेच्या 'सहस्रक विकास ध्येय-एक' अनुसार देशातील अर्धपोटी लोकांची संख्या २०१५पर्यंत निम्म्यावर आणून सोडण्याचे उद्दिष्ट होते. तथापि, राष्ट्राध्यक्ष जॉन कुफूर यांच्या नेतृत्वाखाली घाना देशाने २००९मध्येच हे उद्दिष्ट गाठले. घानाच्या राजकीय स्थैर्याचा वारसा कायम ठेवून जॉन कुफूर यांनी राष्ट्रीय कृषी धोरणांना प्राधान्य दिले. त्यामुळे घानाचा गरिबी निर्देशांक ५१.७ टक्क्यांवरून (१९९१) २६.५ टक्क्यांवर (२००८) आला. भूकपीडितांची संख्या ३४ टक्क्यांवरून (१९९०) ९ टक्क्यांइतकी (२००४) कमी झाली.

घानाच्या आर्थिक घडीचा कणा असलेल्या कृषी व अन्न क्षेत्रांतील सार्वजनिक गुंतवणुकीला जॉन कुफूर यांच्या कारकिर्दीत प्रोत्साहन आणि बळकटी मिळाली. कृषी क्षेत्राच्या विकासदरातील वृद्धीमुळे राष्ट्रीय अर्थव्यवस्थेचे विस्तृतीकरण झाले आणि राष्ट्रीय उत्पन्न २००७मध्ये चौपट झाले. सुधारित शेतीपद्धतींचा अवलंब केल्याने घानातील कोकोचे उत्पादन २००२ ते २००५ या काळात दुप्पट झाले. मका, कसावा, याम आणि केळी या अन्न-पिकांच्या आणि पशुधनापासूनच्या उत्पादनातसुद्धा आश्चर्यकारक वाढ नोंदली गेली. त्यामुळे ४ ते १४ वर्षे वयातील बालवाडीपासून माध्यमिक विद्यालयापर्यंतच्या मुलांना दिवसातून एकदा तरी स्थानिक कृषी उत्पादनापासून पोषक आहार पुरवता आला. देशातील कुपोषणावर ही मातच ठरली.

राष्ट्राध्यक्ष जॉन कुफूर यांच्या कारकिर्दीतील राजकीय स्थैर्य, आर्थिक सुधारणा, कृषी विकास आणि भूक निवारण कार्य पाहून 'अमेरिकन सहस्रक आव्हान परिषदे'ने घानाला ५४.७ कोटी डॉलरचे अनुदान दिले. या निधीचा उपयोग करून जॉन कुफूर यांच्या

प्रशासनाने शेतीचे आधुनिकीकरण केले. जॉन कुफूर यांच्या नेतृत्वाखाली घानामध्ये सार्वजनिक-खासगी क्षेत्रांतील सहभागातून पायाभूत आणि सामाजिक सेवांची वृद्धी झाली. कृषीक्षेत्राच्या आधुनिकीकरणातून राष्ट्रीय उत्पन्नात वाढ झाली, भूक निवारण झाले आणि सामाजिक, आर्थिक क्रांती घडून आली.

सन्मान, पुरस्कार व वारसा

जॉन कुफूर यांना मिळालेले पुरस्कार

- फेस ऑफ गॉड गव्हर्नन्स अ‍ॅवॉर्ड
- चॅटहॅम हाउस प्राइझ (२००८)
- पर्यावरण बदल पुरस्कार
- जागतिक अन्न पुरस्कार (२०११)
- जागतिक अन्नकार्यक्रमांतर्गत दिला जाणारा 'वैश्विक भूकमुक्तीचे दूत' पुरस्कार

घाना विद्यापीठाने त्यांना सन्माननीय डॉक्टरेट पदवी दिली आणि नेतृत्व, प्रशासन व विकास प्रशिक्षणासाठी २०११मध्ये 'जॉन कुफूर फाउंडेशन'ची स्थापना केली.

लुई इनॅसिओ लुला द सिल्व्हा

बालपण व पूर्वायुष्य

ब्राझीलच्या ईशान्येकडील पेरनांबुको राज्यातील गरान्हस शहरात एका गरीब कामगार कुटुंबात २७ ऑक्टोबर १९४५ रोजी लुई यांचा जन्म झाला. रोजगाराच्या निमित्ताने त्यांच्या कुटुंबाने १९५२मध्ये नजीकच्या किनारपट्टीतील ग्वारूजा शहरात स्थलांतर केले. कुटुंबाच्या कमाईत आठ मुलांचे पोषण होत नव्हते. म्हणून १९५६मध्ये आईवडिलांचे सातवे अपत्य असलेला लुई पोट भरण्यासाठी आईसमवेत साव पावलो या मोठ्या शहरात गेला.

वयाच्या बाराव्या वर्षी लुईला एका ड्राय क्लिनींगच्या दुकानात नोकरी मिळाली. दोन वर्षांनंतर ते एका वखारीत काम करू लागले. अठराव्या वर्षांपर्यंत त्यांनी विविध कारखान्यांत काम केल्यानंतर एका शासकीय संस्थेत धातुकामाच्या प्रशिक्षणासाठी नाव नोंदवले. तीन वर्षांच्या प्रशिक्षणानंतर लुई कुशल कामगार म्हणून यांत्रिक लेथ ऑपरेटर पदी कारखान्यात काम करू लागले.

कामगार चळवळीतील सहभाग

लुईचे बंधू जोस फरेरा द सिल्व्हा यांनी त्यांना १९६९मध्ये कामगार चळवळीत आणले. १९६४ ते १९८५ या काळात ब्राझीलमध्ये लष्कराची राजवट होती. या राजवटीत अनेक

उठाव झाले. या उठावांमध्ये कामगार संघटनांचा सहभाग असे. धातुकामगारांच्या संघटनेचा सभासद या नात्याने दाखवलेले संघटन कौशल्य आणि कारखान्यांच्या मालकांच्या चर्चेत दाखवलेल्या वाक्चातुर्यामुळे लुला द सिल्व्हा देशपातळीवरील राजकीय मंचावर आपोआपच ओढले गेले.

१९७२मध्ये दोन मोठ्या उद्योगातील धातुकामगार संघटनांच्या सचिवपदी लुला यांची निवड झाली. तीन वर्षांनंतर झालेल्या निवडणुकीत एक लाख कामगार असलेल्या या संघटनेच्या अध्यक्षपदी त्यांची निवड झाली (१९७५). चळवळींच्या एवढ्या धामधुमीतच त्यांनी १९७४मध्ये मरिसा लॅटीसीया कासा यांच्याशी लग्न केले. दशकाच्या अखेरीपर्यंत कामगारांचे हक्क आणि कल्याण याविषयींचे प्रवक्ते या नात्याने, अधिकाधिक जबाबदारी पेलणारे नेते, अशी त्यांची ख्याती पसरली. लुला द सिल्व्हा यांच्या नेतृत्व करिष्म्यावर प्रभावित होऊन नेतेमंडळींनी त्यांच्या अध्यक्षतेखाली १९८०मध्ये कामगार पक्षाची (पार्टी दोदो त्रबालदोरेस-पीटी) अधिकृतपणे मुहूर्तमेढ रोवली. दोनच वर्षांत पक्षाची वाढ होऊन चार लाख कामगारांनी सभासदत्व स्वीकारले. १९८० ते १९९५ इतका प्रदीर्घ काळ लुला द सिल्व्हा यांनी कामगार पक्षाच्या राष्ट्रीय अध्यक्ष पदाची धुरा सांभाळली.

देशाच्या राजकारणातील सहभाग

१९८६च्या सार्वत्रिक निवडणुकीत लुला द सिल्व्हा सर्वाधिक मतांनी ब्राझीलच्या संसदेवर निवडून आले आणि देशातील महद् व्यक्ती अशी त्यांची ओळख होऊ लागली. १९८९मध्ये लुला द सिल्व्हा यांनी पीटी पक्षातर्फे ब्राझीलच्या राष्ट्राध्यक्ष पदाची निवडणूक लढवली. १९६०नंतर राष्ट्राध्यक्षपदाची पहिलीच थेट निवडणूक होती, मात्र काही थोड्या मतांनी त्यांचा पराभव झाला. दोन अपयशांनंतर २००२मध्ये झालेल्या निवडणुकीत ते मोठ्या मताधिक्याने निवडून आले, अन् राष्ट्राध्यक्षपदी विराजमान झाले. २००६मध्ये जनतेने पुन्हा त्यांना भरभरून यश दिले. पीटी पक्षालाही घवघवीत यश मिळून संसदेत बहुमत प्राप्त झाले. २०१०च्या अखेरीपर्यंत त्यांनी राष्ट्राध्यक्षपद सांभाळले.

भूकमुक्ती आणि गरिबी निवारण कार्य

पदग्रहण करण्यापूर्वीच राष्ट्राध्यक्ष लुई लुला द सिल्व्हा यांनी,'भूक आणि दारिद्र्य यांच्या विरुद्ध लढा देण्यास त्यांच्या सरकारचे प्राधान्य राहील,' असे जाहीर केले होते. सत्तेत येताच त्यांनी पुढील तीन प्रमुख कार्यक्रम राबवले :

अ) **बोलसा कुटुंब भत्ता कार्यक्रम :** यात गरीब कुटुंबांना आर्थिक मदत दिली गेली. २००९पर्यंत १.२ कोटी म्हणजे ब्राझीलच्या लोकसंख्येपैकी एक-चतुर्थांश लोकांनी या योजनेचा फायदा घेतला. त्यांना प्राथमिक साहित्य व सेवा पुरवून उत्पन्नाची हमी दिली.

ब) अन्न खरेदी योजना : यात स्थानिक उत्पादकांची आणि ग्राहकांची सांगड घातली गेली. स्थानिक लहान शेतकऱ्यांकडून अन्न खरेदी केल्याने ग्रामीण विकासास हातभार लागला. सार्वजनिक शाळा, सामुदायिक उपहारगृहे, बालवाड्या आणि इतर अनुदानित संस्था यांच्यामार्फत गरीब कुटुंबांना अन्नाचे वितरण केले गेले.

क) शालेय भोजन कार्यक्रम : यात संपूर्ण देशातील सार्वजनिक शाळांमधील सर्वच मुलांना तीन वेळचे भोजन देण्याची योजना कार्यान्वित केली गेली. त्यामुळे कुपोषणाची समस्या दूर झाली. 'शून्य भूकबळी' या कार्यक्रमांतर्गत सर्वच ब्राझीलवासियांना दररोज तीन वेळा पोषक अन्न (सकाळची न्याहारी आणि दुपारचे व रात्रीचे भोजन) दिले जाईल, अशी व्यवस्था निर्माण केली. त्यासाठी अन्नधान्याच्या किमतीसुद्धा नियंत्रणात ठेवण्यात आल्या आणि लहान शेतकरी कुटुंबांच्या उत्पन्नात भरघोस वाढ करण्यात आली.

लुई लुला द सिल्व्हा यांच्या आठ वर्षांच्या राष्ट्राध्यक्षपदाच्या कारकिर्दीत देशातील ४.७ कोटी लोकांना (८० टक्के) दररोज तीन वेळच्या भोजनाची सुविधा पुरवली गेली. त्यासाठी लागणाऱ्या अन्नापैकी कमीत कमी ३० टक्के अन्न स्थानिक शेतकऱ्यांकडून खरेदी केले गेले. ब्राझीलमधील ९३ टक्के मुलांना दिवसातून तीन वेळा सकस आहार मिळू लागला. देशातील दारिद्र्यग्रस्त जनतेची संख्यासुद्धा ४.८ टक्क्यांइतकी खाली आली.

सन्मान व पुरस्कार

लुई लुला द सिल्व्हा यांना मिळालेले पुरस्कार

- ऑर्डर ऑफ मेरिट पुरस्कार, ब्राझील (२००६)
- युक्रेन, नॉर्वे आणि डेन्मार्क या देशांचे सर्वोच्च पुरस्कार (२००६)
- जवाहरलाल नेहरू पुरस्कार, भारत (२००६)
- युनेस्कोचे फेलीक्स शांतता पारितोषिक (२००९)
- जागतिक आर्थिक परिषदेचा वैश्विक मुत्सद्दी पुरस्कार (२०१०)
- इंदिरा गांधी शांतता पुरस्कार, भारत (२०१०)
- जागतिक अन्न कार्यक्रमाचे 'भुकेविरुद्धच्या लढाईचा सेनापती' पारितोषिक (२०११)
- जागतिक अन्न पुरस्कार (जॉन कुफूर यांच्यासह) (२०११)
- ब्राझीलचे स्वातंत्र्यपदक (२०१२)
- *टाइम* मॅगेझीनतर्फे जगातील सर्वाधिक प्रभावशाली १०० व्यक्तींमध्ये गणना (२०१०)

सूक्ष्मसिंचन पद्धतीचे जनक

डॉ. डॅनिअल हिलेल
(Dr. Daniel Hillel)

(१९३०)

शुष्क वातावरण आणि कोरडवाहू शेती क्षेत्रात पिकांना पाणी पुरवण्याच्या नवीन मूलगामी पद्धतीची कल्पना करून ती डॉ. डॅनिअल हिलेल यांनी राबवली. 'सूक्ष्म सिंचन पद्धती' या नावाने जगप्रसिद्ध झालेल्या या तंत्रज्ञानामुळे कमी पाण्यात पिकांचे भरघोस उत्पादन घेता आले आणि भूकमुक्तीस मोठी मदत झाली. या अलौकिक कार्याबद्दल २०१२चा जागतिक अन्न पुरस्कार देऊन डॉ. डॅनिअल हिलेल यांचा गौरव करण्यात आला.

बालपण व पूर्वायुष्य

अमेरिकेतील लॉस एंजलिस शहरात १९३०मध्ये डॅनिअल यांचा जन्म झाला. पाच अपत्यांपैकी सर्वात लहान असलेला डॅनिअल एक वर्षाचा असतानाच वडील वारले. कुटुंबावर आभाळ कोसळले, त्यात अमेरिकेत विलक्षण मंदीचा काळ. डॅनिअलची आई आपल्या मुलांसह माहेरी आईवडिलांकडे पॅलेस्टिन या मध्यपूर्वेतील देशात राहायला गेली. पुढे यातील काही प्रदेश विभागून इस्राईल या देशाची स्थापना झाली. वयाच्या नवव्या वर्षी डॅनिअलची रवानगी इस्राईलच्या ग्रामीण भागातील एका किबुत्सवर (शेतकरी सहकारी वसाहत) झाली. १९४६मध्ये अमेरिकेतील दक्षिण कॅरोलिना राज्यातील आपल्या आजोळी चार्लस्टन शहरात त्यांनी माध्यमिक शिक्षण पूर्ण केले. किबुत्सतील कृषी-आधारित जीवनात बालपणापासून रमल्याने डॅनिअलचे जमिनीवर प्रेम जडले होते. त्यांनी आपले शैक्षणिक आणि व्यावसायिक क्षेत्र म्हणून कृषीची निवड केली. १९५०मध्ये जॉर्जिया विद्यापीठातून कृषी शास्त्रात बी.एस्सी. आणि रटगर्स विद्यापीठातून १९५१मध्ये मृदाविज्ञान या विषयात एम.एस. पदवी त्यांनी संपादन केली. याच वर्षी इस्राईलमध्ये परतल्यानंतर डॅनिअल यांनी देशाच्या कृषी मंत्रालयामध्ये भूमी आणि सिंचन स्रोतांचे नकाशे तयार करण्याच्या विभागात नोकरी पत्करली.

दुर्जल प्रदेशातील शेतीचे नंदनवन

थोड्याच दिवसांत डॅनिअल यांनी कृषी मंत्रालयातील नोकरी सोडून १९५२मध्ये एका आदर्शवादी गटाचे सदस्यत्व स्वीकारले. नेगेव्ह या वालुकामय प्रदेशातील उंच पठारी प्रदेशाच्या विकासासाठी हा गट समर्पितपणे कार्य करत होता. या भूभागातील तुटपुंज्या परंतु महत्त्वाच्या स्रोतांचा योग्य रीतीने वापर करून तेथे स्वावलंबी शेतकरी समाज निर्माण करण्याचे ध्येय त्यांनी समोर ठेवले होते.

डॅनिअल यांचे लक्ष दुर्जल प्रदेशातील पाणी पुरवठ्याच्या गंभीर समस्येकडे प्रथम वेधले गेले. त्यांनी वनस्पतींना किंवा पिकांना कमी पाणी, विभागून जास्त हप्त्यात देण्याचे वेळापत्रक तयार केले. पाणी थोड्या प्रमाणात, पण सतत वनस्पतींच्या मुळांजवळ छिद्रे असलेल्या (पाणी ठिबकणाऱ्या) प्लास्टिकच्या नळ्यांद्वारे दिले. या सूक्ष्म जलसिंचन पद्धतीमुळे पिकांच्या उत्पादनात क्रांतिकारक वाढ दिसून आली आणि पाण्याची मोठी बचत झाली. या नावीन्यपूर्ण जल व भू-व्यवस्थापन पद्धतीचा इस्राईलमधील आणि मध्य पूर्वेतील दुर्जल शेती पट्ट्यात प्रसार झाल्याने अन्न उत्पादनात क्रांती झाली, तसेच शेतकऱ्यांच्या मिळकतीत आणि राहणीमानात सुधारणा झाली. हिलेल यांनी विकसित केलेल्या ठिबक आणि तुषार (फवारा) सूक्ष्म सिंचन पद्धती परंपरागत पाटाने पाणी देण्याच्या प्रवाही सिंचन

पद्धतीपेक्षा अधिक कार्यक्षम ठरल्याने गेल्या पाच दशकांत या पद्धतीचा विस्तार जगातील दुर्जल आणि अर्ध-दुर्जल शेती असलेल्या देशांमध्ये झाला. या पद्धतींमुळे कमी पाण्यात अधिक उत्पादन मिळते. 'मोअर क्रॉप, पर ड्रॉप' म्हणजेच 'पाण्याच्या प्रत्येक थेंबापासून अधिक उत्पादन'.

डॅनिअल यांनी विकसित केलेल्या सूक्ष्म सिंचन पद्धतीचा अवलंब केल्याने काही वर्षांतच दे बोकर या वसाहतीचे रूपांतर नंदनवनात झाले. इस्त्राईलचे प्रथम पंतप्रधान डेव्हिड बेन-गुरियन वसाहतीच्या दौऱ्यावर आले असताना डॅनिअल यांचे नेत्रदीपक कार्य पाहून इतके प्रभावित झाले, की पंतप्रधान पदावरून निवृत्त झाल्यावर दे बोकर वसाहतीचे ते सभासद झाले. डॅनिअल या तरुण शास्त्रज्ञाच्या अलौकिक क्षमतेची जाणीव झाल्याने बेन-गुरियन यांनी त्यांना शाश्वत कृषी तंत्रज्ञानाच्या प्रसारासाठी विकसनशील देशांमध्ये सदिच्छा भेटीवर पाठवले. या कार्यक्रमांतर्गत डॅनिअल यांनी १९५६मध्ये प्रथम ब्रह्मदेशातील म्यानमारमध्ये कामगिरी केली.

डॅनिअल यांचे शैक्षणिक-संशोधन कार्यही चालूच होते. १९५७मध्ये त्यांनी जेरुसलेम येथील हिब्रू विद्यापीठातून मृदा भौतिकशास्त्र व पर्यावरण या विषयांमध्ये पीएच.डी. संपादन केली. १९५९ ते १९६१ या काळात त्यांनी कॅलिफोर्निया विद्यापीठात मृदा भौतिकशास्त्र आणि जलशास्त्र या विषयांत सखोल संशोधन केले.

शेतीसाठी शाश्वत जलव्यवस्थापन पद्धतींचा प्रसार

डॅनिअल यांच्या शाश्वत जल व्यवस्थापन तत्त्वांचा संयुक्त राष्ट्र संघटनेच्या अन्न व कृषी संघटनेने 'मदतगार' (HELPFUL) या नावाने पुरस्कार केला. 'HELPFUL' या शब्दाच्या अक्षरांमध्ये सहा बाबींचा अंतर्भाव आहे : उच्च वारंवारता (High frequency), कार्यक्षम ता (Efficiency), कमी आकारमान (Low volume), अपूर्ण क्षेत्र भिजवणे (Partial area), शेतीवाडी एकक (Farm unit) आणि कमी खर्च (Low cost). 'मदतगार' या तंत्रज्ञानाचा प्रसार आशिया, आफ्रिका, ऑस्ट्रेलिया आणि अमेरिका खंडांतील अनेक देशांमध्ये झाला. या जलसिंचन तंत्रज्ञानाचा वापर अन्नधान्य पिके, तसेच फळझाडे यांच्या लागवडीखाली ६० लक्ष हेक्टरपेक्षाही अधिक जमिनीवर केला जातो. हे क्षेत्र दिवसेंदिवस वाढत आहे. सूक्ष्म जलसिंचनाचे फायदे शेतकऱ्यांना कळून आले आहेत.

सूक्ष्म जलसिंचनामुळे जमिनीत पाणी मुरण्याचे प्रमाण वाढते, जमिनीच्या पृष्ठभागावरून होणारे पाण्याचे बाष्पीभवन कमी होते, वनस्पतींच्या मुळांना आवश्यक तेवढे पाणी आणि पोषणद्रव्ये यांचा सातत्याने पुरवठा होतो, पिकाला आवश्यक तेवढेच पाणी आणि खते मोजमाप करून दिल्याने पाणी व पोषणद्रव्ये यांची बचत होते, आणि त्यांच्या निचऱ्यावर नियंत्रण ठेवता येते. जमिनीत दलदल होत नाही किंवा जमिनीच्या पृष्ठभागाची धूपसुद्धा

होत नाही. निचरा हळूहळू झाल्याने जमिनीत क्षार साचून राहत नाहीत. यामुळे वनस्पतीची शरीरक्रिया उत्तम राहून अन्न तयार करण्याची प्रक्रिया कार्यक्षम राहण्यात होतो. कमी खर्चात भरघोस उत्पन्न मिळते आणि पर्यावरणसंवर्धनही होते.

डॅनिअल यांनी दुर्जल शेतीसाठी शाश्वत पाणी व्यवस्थापनाच्या अनेक पद्धती शोधून काढल्या. प्रामुख्याने, जमिनीला उतार देऊन, पावसाचे वाहून जाणारे पाणी गोळा करून सूक्ष्म सिंचनाद्वारे शेतीसाठी वापरल्याने पूर्वी पडीक असलेल्या जमिनीतसुद्धा पीक घेणे शक्य झाले. तीसपेक्षाही अधिक देशांतील शेतकरी, शास्त्रज्ञ आणि धोरणकर्ते यांच्याशी प्रत्यक्ष संपर्क साधून डॅनिअल यांनी जल व्यवस्थापनाचा कृती आराखडा बनवून दिला. हा आराखडा अमलात आणल्याने तेथील कोट्यवधी लोकांची अन्नसुरक्षा वाढली, भूकमुक्तीच्या कार्यास मदत झाली आणि राहणीमानात सुधारणा घडून आली आहे.

विविध आंतरराष्ट्रीय संस्थांमधील कार्य, वारसा आणि सन्मान

जागतिक बँक, संयुक्त राष्ट्र संघटनेची अन्न व कृषी संघटना, अमेरिकन आंतरराष्ट्रीय विकास संस्था, कॅनडातील आंतरराष्ट्रीय विकास संशोधन केंद्र, इत्यादी अनेक संस्थांबरोबर डॅनिअल यांनी जल व्यवस्थापन क्षेत्रात सहकार्य केले आहे. कोलंबिया विद्यापीठाच्या पृथ्वी संस्थेच्या हवामान पद्धती संशोधन केंद्रात ज्येष्ठ संशोधकाची जबाबदारी ते पार पाडत आहेत. अमेरिकन अवकाश संशोधन संस्थेच्या सहकार्याने 'हवामान बदलानुसार शेती पद्धतीमधील बदल' या प्रकल्पावर त्यांचे संशोधन सुरू आहे. जेरुसलेम, मॅसॅच्युसेट्स, कोलंबिया इत्यादी विद्यापीठे आणि जगातील प्रमुख कृषी संशोधन केंद्रांमधील प्राध्यापकांना आणि संशोधकांना प्रशिक्षण देण्यात डॅनिअल मग्न असतात. मृदा, पाणी आणि वनस्पती यांच्यातील परस्परपूरक साखळीचे व्यवस्थापन आणि त्यातून अधिक अन्नधान्य उत्पादन या विषयीचे डॅनिअल यांचे संशोधन व विकास कार्य अजरामर झाले आहे. २०१२ या वर्षाचा जागतिक अन्न पुरस्कार देऊन या सूक्ष्म जलसिंचन क्रांतीच्या नायकाचा यथोचित गौरव करण्यात आला आहे. ❑

जनुक अभियांत्रिकी तंत्रज्ञानाचे जनक

डॉ.मार्क व्हॅन मॉंटेग्यू
(Marc Van Montagu)

(१९३३)

डॉ. मेरी-डेल किल्टन
(Mary-Dell Chilton)

(१९३९)

डॉ. रॉबर्ट टी फ्रॅले
(Robert T. Fraley)

(१९५३)

कृषी जैवतंत्रज्ञान किंवा आनुवंशिक अभियांत्रिकी ही नवीनच शास्त्र शाखा मार्क व्हॅन मॉंटेग्यू, मेरी-डेल किल्टन आणि रॉबर्ट टी फ्रॅले या शास्त्रज्ञांच्या पायाभूत संशोधनामुळे उदयाला आली. या तंत्रज्ञानाद्वारे नावीन्यपूर्ण जनुकांचा पिकांमध्ये अंतर्भाव करून पिकांची उत्पादकता, गुणवत्ता आणि प्रतिरोधकता यात आश्चर्यकारकरीत्या वाढ करणे शक्य झाले. अशा जनुकरूपांतरित पीक-वाणांची लागवड विकसनशील आणि अविकसित देशांत झाल्याने अन्नसुरक्षेमध्ये वाढ झाली, तसेच भूक व गरिबी निवारणाच्या कार्यात फार मोठी मदत झाली. म्हणूनच या तीन शास्त्रज्ञांना २०१३ या वर्षाचा जागतिक अन्न पुरस्कार देऊन गौरवण्यात आले.

पार्श्वभूमी

पिकांचे सुधारित वाण तयार करण्याच्या पारंपरिक प्रजनन पद्धतीत अपेक्षित गुणधर्म असलेल्या दोन किंवा अधिक वाणांचा अथवा प्रजातींच्या संकरणाद्वारे, त्यांच्यातील गुणधर्मांचे नियंत्रण करणारे जनुक एकत्र आणले जातात. परंतु त्या पिकांच्या उपलब्ध वाणसंग्रहात अपेक्षित गुणधर्म नसले तर पीकसुधारणा करता येत नाही. बऱ्याच वेळा दोन प्रजातींचा संकर यशस्वी होत नाही किंवा संकर झाला तरी संकरित झाडात अनेकदा वंध्यत्व आल्याने पुढील प्रजा निपजत नाही. यामुळे पारंपरिक पीकपैदास पद्धतीमध्ये पीक सुधारणेच्या कार्यावर मर्यादा पडतात. मार्क व्हॅन मॉंटेग्यू, मेरी-डेल किल्टन आणि रॉबर्ट टी फ्रॅले या शास्त्रज्ञांनी स्वतंत्रपणे मूलभूत रेण्वीय संशोधन करून आनुवंशिक अभियांत्रिकी हे नवीन तंत्रज्ञान विकसित केले. हे तंत्रज्ञान वापरून एखाद्या सजीवाचा विशिष्ट जनुक, म्हणजे ‘डीएनए’ या जनुक रसायनाचा विवक्षित तुकडा, सूक्ष्म जिवाणूच्या साहाय्याने वनस्पती पेशीमध्ये अंतर्भूत केला जातो.

अंतर्भूत केलेला डीएनए तुकडा आणि पेशीतील मूळची डीएनए संरचना यांच्या जोडणीपासून पेशीमध्ये पुनर्रचित डीएनए तयार होऊन त्या वनस्पती पेशीत आनुवंशिक रूपांतर घडून येते. अशा पेशीपासून तयार झालेल्या झाडात अंतर्भूत केलेला विशिष्ट जनुक कार्यान्वित होऊन त्या झाडात अपेक्षित नवीन गुणधर्म दिसतो. वनस्पतींमध्ये आनुवंशिक रूपांतर घडवण्याचे तंत्र हाती लागल्याने पिकांच्या सुधारित वाणासाठी अमर्याद शक्यतांचे दालनच उघडले. अनेक पिकांचे जनुक रूपांतरित वाण शेतकऱ्यांना उपलब्ध झाले.

डॉ. मार्क व्हॅन मॉंटेग्यू

बालपण व पूर्वायुष्य

युरोप खंडातील बेल्जियम देशातील गेंट शहरात १० नोव्हेंबर १९३३ रोजी मार्क यांचा जन्म झाला. दुसऱ्या जागतिक महायुद्धाच्या काळात त्यांचे बालपण गेले. देशात अन्नाचे रेशनिंग सुरू होते आणि बहुसंख्य जनतेला कठीण समस्यांना तोंड द्यावे लागत होते. आर्थिक हलाखीची परिस्थिती असतानासुद्धा आईवडिलांनी मार्कला चांगल्या प्राथमिक व माध्यमिक विद्यालयात शिक्षण दिले. माध्यमिक शाळेतील उत्कृष्ट शिक्षकांमुळे मार्कला सजीवशास्त्र आणि सेंद्रिय रसायनशास्त्र या विषयांत गोडी निर्माण झाली. गेंट विद्यापीठात प्रवेश घेऊन त्यांनी रेण्वीय जैवशास्त्राचा अभ्यास सुरू केला. डीएनए आणि आरएनए या रेणूंचे सजीवांमधील महत्त्व आणि कार्य याविषयीचे शोध नुकतेच लागले होते. जैवरसायनशास्त्रांतर्गत याच रेणूंवर संशोधन करून १९५६मध्ये मार्क यांनी पीएच.डी. संपादन केली. या पदवीच्या आधारावर मार्क यांना गेंट विद्यापीठाच्या आरोग्यविज्ञान

महाविद्यालयात पेशीजीवशास्त्र विभागात कायमस्वरूपी नोकरी मिळाली. 'आरएनए' हे जनुक रसायन असणाऱ्या विषाणूंवर मार्क यांनी काही काळ संशोधन केले.

वनस्पतींच्या गाठींवरील संशोधनातून जनुक रूपांतरणाचा शोध

१९६५नंतर डॉ. मार्क व्हॅन माँटेग्यू आणि त्यांचे सहकारी जेफ शेल यांनी वनस्पतींच्या खोडांवर येणाऱ्या गाठींच्या रोगावर (क्राऊन गॉल) संशोधन सुरू केले. १९७४मध्ये त्यांनी प्रथमच शोधून काढले की, ॲग्रोबॅक्टेरियम ट्यूमेफेशिअन्स या मातीत आढळून येणाऱ्या सूक्ष्म जिवाणूंपासून 'क्राऊन गॉल' रोग वनस्पतींना होतो. द्विदल वनस्पतींच्या जमिनीलगतच्या खोडावर (क्राऊन) काही कारणाने झालेल्या जखमेतून ॲग्रोबॅक्टेरियम हा जिवाणू वनस्पतीच्या पेशीत प्रवेश करतो. त्यानंतर वनस्पतीच्या पेशींची कॅन्सरच्या पेशींप्रमाणे अती वाढ होऊन गाठ तयार होते. अशा गाठी खोडांवर, देठांवर आणि पानांवरसुद्धा दिसून येतात.

जिवाणूंच्या पेशीत डीएनए या जनुक रसायनाचा एक मोठा वर्तुळाकार धागा असतो. त्या व्यतिरिक्त विशिष्ट गुणधर्मांचे नियंत्रण करणारी डीएनएची काही लहान वर्तुळेसुद्धा पेशींमध्ये असतात. अशा लहान वर्तुळांना प्लाझमिड असे म्हणतात. त्यापैकीच एका प्लाझमिडमुळे वनस्पतींवर गाठी येत असल्याचे जेफ शेल आणि मार्क व्हॅन माँटेग्यू यांना आढळून आले. या प्लाझमिडला त्यांनी 'टी आय प्लाझमिड' असे नाव दिले. पुढे मेरी-डेल किल्टन आणि त्यांच्या सहकाऱ्यांनी (मिल्टन गोर्डन व युजीन नेस्टर) वॉशिंग्टन राज्य विद्यापीठात संशोधन करून असे सिद्ध केले की टी आय प्लाझमिडमधील एक लहानसा तुकडा (टीडीएनए) जखमी झालेल्या वनस्पती-पेशीत प्रवेश करून वनस्पतीच्या जनुक संरचनेत जोडला जातो.

यजमान वनस्पती-पेशीच्या डीएनएमध्ये अंतर्भूत झालेला टीडीएनए, पेशीची कार्ययंत्रणा आपल्या ताब्यात घेऊन विशिष्ट रसायने तयार करवून घेतो. या रसायनांमुळे पेशींची कॅन्सरच्या पेशींसारखी अमर्याद वाढ होऊन गाठ तयार होते. अशी रसायने तयार करणारे जनुक मूलतः वनस्पती-पेशीत नसतात, तथापि टीडीएनए यजमान पेशीच्या डीएनएशी जोडला गेल्याने ही नवीन रसायने तयार होतात. टीडीएनएच्या हस्तांतरणामुळे किंवा प्रतिरोपणामुळे वनस्पती-पेशीचे जनुक रूपांतरण होते. अशा प्रकारे ॲग्रोबॅक्टेरियम ट्यूमेफेशिअन्स हा जिवाणू निसर्गातला जनुक अभियंता असल्याचे मेरी-डेल किल्टन आणि त्यांच्या सहकाऱ्यांनी अमेरिकेतील वॉशिंग्टन राज्य विद्यापीठात आणि व्हॅन माँटेग्यू व जेफ शेल यांनी बेल्जियममधील गेंट विद्यापीठात स्वतंत्रपणे शोधून काढले.

रेण्वीय जैवशास्त्राच्या उपयोजित संशोधनातून पिकांची आनुवंशिक सुधारणा

टी आय प्लाझमिडची रेण्वीय रचना आणि कार्य यांचा उलगडा केल्यानंतर व्हॅन मॉंटेग्यू आणि जेफ शेल यांनी उपयोजित संशोधनावर लक्ष केंद्रित केले. ॲग्रोबॅक्टेरियममार्फत वनस्पतींच्या पेशींमध्ये सजीवांचे विविध जनुक अंतर्भूत करण्याचे आणि शाश्वत जनुक रूपांतरण घडवून आणण्याचे तंत्रज्ञान विकसित करण्यावर त्यांनी भर दिला. त्यांच्या संशोधनामुळे आनुवंशिक अभियांत्रिकी किंवा कृषी जैवतंत्रज्ञान ही नवीनच शास्त्र शाखा उदयाला येऊन रेण्वीय जैवशास्त्र संशोधनात अधिकाधिक शास्त्रज्ञ रस घेऊ लागले.

१९८३मध्ये अमेरिकेतील मायामी येथे आयोजित 'मायामी शिशिरकालीन जैवरसायनशास्त्र विचारगोष्ठी'त आपले मूलभूत संशोधन व्हॅन मॉंटेग्यू यांनी प्रथमच सादर केले. 'जनुकतंत्रज्ञानातील प्रगती' या चर्चासत्रात त्यांच्याबरोबरच मेरी-डेल किल्टन आणि रॉबर्ट फ्रॅले यांनीही स्वतंत्रपणे केलेले आपले संशोधन सादर केले. जैवशास्त्रात मैलाचा दगड ठरलेले हे संशोधन मायामीत सादर झाल्यानंतर संपूर्ण जगाला आश्चर्याचा धक्का बसला. या नवोन्मेषी संशोधनामुळे पिकांची आनुवंशिक सुधारणा रेण्वीय पातळीवर काटेकोरपणे करण्याचे अत्याधुनिक तंत्रज्ञान उपलब्ध झाले.

पिकांची आनुवंशिक सुधारणा करण्यासाठी कृषी जैवतंत्रज्ञान त्वरित उपलब्ध व्हावे या उद्देशाने डॉ. मॉंटेग्यू यांनी १९८२मध्ये कीटक प्रतिरोधक आणि तणनाशकांना सहनशील असे पिकांचे वाण तयार करण्यासाठी 'प्लँट जेनेटिक सिस्टिम्स', आणि १९९८मध्ये मका आणि भात या पिकांचे अधिक उत्पादनक्षम वाण उपलब्ध करून देणासाठी 'क्रॉप डिझाईन' या कंपन्या स्थापन केल्या. डॉ. मॉंटेग्यू 'युरोपियन जैवतंत्रज्ञान महासंघा'चे अध्यक्ष आहेत. गेंट विद्यापीठाच्या अनुवंशशास्त्र प्रयोगशाळेच्या संचालक पदावरून ते निवृत्त झाले आहेत.

विकसनशील देशांतील संशोधन संस्थांचे अत्याधुनिक जैवतंत्रज्ञानाच्या क्षेत्रात सबलीकरण व्हावे या उदात्त हेतूने डॉ. व्हॅन मॉंटेग्यू यांनी 'आंतरराष्ट्रीय बहिस्थ वनस्पती जैवतंत्रज्ञान संस्थे'ची २०००मध्ये स्थापना केली. आजही ते अथकपणे जैवतंत्रज्ञानाचा प्रसार करत आहेत. आफ्रिकन देशांत शाश्वत कृषी आणि कृषी-उद्योग यांचा विकास करण्यासाठी २०१५मध्ये 'मार्क व नोरा व्हॅन मॉंटेग्यू निधी'ची त्यांनी स्थापना केली.

सन्मान व पुरस्कार

डॉ. व्हॅन मॉंटेग्यू यांना मिळालेले पुरस्कार

- इंग्लंडचे रँक पारितोषिक (१९८७)
- युरोपियन शास्त्र व तंत्रज्ञान पारितोषिक (१९८८)
- फ्रेंच शास्त्र अकादमीचा पुरस्कार (१९९०)
- बेल्जियमचा राष्ट्रीय शास्त्र पुरस्कार (१९९०)
- जपानचा कृषी जैवतंत्रज्ञान पुरस्कार (१९९८)
- बुचर पदक (१९९९)
- जागतिक अन्न पुरस्कार (२०१३)
- इराणचे सुवर्णपदक (२०१५)

डॉ. मेरी-डेल किल्टन

बालपण व पूर्वायुष्य

अमेरिकेतील इंडियाना राज्यामधील इंडियानापोलिस शहरात २ फेब्रुवारी १९३९ रोजी मेरी-डेल यांचा जन्म झाला. त्यांचे प्राथमिक शिक्षण पूर्ण झाल्यानंतर किल्टन कुटुंबाने इलिनॉय राज्यात स्थलांतर केले. हिंसडेल येथील नावाजलेल्या शाळेत मेरी-डेल यांनी माध्यमिक शिक्षण पूर्ण केले. राष्ट्रीय शास्त्रप्रज्ञा परीक्षेत त्यांनी सर्वोत्तम गुण मिळवून आपल्या शिक्षकांना आश्चर्याचा सुखद धक्का दिला. शालेय शिक्षणातच त्यांना जैवशास्त्राची आवड निर्माण झाली होती. महाविद्यालयात सजीवांच्या वैशिष्ट्यांच्या रासायनिक मूलाधाराचा सखोल अभ्यास करताना त्यांना आढळून आले, की जैवशास्त्रातल्या अनेक गुपितांचा अद्याप उलगडा व्हायचा आहे. इलिनॉय विद्यापीठामध्ये रसायनशास्त्रात पीएच.डी. करत असतानाच त्यांनी ठरवले की, रेण्वीय अनुवंशशास्त्र आणि वनस्पती जैवतंत्रज्ञान या विषयांत संशोधन करणे हेच त्यांचे जीवनकार्य राहील. हौशी दुर्बीण रचनाकार अशीही त्यांची ख्याती होती. १९६७मध्ये मेरी-डेल यांनी इलिनॉय विद्यापीठातून पीएच.डी. संपादन केली. जिवाणूंच्या आनुवंशिक रूपांतरणावर संशोधन करून त्यांनी पीएच.डी. चा प्रबंध सादर केला होता. जेम्स वॅटसन आणि फ्रान्सिस क्रिक यांनी १९५३मध्ये डीएनए या जनुक रसायनाची रचना शोधून काढली होती. न्यूक्लिओटाईडच्या दोन परस्परपूरक साखळ्यांची स्वतःभोवती फिरणारी नागमोडी शिडी बनवली की डीएनएची डबल हेलिक्स ही रचना होते. वॅटसन आणि क्रिक यांच्या प्रमेयाप्रमाणे पेशी विभाजनाच्या वेळी डीएनए

रेणूची पुनरुत्पत्ती होते, तेव्हा रेणूतील दोन साखळ्या विलग होतात आणि प्रत्येक जुन्या साखळीवर पूरक अशी नवी साखळी तयार होऊन जोडली जाते. अशा प्रकारे डीएनएच्या दोन साखळ्या निर्माण होतात.

डीएनए रेणूच्या पुनरुत्पत्तीच्या या अर्ध-संवर्धन पद्धतीमुळे शास्त्रज्ञांचा असा समज होता, की पेशीच्या कार्यप्रणालीमध्ये डीएनए रेणूतली फक्त एकच साखळी भाग घेते. तथापि, मेरी-डेल यांनी त्यांच्या पीएच.डी. संशोधनाद्वारे असे सिद्ध केले की, डीएनए रेणूच्या दोन्ही साखळ्या पेशीच्या प्रक्रियांमध्ये भाग घेऊ शकतात.

वॉशिंग्टन राज्य विद्यापीठातील संशोधन

पीएच.डी.साठी केलेल्या महत्त्वपूर्ण संशोधनाच्या आधारावर डॉ. मेरी-डेल यांच्याकडे सिॲटल येथील वॉशिंग्टन राज्य विद्यापीठाच्या सूक्ष्मजीवशास्त्र विभागात संशोधन करण्यासाठी शिष्यवृत्तीची संधी चालून आली. सिॲटल येथील संशोधन कार्यात त्यांनी डीएनए रेणूंच्या प्रयोगशाळेतील संकरणांचे तंत्रज्ञान आत्मसात केले. ॲग्रोबॅक्टेरियम ट्यूमेफेशिअन्स या जिवाणूच्या हल्ल्यांमुळे वनस्पतींच्या खोडावर होणाऱ्या गाठींचे रहस्य उलगडण्यात त्यांना डीएनएच्या पुनर्जोडणी (संकर) तंत्रज्ञानाचा उपयोग झाला. टीडीएनए वनस्पतीच्या जनुक संरचनेत अंतर्भूत झाल्याने खोडावर गाठ येते, हे त्यांनी १९७७मध्ये सिद्ध केले. पुढे त्यांनी जिवाणूतून टीडीएनए वगळल्यावरही जिवाणूचा जनुक रूपांतरणाचा गुणधर्म शाबूत राहिला, पण खोडावर गाठ आली नाही.

डॉ. मेरी-डेल किल्टन यांनी रेण्वीय जैवशास्त्रातील संशोधन पुढे विद्यापीठाच्या सेंट लुई कॅम्पसवर चालू ठेवले. १९७९मध्ये त्यांना विद्यापीठात अध्यापनाची नोकरीसुद्धा मिळाली. तीन वर्षांच्या परिश्रमपूर्वक संशोधनातून त्यांच्या गटाने ॲग्रोबॅक्टेरियम जिवाणूद्वारे जनुक पुनर्रोपणाचे तंत्र वापरून तंबाखूचे जगातील पहिले जनुक रूपांतरित झाड निर्माण केले. मिल्टन गोर्डन आणि युजीन नेस्टर हे त्यांचे सहकारी होते. या विस्मयकारक संशोधनाचे निष्कर्ष डॉ. मेरी-डेल यांनी १९८३मध्ये मायामी 'शिशिरकालीन विचारगोष्ठी'त सादर करून जैवशास्त्रात खळबळ उडवून दिली. टीडीएनएच्या साहाय्याने इतर सजीवांचे जनुक वनस्पतींमध्ये हस्तांतरित करून वनस्पतींचे गुणधर्म प्रयोगशाळेत बदलता येऊ शकतात, हे त्यांचे संशोधन मैलाचा दगड ठरला. वनस्पतींचे आनुवंशिक गुणधर्म, पारंपरिक वनस्पती प्रजननशास्त्रापेक्षा, कृषी जैवतंत्रज्ञानाने अधिक काटेकोरपणे बदलता येऊ शकतात हे सिद्ध झाले, अन् डॉ. किल्टन यांची ख्याती सर्वत्र पसरली. तत्कालीन सिबा-गायगी कॉर्पोरेशन या बहुराष्ट्रीय कंपनीने जैवतंत्रज्ञान संशोधनासाठी त्यांना पाचारण केले.

सिबा-गायगी कॉर्पोरेशनमधील कार्य

१९८३मध्ये डॉ. किल्टन यांनी सिबा-गायगी कंपनीत सेवा सुरू केली. कंपनीच्या कृषी जैवतंत्रज्ञान शाखेच्या उपाध्यक्ष, विशेष शास्त्रवृत्तीधारक आणि प्रमुख शास्त्रज्ञ पदांवर त्यांनी कार्य केले. जगातील आघाडीच्या कृषी जैवतंत्रज्ञान संशोधन कार्यक्रमांची मुहूर्तमेढ त्यांनी सिबा-गायगीच्या प्रयोगशाळेत केली. पिकांमध्ये आनुवंशिक रूपांतर घडवून आणण्यासाठीच्या मूलभूत संशोधन पद्धतींमध्ये त्यांनी सुधारणा केल्या. उपद्रव पोहोचवणाऱ्या रोग व कीटक यांच्याविरुद्ध पिकांमध्ये प्रतिरोधकता अंतर्भूत करता यावी यासाठीच्या उपयोजित जनुक रूपांतरण संशोधनावर त्यांनी भर दिला. तीन दशकांपेक्षाही अधिक काळ त्यांचे कृषी जैवतंत्रज्ञानावरील संशोधन येथे चालूच आहे.

पुरस्कार व सन्मान

डॉ. मेरी-डेल किल्टन यांना मिळालेले पुरस्कार

- जॉन स्कॉट पदक
- बेंजामिन फ्रँकलीन पदक
- अमेरिकन राष्ट्रीय शास्त्र अकादमीचे सदस्यत्व
- अमेरिकन पीक शास्त्र सोसायटी पदक (२०११)
- जागतिक अन्न पुरस्कार (२०१३)
- राष्ट्रीय नावीन्यपूर्वक संशोधक (२०१५)

डॉ. रॉबर्ट टी फ्रॅले

बालपण व पूर्वायुष्य

अमेरिकेतील इलिनॉय राज्यातील वेलिंग्टन शहराजवळील वस्तीत १९५३मध्ये रॉबर्ट यांचा जन्म झाला. अन्नधान्य उत्पादन आणि पशुपालन करणाऱ्या एका शेतवाडीवर त्यांचे बालपण गेले. त्यामुळेच अधिक उत्पादन देणाऱ्या पिकांची आणि वाणांची निर्मिती करण्याची भावना त्यांच्या मनात अंकुरली. त्या उद्देशाने रॉबर्ट यांनी इलिनॉय विद्यापीठातून सूक्ष्मजीवशास्त्रात पदवी आणि पदव्युत्तर शिक्षण घेतल्यानंतर जैवरसायनशास्त्रात पीएच.डी. मिळवली. त्यानंतर डॉ. फ्रॅले यांनी कॅलिफोर्निया विद्यापीठाच्या सॅन फ्रान्सिस्को कॅम्पसमध्ये जैवभौतिकी विषयात सखोल संशोधन केले. सजीवांच्या पेशींमधील गुंतागुंतीच्या रासायनिक व भौतिक रचनेसंबंधित संशोधनाची दृष्टी येथे त्यांना प्राप्त झाली.

बहुराष्ट्रीय कंपनी मॉन्सेंटोमधील संशोधन

मॉन्सेंटो या कृषी क्षेत्रातील आघाडीच्या बहुराष्ट्रीय कंपनीने जैवतंत्रज्ञानाचा वापर करून पिकांचे सुधारित वाण विकसित करण्याच्या संशोधनात पुढाकार घेतला होता. हुशार, तरुण संशोधकांच्या शोधात असताना कंपनीने डॉ. रॉबर्ट टी फ्रॅले यांची पारख करून १९८१मध्ये एका प्रमुख प्रकल्पावर त्यांची नेमणूक केली. रेण्वीय जैवशास्त्र गटाचे नेतृत्व डॉ. फ्रॅले यांच्याकडे आले. कीटकांच्या आणि तणांच्या उपद्रवामुळे पिके नष्ट होण्याच्या समस्येला शेतकऱ्यांना वारंवार तोंड द्यावे लागते. जैवतंत्रज्ञानाच्या साहाय्याने या समस्येवर मात करून पिकांचे प्रतिरोधक वाण विकसित करण्याची जबाबदारी डॉ. फ्रॅले यांच्या गटावर सोपवण्यात आली. त्यांच्या गटाचे प्रारंभीचे संशोधन डॉ. मार्क व्हॅन मॉंटग्यू व डॉ. मेरी-डेल किल्टन यांच्या संशोधनपद्धतीवरच आधारित होते. तथापि डॉ. फ्रॅले यांनी पेशींमध्ये जनुक पुनर्रोपणाच्या अधिक कार्यक्षम पद्धती शोधून काढण्यावर भर दिला.

तंबाखूच्या सामान्य पेशींची प्रतिजैविक (ॲन्टिबायोटिक)युक्त माध्यमात वाढ न होता कालांतराने पेशी मृत होतात. तथापि, काही जिवाणूंमध्ये प्रतिजैविकांना प्रतिरोधकता असलेले जनुक आढळून येतात. डॉ. फ्रॅले यांच्या संशोधक गटाने जिवाणूंमधील अशा प्रतिरोधक जनुकाचे ॲग्रोबॅक्टेरियमच्या साहाय्याने तंबाखू पेशींच्या जनुक संरचनेत प्रत्यारोपण केले. या जनुक रूपांतरित तंबाखू पेशी प्रतिजैविकयुक्त माध्यमावर सामान्यपणे वाढल्या. जिवाणूंचा प्रत्यारोपित जनुक तंबाखू पेशींमध्ये कार्यान्वित होऊन पेशींमध्ये प्रतिरोधकता निर्माण झाल्यानेच त्या वाढू शकल्या. रूपांतरित पेशींपासून प्रतिरोधकता असलेले तंबाखूचे पूर्ण झाड वाढवले गेले. या पद्धतीने जगातील पहिले जनुक रूपांतरित झाड तयार करण्यात डॉ. फ्रॅले यांना यश मिळाले.

या क्रांतिकारक संशोधनाचे डॉ. फ्रॅले यांनीसुद्धा १९८३मध्ये मायामी 'शिशिरकालीन विचारगोष्ठी'मध्ये सादरीकरण केले. पिकांचे सुधारित वाण विकसित करण्यासाठी जैवतंत्रज्ञानाचा प्रबळ साधन म्हणून उपयोग होऊ शकतो, हे त्याद्वारे जगाला कळून आले. डॉ. फ्रॅले यांनी पुढे विस्ताराने जनुक रूपांतरणाचे संशोधन करून अनेक पिकांचे विविध गुणधर्मांसाठी सुधारित वाण विकसित केले. उदाहरणार्थ, कीटक आणि तणनाशक प्रतिरोधकता, हवामान बदल, उच्च तापमान, पाण्याचा ताण यांस सहनशीलता इत्यादी. १९९६मध्ये त्यांनी 'राउंड अप रेडी' नावाचा ग्लायफोसेट (राउंड अप हे व्यापारी नाव) या तणनाशकास प्रतिरोधकता असलेला सोयाबीन वाण विकसित करून शेतकऱ्यांना लागवडीसाठी दिला. या वाणाचे बियाणे पेरल्यानंतर शेतातील तणांचा बंदोबस्त करण्यासाठी शेतकरी बिनदिक्कतपणे या तणनाशकाची फवारणी शेतात करू शकतात.

प्रतिरोधक जनुकामुळे या सोयाबीनच्या रोपांना तणनाशकापासून अपाय होत नाही.

मॉन्सेंटो कंपनीमध्ये डॉ. फ्रॅले यांनी महत्त्वाच्या पदांवर (प्रमुख तांत्रिक अधिकारी आणि कार्यकारी उपाध्यक्ष) कार्य केले. कंपनीच्या संशोधनाला योग्य दिशा देण्यात डॉ. फ्रॅले यांनी मध्यवर्ती भूमिका निभावली. त्यामुळे पिकांचे उपयुक्त आणि टिकाऊ वाण तयार होऊन शेतकऱ्यांना गुणवत्तायुक्त बियाणे उपलब्ध झाले. डॉ. रॉबर्ट फ्रॅले यांची अमेरिकेच्या सायन्स ॲडव्हान्समेंट असोसिएशनचे फेलो म्हणून निवड झाली.

सन्मान आणि पुरस्कार

डॉ. फ्रॅले यांना मिळालेले पुरस्कार

- अमेरिकेचे राष्ट्रीय तंत्रज्ञान पदक (१९९९)
- राष्ट्रीय शास्त्र अकादमीचा पुरस्कार (२००८)
- जागतिक अन्न पुरस्कार (२०१३)

आनुवंशिक अभियांत्रिकीचा जागतिक कृषी क्षेत्रावरील ठसा

१९९६मध्ये प्रथमच जनुक रूपांतरित पिकांचे वाण शेतकऱ्यांना लागवडीसाठी देण्यात आले. पहिल्या वर्षी १७ लाख हेक्टर क्षेत्रावर या सुधारित वाणांची लागवड झाली होती. सुरुवातीला जनुक रूपांतरित वाणांविषयी लोकांच्या मनात अनेक शंका होत्या. पण सुरक्षिततेच्या अनेक चाचण्या घेतल्यानंतरच अशा वाणांचे बियाणे लागवडीसाठी दिले जाते आणि गेल्या दोन दशकांत या वाणांच्या लागवडीपासून पर्यावरणीय दुष्परिणाम झाल्याचे आढळून आले नाही.

सोयाबीन, मका, मोहरी, कापूस इत्यादी पिकांचे जनुक रूपांतरित वाण प्रगत तसेच विकसनशील अशा २६ देशांत मोठ्या प्रमाणावर लागवडीसाठी दिले गेले. २०१७मध्ये १८ कोटी ९८ लाख हेक्टर इतक्या मोठ्या क्षेत्रावर या देशांमध्ये या वाणांची लागवड केली गेली. अमेरिका, ब्राझील, अर्जेंटिना, कॅनडा, भारत, पाकिस्तान, चीन, दक्षिण आफ्रिका, उरुग्वे आणि ऑस्ट्रेलिया हे जनुक रूपांतरित वाणांची लागवड करणारे प्रमुख देश होत. जैवतंत्रज्ञानाच्या वापराने अन्नसुरक्षेत वाढ होऊन गरिबी निवारणात महत्त्वाचे योगदान दिले गेले आहे, तसेच पर्यावरण संरक्षणालाही हातभार लागला आहे. कीटक प्रतिरोधक वाणांच्या लागवडीमुळे कीटकनाशक रसायनांचा वापर बराच कमी झाल्याने पर्यावरण संवर्धन झाले आहे.

❑

दुसऱ्या गहूक्रांतीचे जनक

डॉ. संजय राजाराम

(Dr. Sanjay Rajaram)

(१९४३)

डॉ. नॉर्मन बोरलॉग यांचे उत्तराधिकारी या नात्याने मेक्सिकोतील सिमीट या संस्थेच्या गहू पैदासशास्त्र विभागाची धुरा डॉ. संजय राजाराम यांनी यशस्वीपणे सांभाळली. त्यांनी विंटर व्हीट (हिवाळी हंगामातील गहू) आणि स्प्रिंग व्हीट (वसंत ऋतूतील गहू) या वाणांचा यशस्वी संकर करून विविध प्रकारच्या हवामानात हमखास अधिक उत्पादन देणारे वाण विकसित केले. सहा खंडांतील ५१ देशांमध्ये या वाणांच्या लागवडीपासून गहू उत्पादनात दुसरी क्रांती घडून आली. वैश्विक भूक निवारणाच्या कार्यात त्यामुळे मोठी प्रगती झाल्याने डॉ. राजाराम यांना २०१४चा जागतिक अन्न पुरस्कार दिला गेला.

बालपण व पूर्वायुष्य

उत्तर प्रदेशच्या वाराणसी जिल्ह्यातील रायपूर या खेडेगावात १० फेब्रुवारी १९४३ रोजी एका सामान्य शेतकरी कुटुंबात संजय यांचा जन्म झाला. दोन हेक्टर शेतीतून मिळणाऱ्या मर्यादित आर्थिक उत्पन्नावर कुटुंबाचा चरितार्थ चालत असे. घरापासून पाच किलोमीटर अंतरावरील गावात चालत जाऊन त्यांनी प्राथमिक व माध्यमिक शिक्षण पूर्ण केले. शालान्त परीक्षेतील गुणवत्तेच्या आधारे त्यांना पुढील शिक्षणासाठी शिष्यवृत्ती मिळाली. गोरखपूर विद्यापीठांतर्गत जौनपूर कृषी महाविद्यालयातून १९६२मध्ये त्यांनी बी.एस्सी. (कृषी) पदवी प्राप्त केली. यानंतर संजय यांनी दिल्ली येथील भारतीय कृषी संशोधन संस्थेत (आयएआरआय) प्रवेश घेतला आणि १९६५मध्ये ते अनुवंशशास्त्रात एम.एस्सी. झाले. रोटरी क्लबची आंतरराष्ट्रीय शिष्यवृत्ती मिळाल्याने त्यांनी ऑस्ट्रेलियातील सिडनी विद्यापीठात पुढील शिक्षणासाठी प्रवेश घेतला. डॉ. आय. ए. वॅटसन यांच्या मार्गदर्शनाखाली गव्हावर संशोधन करून संजय यांनी १९६८मध्ये पीएच.डी. संपादन केली. डॉ. वॅटसन अमेरिकेत शिकत असताना डॉ. बोरलॉग त्यांचे सहाध्यायी होते. डॉ. वॅटसन यांची शिफारस आणि गुणवत्ता यामुळे डॉ. राजाराम मेक्सिकोतील आंतरराष्ट्रीय मका व गहू संशोधन केंद्रात (सिमीट) दाखल झाले. तेथे डॉ. बोरलॉग आणि डॉ. ग्लेन अँडरसन यांच्या मार्गदर्शनाखाली गहू संशोधन करण्याची संधी त्यांना मिळाली. तत्पूर्वी त्यांनी दिल्ली येथे रॉकफेलर फाउंडेशनच्या गहू प्रकल्पात संशोधन केले.

सिमीटमधील संशोधन कार्य

१९६९मध्ये डॉ. राजाराम यांनी पोस्ट-डॉक्टोरल शिष्यवृत्तीवर सिमीटमध्ये डॉ. बोरलॉग यांच्यासोबत संशोधनकार्याला सुरुवात केली. उपयोजित संशोधनावर भर देऊन कठोर परिश्रम केले, तरच अन्नधान्य उत्पादनात क्रांती घडवून आणता येईल, हे डॉ. बोरलॉग यांचे तत्त्व डॉ. राजाराम यांनी आत्मसात केले. १९७२मध्ये डॉ. बोरलॉग यांनी आपल्या संशोधनकार्याची धुरा डॉ. राजाराम यांच्या खांद्यावर टाकली आणि सिमीटच्या गहू पैदासशास्त्र गटाच्या प्रमुखपदी डॉ. राजाराम यांची नेमणूक झाली. १९९६पर्यंत या पदावर कार्य केल्यानंतर १९९६ ते २००३पर्यंत गहू संशोधन प्रकल्पाच्या संचालकपदाची धुरा त्यांनी यशस्वीपणे सांभाळली.

गहू हे जगातले सर्वाधिक क्षेत्रावर आणि विस्तृत प्रदेशावर लागवड होणारे तृणधान्य आहे. अन्नसुरक्षेत गव्हाची पायाभूत भूमिका आहे. मानव जातीला उष्मांक आणि प्रथिने पुरवणारे गहू हे पीक प्राथमिक स्रोत असून शंभरपेक्षा जास्त देशांतील ४५० कोटी लोकांचे मुख्य खाद्यान्न आहे. गहू पीक विविध हवामानांशी जुळवून घेते. सखल भागात तसेच

अधिक उंचीवरील पर्वतीय प्रदेशातसुद्धा त्याची लागवड केली जाते. विषुववृत्तापासून आर्क्टिक खंडापर्यंत, सर्व प्रकारच्या हवामानात ते वाढू शकते. गव्हाची सहज रीतीने साठवण करता येते आणि ब्रेडपासून बिअरपर्यंतच्या असंख्य अन्नप्रकारात रूपांतर करता येते. चीन आणि भारत हे अनुक्रमे सर्वात मोठे गहू उत्पादक देश असून सर्वाधिक लोकसंख्या या प्रदेशात राहते. गव्हाची लागवड २४ कोटी हेक्टर क्षेत्रावर केली जाते. त्यापैकी ८० टक्के क्षेत्र विकसनशील देशांत आहे. म्हणूनच सतत वाढत जाणाऱ्या जागतिक लोकसंख्येचे भरणपोषण करण्यासाठी गव्हाच्या शाश्वत उत्पादनवाढीस प्राथमिकता दिली जाते. त्यासाठी गव्हाचे सुधारित वाण व लागवड तंत्रज्ञान विकसित करण्याचे संशोधन सातत्याने करण्याला महत्त्व प्राप्त होते.

पहिल्या हरितक्रांतीनंतर गहू वाणांच्या उत्पादनक्षमतेच्या मर्यादा लक्षात येऊ लागल्या होत्या. त्यावर मात करण्यासाठी डॉ. राजाराम यांनी गव्हाच्या जैवविविधतेचा अभ्यास करून हिवाळी आणि वसंत ऋतूच्या हंगामात लागवड केल्या जाणाऱ्या विभिन्न गटाच्या वाणांचे संकरण प्रयोग सुरू केले. या दोन गटांच्या संकरणातून उत्पादित बियाण्यांची हाताळणी डॉ. राजाराम यांनी डॉ. बोरलॉग यांच्या शटल ब्रीडिंग पद्धतीनुसार केली. या पद्धतीत संकरणानंतरच्या एका पाठोपाठच्या पिढ्यांचे बियाणे विविध वातावरणाच्या दोन किंवा अधिक ठिकाणी क्रमाने लावले जाते आणि त्या वातावरणात अपेक्षित गुणधर्म असलेल्या झाडांची निवड केली जाते. भौगोलिक उंची, तापमान, जमिनीतील मातीचा प्रकार, इत्यादी बाबतीत विविधता असलेल्या देशांमध्ये अशा प्रकारे बियाण्यांची लागवड करून डॉ. राजाराम यांनी उत्पादनक्षमतेबरोबरच विविध ताणांना सहनशील अशी झाडे निवडली आणि गव्हाचे सुधारित वाण विकसित केले. त्यांनी विकसित केलेल्या वाणांमध्ये अधिक उत्पादकता, दाण्याची पौष्टिकता, ताण सहनशीलता, रोगप्रतिरोधकता इत्यादी गुणधर्मांचे एकत्रीकरण करणे शक्य झाले.

नवीन गहू-वाणांचा प्रसार व पुढील संशोधनाची दिशा

डॉ. राजाराम यांच्या संशोधक गटाने विकसित केलेले वाण १९८० आणि १९९०च्या दशकांमध्ये गहू पिकवणाऱ्या विविध देशांमध्ये लोकप्रिय झाले. विश्वातील सहा खंडांतील ५१ देशांमध्ये ५.८ कोटी हेक्टरपेक्षाही अधिक क्षेत्रावर या वाणांची लागवड होऊ लागली. पाकिस्तानातील पर्वतराजींमधील लहान शेतांपासून चीनमध्ये दूरवर पसरलेल्या सखल शेतीवर यशस्वीपणे लागवड होऊन गहू उत्पादनाचे चित्र पालटले. ब्राझीलमधील आम्लधर्मीय जमिनीमध्ये असलेले ॲल्युमिनिअम धातूचे प्राबल्य गव्हाच्या वाढीस हानिकारक ठरते. डॉ. राजाराम यांच्या गटाने विकसित केलेल्या ॲल्युमिनिअम प्रतिरोधक गहू वाणांची यशस्वीपणे लागवड झाल्याने ब्राझीलमधील गहू उत्पादनात वाढ झाली.

तांबेरा हा बुरशीजन्य रोग गहू पिकाचा कर्दनकाळ आहे. डॉ. बोरलॉग यांनी गव्हाचे तांबेरा प्रतिरोधक वाण विकसित केले होते. तथापि, तांबेरा रोगाच्या बुरशीमध्ये कालांतराने आनुवंशिक परिवर्तन झाल्याने गव्हातील प्रतिरोधक जनुकांची परिणामकारकता कमी झाली. उत्परिवर्तित बुरशीच्या हल्ल्याने गहू पिकाची अपरिमित हानी होऊ लागली. डॉ. राजाराम यांनी बुरशीच्या उत्परिवर्तित जनुकांना प्रतिरोधक नवीन गहू-वाण विकसित केले. यासाठी त्यांनी संशोधनपद्धतीमध्ये बदल केला. तीव्र प्रतिरोधकता (ऊर्ध्वदर्शी प्रतिरोधकता) असलेल्या एका जनुकाचा किंवा दोन जनुकांचा गव्हात अंतर्भाव केला, तर बुरशीमध्ये थोड्या वर्षांतच उत्परिवर्तन होऊन गहू तांबेऱ्याला बळी पडतो. तथापि, कमी तीव्रतेचे अनेक प्रतिरोधक जनुक गव्हात अंतर्भूत केले, तर गव्हाची प्रतिरोधकता दीर्घ काळ टिकून राहते (अधरदर्शी किंवा शाश्वत प्रतिरोधकता). अशा प्रकारच्या वातावरणात बुरशीमध्ये उत्परिवर्तन होण्याचे प्रमाण फार कमी असते आणि ते झाले तर दीर्घकालाने होते. या 'शाश्वत प्रतिरोधकता' पद्धतीने विकसित केलेल्या गहू-वाणांच्या लागवडीने अन्नपुरवठाही शाश्वत होऊ लागला.

डॉ. राजाराम यांनी गहू संशोधनाचे जागतिक जाळे विस्तारित केले. संशोधकांमधील माहिती आणि वाण यांची देवाणघेवाण वाढल्याने गहू संशोधनाला बळकटी प्राप्त झाली. पहिल्या हरितक्रांतीनंतरच्या दोन दशकांच्या काळात गहू उत्पादनात २० कोटी टनांपेक्षाही अधिक वाढ झाली.

सिमीटमधून निवृत्तीनंतरचे कार्य

सिमीटमधील ३३ वर्षांचा सेवाकाळ पूर्ण झाल्यानंतर डॉ. राजाराम यांनी सीरियामधील 'कोरडवाहू क्षेत्रांसाठीचे आंतरराष्ट्रीय कृषी संशोधन केंद्र (आयसीएआरडीए)' येथे एकात्मिक जनुक व्यवस्थापन प्रकल्पाच्या संचालकपदी २००४-२००८ दरम्यान कार्य केले. सेवानिवृत्तीनंतर 'रिसोर्स सीड इंटरनॅशनल' ही बीज कंपनी सुरू करून ते दर्जेदार बियाण्यांचा पुरवठा करत आहेत. त्यांनी मेक्सिकोचे नागरिकत्व स्वीकारले आहे.

सन्मान व पुरस्कार

डॉ. नॉर्मन बोरलॉग यांनी २००७मध्ये डॉ. संजय राजाराम यांच्याबद्दल म्हटले होते, "जगातल्या अनेक देशांतील आणि विविध राजकीय प्रणाली असलेल्या नेत्यांबरोबर कार्यक्षमरीत्या सहकार्य करण्याची विलक्षण हातोटी आणि दिव्यदृष्टी असलेले सध्याच्या काळातील ते सर्वोत्कृष्ट गहू पैदासशास्त्रज्ञ आहेत. जागतिक गहू उत्पादनात त्यांनी फार मोठे योगदान दिले आहे."

शाश्वत अन्नपुरवठ्यासाठी डॉ. राजाराम यांनी केलेल्या अलौकिक कार्याप्रीत्यर्थ २०१४ या वर्षाचा जागतिक अन्न पुरस्कार देऊन त्यांचा सन्मान करण्यात आला. २०१४ हे डॉ. बोरलॉग यांच्या जन्मशताब्दीचे व आंतरराष्ट्रीय कुटुंब शेतीचे वर्ष असल्याने डॉ. राजाराम यांना दिलेले पारितोषिक उचितच आहे. डॉ. संजय राजाराम यांना नव्वदपेक्षाही अधिक आंतरराष्ट्रीय पुरस्कार व सन्मान मिळाले आहेत.

❑

डॉ. संजय राजाराम यांना मिळालेले प्रमुख पुरस्कार व सन्मान

- सर्वोच्च पुरस्कार, ग्वाटेमाला (१९८८)
- किंग बाऊदीन पुरस्कार, सीजीआयएआर (१९८८)
- आंतरराष्ट्रीय कृषीविद्या सेवा, अमेरिका (१९९२)
- स्टॅकमन पुरस्कार, अमेरिका (१९९३)
- बोरलॉग पुरस्कार, भारत (१९९५)
- विशेष शास्त्रज्ञ, सिमीट (१९९७)
- मैत्री पुरस्कार, चीन (१९९८)
- रास्क पुरस्कार, इंग्लंड (१९९८)
- राष्ट्रीय कृषिशास्त्रे अकादमी सदस्य, भारत (१९९९)
- पीकशास्त्र सोसायटी सदस्य, अमेरिका (२००१)
- पद्मश्री पुरस्कार, भारत (२००१)
- क्रॉफर्ड पुरस्कार, ऑस्ट्रिया (२००१)
- राष्ट्रीय पुरस्कार, मेक्सिको (२००३)
- आंतरराष्ट्रीय पुरस्कार, इराण (२००४)

गरिबांचे सबलीकरण करणाऱ्या 'ब्रॅक' संस्थेचे संस्थापक

सर फझल हसन अबेद

(Sir Fazle Hasan Abed)

(१९३६)

बांगला देशातील जनतेची हलाखीची परिस्थिती सुधारण्यासाठी सर फझल हसन अबेद यांनी 'बांगलादेश ग्रामीण प्रगती समिती' या जगातील सर्वाधिक मोठ्या सेवाभावी संस्थेची स्थापना केली. शाश्वत विकासासाठी लोकांना स्वावलंबी करण्यावर त्यांनी भर दिला, त्यांच्या अथक प्रयत्नांमुळे बांगला देश आणि इतर दहा देशांमधील सुमारे १५ कोटी लोकांच्या अन्नसुरक्षेत आणि राहणीमानात क्रांतिकारक बदल घडून आला. यासाठी २०१५ या वर्षाचा जागतिक अन्न पुरस्कार सर अबेद यांना देण्यात आला.

पार्श्वभूमी

१९७०-७१ या काळात बांगला देशातील सर्वच नागरिकांचे जीवन ढवळून निघाले होते. नुकत्याच येऊन गेलेल्या प्रलयकारी अशा उष्ण कटिबंधीय वादळामुळे जनजीवन विसकळीत झाले होते; तशातच पाकिस्तानपासून स्वातंत्र्य मिळवण्यासाठी नऊ महिने चाललेल्या स्वातंत्र्ययुद्धामुळे देशात हलाखीची परिस्थिती होती. वादळ आणि युद्ध यामुळे देशातील सुमारे तीन लाख लोक मृत्युमुखी पडले होते. लक्षावधी लोकांना दारिद्र्य, उपासमार आणि रोगराई यांना तोंड द्यावे लागत होते. जीव वाचवण्यासाठी सुमारे एक कोटी नागरिकांनी सीमा ओलांडून भारतात स्थलांतर केले होते. देशबांधवांची या गर्तेतून सुटका करण्यासाठी अबेद यांनी शेल कंपनीतील नोकरीचा राजीनामा देऊन १९७२मध्ये 'बांगलादेश पुनर्वसन मदत समिती' (बांगला देश रिहॅबीलिटेशन अेड कमिटी-ब्रॅक)ची स्थापना केली.

प्रारंभी पीडित लोकांच्या पुनर्वसनासाठी मदतकार्य केल्यानंतर अबेद यांनी समाजविकास कार्यात स्वतःला झोकून दिले. त्यांनी समितीचे नाव बदलून 'बांगलादेश ग्रामीण प्रगती समिती' (बांगलादेश रूरल अॅडव्हॉन्समेंट कमिटी) असे ठेवले. त्यांच्या दारिद्र्यनिर्मूलन कार्याचे वेगळेपण असे होते, की गरिबांमध्ये स्वावलंबनाची भावना रुजावी. या दृष्टीने त्यांनी सातत्याने प्रयत्न केले. आर्थिक विकास हीच ग्रामीण प्रगतीची गुरुकिल्ली असल्याचे त्यांनी ओळखले होते. कृषी आणि पूरक व्यवसायांवर लक्ष केंद्रित करून त्यांनी सूक्ष्म अर्थपुरवठ्याची योजना अमलात आणली. महिलांना कौशल्यविकास प्रशिक्षणात सहभागी करून त्यांच्या उपक्रमांसाठी कर्जपुरवठा केला. महिलांचे सामाजिक आणि आर्थिक सबलीकरण हा ग्रामीण उत्कर्षाचा क्रांतिकारक महामंत्र ठरला.

बालपण व पूर्वायुष्य

बांगला देशातील हबीबगंज जिल्ह्यात बनिया चॉग येथे २७ एप्रिल १९३६ रोजी फझल हसन अबेद यांचा जन्म झाला. त्यांचे कुटुंब बांगला देशातील प्रतिष्ठित कुटुंबांपैकी एक होते. त्यांच्या आईचे वडील ब्रिटिश वसाहतकाळात बंगाल राज्य प्रशासनात मंत्री होते. त्यांचे एक आजोबा बंगालच्या राज्यपालांच्या कार्यकारी परिषदेचे पहिले बंगाली सदस्य होते. फझल यांचे शालेय शिक्षण पबना येथे आणि महाविद्यालयीन शिक्षण ढाका येथे झाले. त्यानंतर त्यांनी लंडनला जाऊन १९६२मध्ये लेखापालाचे (चार्टर्ड अकाउंटंट) शिक्षण घेतले. लंडनमधील वास्तव्यात त्यांनी इंग्लिश आणि युरोपियन वाङ्मयात तसेच पाश्चात्त्य संगीतातसुद्धा रस घेतला.

१९६९मध्ये मायदेशी परतून फझल यांनी शेल या पेट्रोलियम कंपनीत नोकरी स्वीकारली. दोन वर्षांनंतर कंपनीच्या लेखा विभागाच्या प्रमुखपदी त्यांची नेमणूक झाली

आणि एका मोठ्या कंपनीचे कार्यकारी अधिकारी या नात्याने सुखी जीवन सुरू झाले. तथापि, बांगला देशातील चक्रीवादळ, स्वातंत्र्ययुद्ध यामुळे ओढवलेल्या हलाखीच्या पार्श्वभूमीवर त्यांनी आपल्या उच्चपदस्थ नोकरीचा १९७१मध्ये राजीनाम दिला आणि स्वतंत्र बांगला देशाच्या ग्रामीण प्रगतीचे कंकण हाती बांधले.

ब्रॅकचे नेतृत्व आणि कार्य

नैसर्गिक आपत्ती आणि स्वातंत्र्ययुद्ध यांपासून बाधित जनतेचे पुनर्वसन करण्याच्या उद्देशाने स्थापन केलेल्या ब्रॅक या संस्थेचे अबेद यांनी चिरकाल विकास साधणाऱ्या संस्थेत रूपांतर केले. आपल्या दूरदृष्टीने त्यांनी इतर अशासकीय संस्था तसेच शासकीय विभाग यांच्यापेक्षा ब्रॅकचे वेगळेपण जपले. गरिबांना विविध व्यावसायिक व आर्थिक स्रोत पुरवून स्वावलंबी बनवणारी, नावीन्यपूर्ण उपक्रमांचा शोध घेऊन त्यांचा अवलंब करणारी, परिवर्तनशील अशी विशाल संस्था म्हणून ब्रॅकचे जगभर नाव झाले आहे.

१९७५च्या दरम्यान ब्रॅकच्या असे लक्षात आले की, स्थानिक कुक्कुट वाणाची उत्पादकता कमी आहे, पुरेसे खाद्य त्यांना मिळत नाही, लसीकरण होत नाही, आदी कारणांमुळे कुक्कुटपालन व्यवसाय फायदेशीर होत नाही. प्राधान्यक्रमाने त्यांनी स्थानिक लस उत्पादन करण्यात गुंतवणूक केली. लसींची साठवणूक करण्यासाठी वातानुकूलित व्यवस्था करणे खर्चीक असल्याने केळींच्या फळात साठवणूक करून ती पुरवली गेली. मक्याची मोठ्या क्षेत्रावर लागवड केली गेली. कुक्कुटपालन करणाऱ्यांना मक्याचे वाटप केले. या उपक्रमांद्वारे व्यवसायाची कार्यक्षमता खूप वाढली. कुक्कुटपालन व्यवसायानंतर त्यांनी बीजप्रक्रिया उद्योग स्थापन केला. भात, मका, भाजीपाला आदी पिकांचे बियाणे तयार करून त्यावर प्रक्रिया करण्याचा व्यवसाय सुरू केला. शेतकऱ्यांपर्यंत दर्जेदार बियाणे पोहोचवण्यासाठी स्वयंरोजगार करणाऱ्या बीजवितरकांची नेमणूक केली. पशुखाद्याचे कारखाने, कुक्कुट आणि मत्स्य बीजपुरवठा, दूध संकलन व प्रक्रिया प्रकल्प, चहाचे मळे व पॅकेजिंग इत्यादी व्यवसायसुद्धा ब्रॅकने सामाजिक स्तरावर सुरू केले. त्यामुळे उत्पादन खर्च तर कमी झालाच; पण नफासुद्धा होऊ लागला. या नफ्यातून दिलेल्या अनुदानातून प्राथमिक शिक्षण आणि अत्यावश्यक आरोग्य सुविधांची सोय झाली. विविध ग्रामीण उपक्रमांद्वारे लक्षावधी शेतकऱ्यांना सुधारित तंत्रज्ञान आणि कमी खर्चीक स्रोत उपलब्ध झाल्याने उत्पादन व उत्पन्न वाढ होऊन त्यांचे राहणीमान सुधारण्यास मदत झाली. या सर्व कार्यक्रमांमध्ये स्त्रियांचा सहभाग क्रांतिकारक ठरला आहे. उदाहरणार्थ, दोन दशकांनंतर सुमारे २० लाख महिला कुक्कुटपालन व्यवसाय सांभाळत असून स्थानिक कुक्कुटपालक महिला आणि राष्ट्रीय पातळीवरील ग्राहक यांच्यात उत्कृष्ट साखळी निर्माण झाली आहे. अशा प्रकारे स्थानिक व्यक्तिगत व्यावसायिक राष्ट्रीय अर्थकारणाला जोडला गेला आहे.

व्यवसायात यशस्वीपणे नफा कमावण्याचा अनुभव आल्याने ग्रामीण महिलांमध्ये आत्मविश्वास निर्माण झाला आहे. महिलांचे सबलीकरण होऊन त्या बांगला देशातील ग्रामीण उत्कर्षाच्या दूत बनल्या आहेत.

ब्रॅकने आपल्या नफ्यातून कृषी संशोधन आणि विस्तार कार्यातसुद्धा गुंतवणूक केली आहे. त्यांनी सुरू केलेली संशोधन व विस्तार केंद्रे आंतरराष्ट्रीय संशोधन संस्थांच्या सहकार्याने कार्य करतात. अधिक उत्पादनक्षम व जमिनीतील क्षारांच्या आधिक्याला सहनशील भाताचे वाण, मका व सूर्यफुलाचे उच्च उत्पादनक्षम संकरित वाण आणि सुधारित लागवड तंत्रज्ञान या सहकार्यातून विकसित झाले आहेत.

सन्मान, पुरस्कार आणि वारसा

सर अबेद यांनी सुमारे ४५ वर्षे दिलेल्या नेतृत्वामुळे ब्रॅक या जगातील सर्वाधिक मोठ्या सेवाभावी संस्थेने दारिद्र्य आणि भूक निवारणात अलौकिक योगदान दिले आहे.

डॉ. एम. एस. स्वामीनाथन यांनी म्हटले आहे, ''सर अबेद हे धोरणी विचारवंत आणि दूरदृष्टी असलेले महामानव आहेत.'' तर ऑक्सफर्ड विद्यापीठातील अर्थशास्त्राचे प्राध्यापक डॉ. पॉल कोलियर यांनी ब्रॅकबद्दल बोलताना 'जगातील सर्वाधिक आश्चर्यकारक सामाजिक उपक्रम' असे म्हटले आहे. सर फझल अबेद सध्या ब्रॅक बँकेच्या संचालक मंडळाचे अध्यक्ष आहेत. सुमारे २५ राष्ट्रीय आणि आंतरराष्ट्रीय विकास संस्था, सेवाभावी संस्था आणि संशोधन संस्थांच्या प्रशासकीय मंडळांच्या अध्यक्ष पदाची किंवा सदस्य पदाची जबाबदारी त्यांनी सांभाळली आहे. त्यांना इंग्लंड, अमेरिका, जपान आणि कॅनडा येथील आघाडीच्या १० विद्यापीठांनी सन्माननीय डॉक्टरेट पदवी बहाल केली आहे. ❑

सर अबेद यांना मिळालेले पुरस्कार

- रेमन मॅगसेसे पुरस्कार, फिलीपीन्स (१९८०)
- ॲलन श्वान फिनस्टीन जागतिक भूक पारितोषिक (१९९०)
- युनिसेफ पुरस्कार (१९९२)
- ओलोफ पालमे पुरस्कार (२००१)
- शॉन फाउंडेशनचा सामाजिक उपक्रम पुरस्कार (२००२)
- ब्रिटिश राजघराण्यातर्फे अत्यंत मानाचा 'सर' (नाईटहुड) किताब (२००९)
- शैक्षणिक कार्यासाठीचे वाईज पारितोषिक (२०११)
- रशियाचे आंतरराष्ट्रीय लिओ टॉलस्टॉय सुवर्णपदक (२०१४)
- जागतिक अन्न पुरस्कार (२०१५)
- वैश्विक सार्वजनिक आरोग्याचे थॉमस फ्रान्सिस पदक (२०१६)

डॉ. मारिया आंद्रेद
(Dr. Maria Andrade)

(१९५८)

डॉ. रॉबर्ट मवांगा
(Dr. Robert Mwanga)

(१९५४)

डॉ. जान लो
(Dr. Jan Low)

(१९५५)

डॉ. होवर्थ बोयुस
(Dr. Howarth Bouis)

(१९५०)

डॉ. मारिया आंद्रेद, डॉ. रॉबर्ट मवांगा, डॉ. जान लो आणि डॉ. होवर्थ बोयुस यांना २०१६ या वर्षाचा जागतिक अन्न पुरस्कार देण्यात आला. जीवनसत्त्वांनी आणि सूक्ष्म अन्नद्रव्यांनी समृद्ध असे प्रमुख अन्न पिकांचे सुधारित वाण विकसित करून त्यांचा लागवडीसाठी प्रसार करण्याचे अलौकिक कार्य या शास्त्रज्ञांनी केले. त्यामुळे लाखो लोकांचे कुपोषण दूर करण्यास मदत झाली आहे.

पार्श्वभूमी

आहारातील 'अ' जीवनसत्त्वाच्या अभावामुळे अंधत्व येते, रोगप्रतिकारशक्ती कमी होते आणि बालकांचा व गरोदर स्त्रियांचा अकाली मृत्यूसुद्धा ओढवतो. आफ्रिका खंडातील सहारा वाळवंटाच्या दक्षिणेकडील देशांमध्ये ही समस्या मोठ्या प्रमाणात आढळते. रताळ्याचा कंद हा तेथील लोकांच्या आहारातील एक प्रमुख घटक होय. रताळ्याचा गर सर्वसाधारणपणे पांढरा असतो. त्यात 'अ' जीवनसत्त्वाचा जवळजवळ पूर्ण अभाव असतो. डॉ. मारिया आंद्रेद या संशोधिकेने मोझांबिकमध्ये आणि डॉ. रॉबर्ट मवांगा यांनी युगांडामध्ये संशोधन करून 'अ' जीवनसत्त्वयुक्त, नारिंगी रंगाचा गर असलेले रताळ्याचे सुधारित वाण विकसित केले. रताळ्याच्या गराला नारिंगी रंग बीटा कॅरोटीन या रसायनापासून येतो. जैविक प्रक्रियेत बीटा कॅरोटिनपासून 'अ' जीवनसत्त्व तयार होते. नारिंगी रताळ्याचे आहारात मूल्य असून ते 'अ' जीवनसत्त्वाने समृद्ध असल्याचे म्हटले जाते.

अमेरिकन संघराज्यात डॉ. जान लो यांनी नारिंगी रताळ्यांच्या पोषणमूल्यांचा अभ्यास करून 'अ' जीवनसत्वाने समृद्ध रताळ्यांच्या प्रसाराची मोहीमच हाती घेतली. डॉ. जान यांच्या नावीन्यपूर्ण व हिरिरीच्या प्रसारकार्यामुळे नारिंगी रताळी लोकप्रिय झाली. आफ्रिकेतील सुमारे वीस लाख कुटुंबांनी नारिंगी रताळ्यांची लागवड करून आपल्या रोजच्या आहारात त्यांचा अंतर्भाव केला आहे. त्यायोगे 'अ' जीवनसत्त्व उपलब्ध होऊन त्यांच्या आरोग्यात लक्षणीय सुधारणा झाली.

दक्षिण अमेरिकेतील पेरू या देशात कार्यरत आंतरराष्ट्रीय बटाटा (संशोधन) केंद्र (इंटरनॅशनल पोटॅटो सेंटर - आयपीसी) या संस्थेच्या आधिपत्याखाली डॉ.आंद्रेद, डॉ. मवांगा आणि डॉ. लो यांचे कार्य झाले. अमेरिकेतील आंतरराष्ट्रीय अन्नधोरण संशोधन संस्थेत सेवा करत असताना डॉ. होवर्थ बोयुस यांनी 'हार्वेस्ट प्लस' नावाचा एक नवीन विभाग स्थापन करून या विभागाच्या माध्यमातून जगातील विविध संशोधन संस्थांना आर्थिक पाठबळ दिले. या संस्थांच्या सहकार्याने सकस अन्न उत्पादन करण्याच्या उद्देशाने वैश्विक पातळीवर पीक प्रजनन धोरण राबवले जाते. त्या अंतर्गत लोह आणि जस्त या शरीरपोषणाला आवश्यक धातूंची वाढीव मात्रा असलेले भात, गहू, बाजरी, घेवडा इत्यादी पिकांचे सुधारित वाण विकसित करण्यास मदत झाली आहे. तसेच 'अ' जीवनसत्त्वाची वाढीव मात्रा असलेले कसावा (कंदपीक), मका आणि नारिंगी रताळ्याचे वाण विकसित करण्यासही प्रोत्साहन मिळाले आहे. पिकांचे असे पौष्टिक वाण डॉ. होवर्थ यांच्या मार्गदर्शनाखाली सुमारे चाळीस देशांत लागवडीसाठी प्रसृत झाले आहेत. 'स्वीट पोटॅटो ॲक्शन फॉर फूड सिक्युरिटी ॲण्ड हेल्थ इन आफ्रिका (साशा)' या मोहिमेअंतर्गत बिल

गेट्स फाउंडेशनतर्फेसुद्धा नारिंगी रताळ्यांच्या संशोधनाला २००९मध्ये भरघोस आर्थिक मदत दिली गेली आहे.

या प्रयत्नांमुळे दीड कोटींपेक्षाही अधिक लोकांना पोषणमूल्यांनी समृद्ध असे अन्न लाभले आहे. भविष्यातही अशा वाणांचा कोट्यवधी लोकांच्या भरणपोषणास व आरोग्यास लाभ होत राहील. या प्रकल्पांमध्ये कृषीविद्या, वनस्पती प्रजनन, पोषण आणि सार्वजनिक आरोग्यशास्त्र या क्षेत्रांमधील संशोधकांची व तज्ज्ञांची आदर्श शृंखला निर्माण झाली आणि आंतरराष्ट्रीय विकास कार्यक्रमात व्यस्त धुरिणांच्या कर्तृत्वाला एकात्मतेची नवीन दिशा मिळाली. क्रांतिकारक शोध शेतकऱ्यांच्या शेतावर त्वरित पोहोचवणे, ग्राहकांचे शिक्षण व परिणामकारक मार्केटिंग करून सकस शेती उत्पादन भोजनाच्या टेबलावर पोहोचवणे आणि जनसामान्यांच्या आहारातील पोषणमूल्यांची कमतरता भरून काढणे शक्य झाले आहे. आहारातील पोषणद्रव्यांची कमतरता केवळ औषधे देऊन पूर्ण करण्यापेक्षा, अशा द्रव्यांनी समृद्ध अन्नपिकांद्वारे करणे अधिक श्रेयस्कर असल्याचेही सिद्ध झाले आहे.

डॉ. मारिया आंद्रेद

बालपण व पूर्वायुष्य

पश्चिम आफ्रिकेच्या किनाऱ्यालगतच्या केप व्हर्द बेटांवरील साव फिलीप फोगो शहरात १९५८मध्ये मारिया यांचा जन्म झाला. त्या वेळी पोर्तुगीज वसाहत असलेल्या केप व्हर्दला १९७५मध्ये स्वातंत्र्य मिळाले. मारियाचे वडील गोदीत कामाला जात आणि आई सात मुले व दोन मुली यांचा सांभाळ करत असे. उज्ज्वल भविष्यासाठी त्यांना उत्तम शिक्षण देण्यासाठी त्यांचे प्रयत्न होते. फोगो येथे प्राथमिक शिक्षण पूर्ण केल्यानंतर मारियाला १९७२मध्ये पुढील शिक्षणासाठी ज्येष्ठ बंधूंकडे सांतियागो बेटावर पाठवण्यात आले. १९७८मध्ये माध्यमिक शिक्षण पूर्ण केल्यानंतर दोन वर्षे तेथील शाळेत त्यांनी शास्त्र व गणित या विषयांचे अध्यापन केले.

आंतरराष्ट्रीय विकासासाठी अमेरिकन मदत यंत्रणा (यूएसएआयडी) या संस्थेतर्फे आफ्रिका-अमेरिका शैक्षणिक शिष्यवृत्तीसाठी मारियाची निवड होऊन त्यांनी अमेरिकेला प्रयाण केले. ॲरिझोना विद्यापीठातून १९८४मध्ये कृषी विद्याशाखेत बी.एस्सी. पदवी आणि १९८५मध्ये अनुवंशशास्त्रात एम. एस्सी. पदवी संपादन केल्यानंतर मारियाने उत्तर कॅरोलिना विद्यापीठात प्रवेश घेतला. तेथून त्यांनी १९९४मध्ये वनस्पती प्रजनन व शरीरक्रिया शास्त्रात पीएच.डी. प्राप्त केली. भावी जीवनात आफ्रिका खंडातील विकसनशील देशांमध्ये अन्नसुरक्षा निर्माण करण्यासाठी पुढाकार घेण्याची ऊर्मी मारियामध्ये त्यांच्या मार्गदर्शकांनी निर्माण केली होती. पीएच.डी. संशोधनासाठी निवडलेल्या रताळे पिकावरच

पुढील संशोधन करावयाचे त्यांनी ठरवले. कुपोषित बालकांचे आणि महिलांचे पोषण करण्याची विलक्षण क्षमता या पिकात असल्याचे त्यांच्या लक्षात आले होते.

आंतरराष्ट्रीय उष्ण कटिबंधीय कृषी संस्था (आयआयटीए) येथील कार्य

लवकरच डॉ. मारिया आंद्रेद यांच्या जीवनाला वळण देणारी घटना घडली. नायजेरियातील आंतरराष्ट्रीय उष्ण कटिबंधीय कृषी संस्था (इंटरनॅशनल इन्स्टिटट्यूट ऑफ ट्रॉपिकल ॲग्रीकल्चर - आयआयटीए) येथे वनस्पती प्रजननशास्त्रज्ञ या पदावर त्यांची नेमणूक झाली. त्यायोगे मोझांबिकमध्ये संशोधन करण्याची संधी त्यांच्याकडे चालून आली. मोझांबिकमधील ७० टक्के मुले आहारातील 'अ' जीवनसत्त्वाच्या कमतरतेला बळी पडतात, हे लक्षात आल्यावर डॉ. मारिया यांनी रताळ्याच्या आनुवंशिक सुधारणेचा प्रकल्प हाती घेतला. १९९७मध्ये त्यांनी प्रथम सहारा वाळवंटाच्या दक्षिणेकडील दुर्जल शेतीच्या प्रदेशात लागवडीसाठी योग्य असे पाण्याच्या ताणाला सहनशील वाण विकसित करण्याचे संशोधन सुरू केले. चार वर्षांच्या संशोधनानंतर त्यांनी २००१मध्ये नऊ सुधारित वाण लागवडीसाठी शेतकऱ्यांना दिले. मोझांबिकमध्ये हे वाण लोकप्रिय झाल्यानंतर डॉ. मारिया यांचा आत्मविश्वास वाढला. 'यूएसएआयडी'च्या आर्थिक पाठबळावर त्यांनी अमेरिका, चीन, केनिया आणि टांझानिया येथून नारिंगी रताळ्यांचे ५८ वैविध्यपूर्ण वाण गोळा केले. या वाणांच्या विस्तृतपणे चाचण्या घेऊन त्यांतून त्यांनी अधिक उत्पादनक्षम आठ वाण निवडले आणि त्यांचे बेणे मोझांबिकमधील एक लाख २३ हजार शेतकरी कुटुंबांना लागवडीसाठी दिले. यूएसएआयडी, मोझांबिकमधील प्रशासन आणि हार्वेस्ट प्लस यांच्या मदतीने डॉ. मारिया यांनी सुधारित नारिंगी वाण लोकप्रिय केले. त्यांच्या प्रयत्नातून उत्पादक, बाजारव्यवस्था आणि ग्राहक अशी शाश्वत साखळी निर्माण होऊन जनतेच्या आहारात नारिंगी रताळ्यांचा अंतर्भाव झाल्याने 'अ' जीवनसत्त्वाचा अभाव दूर झाला.

डॉ. रॉबर्ट मवांगा

बालपण व पूर्वायुष्य

युगांडातील कामुली जिल्ह्यात बुधबांगुल या खेड्यात १९५४मध्ये रॉबर्ट यांचा जन्म झाला. वीस एकर क्षेत्र असलेल्या फार्मवर दहा भावंडांसह रॉबर्टचे बालपण गेले. कॉफी व कापूस ही नगदी पिके, रताळी, मका, भुईमुग, घेवडा, तीळ, इत्यादी अन्नपिके आणि फळझाडे व भाजीपाला पिकांची लागवड करून त्यांचे कुटुंब आपला चरितार्थ चालवत असे. घरापासून चार किलोमीटर अंतर दोन बहिणींबरोबर चालत जाऊन एका लहानशा शाळेत काही दिवस शिक्षण घेतल्यानंतर रॉबर्टची १७५ किलोमीटर दूरवरील गावात लग्न

होऊन गेलेल्या बहिणीकडे पाठवणी झाली. तेथील शाळेत उत्तम प्रगती दाखवल्याने त्यांना शिष्यवृत्ती मिळाली आणि युगांडातील एका सर्वोत्तम माध्यमिक विद्यालयात प्रवेश घेऊन त्यांनी उच्च श्रेणीत शालेय शिक्षण पूर्ण केले. पुढील शिक्षणासाठी सरकारची शिष्यवृत्ती मिळाल्याने रॉबर्ट यांनी कंपाला या राजधानीच्या शहरातील मकेरेरे विद्यापीठात प्रवेश घेतला. १९७८मध्ये त्यांनी जीवशास्त्र आणि भूगोल या विषयात पदवी संपादन केली. पुढे युगांडातील राजकीय अस्थैर्यामुळे त्यांनी १९८३मध्ये देश सोडला.

रताळ्यावरील संशोधन कार्य

नायजेरियातील आंतरराष्ट्रीय उष्ण कटिबंधीय कृषी केंद्रात कंदमुळे प्रजनन संशोधन गटाबरोबर सहा महिने काम केल्यानंतर रॉबर्ट फिलीपीन्स येथे गेले. लॉस बॅनॉस शहरातील विद्यापीठातून १९८६मध्ये एम.एस. पदवी संपादन केल्यानंतर युगांडात परतून त्यांनी आपले संशोधन कार्य पुन्हा सुरू केले. रॉबर्ट मवांगा यांनी १९८६मध्ये युगांडातील नमुलोंग संशोधन केंद्रात 'यूएसएआयडी'च्या मदतीने कंदमुळे व खोडपिकांवरील संशोधनाची मुहूर्तमेढ रोवली. या प्रकल्पांतर्गत त्यांनी संशोधनाबरोबरच सहारा वाळवंटाच्या दक्षिणेकडील दहा आफ्रिकन देशांतील रताळे पैदासकारांच्या आणि तंत्रज्ञांच्या प्रशिक्षणाचे कार्यही केले. १९९६मध्ये त्यांना अमेरिकेतील मॅकनाईट फाउंडेशनची शिष्यवृत्ती मिळाली आणि त्यांनी उत्तर कॅरोलिना राज्य विद्यापीठात पीएच.डी.साठी प्रवेश घेतला. बीटा कॅरोटिनची मात्रा वाढवण्यासाठी रताळ्यावर संशोधन करून त्यांनी २००१मध्ये पीएच.डी. प्राप्त केली. याच विद्यापीठातून १९९४मध्ये डॉ. मारिया आंद्रेद यांनीसुद्धा रताळ्यावर संशोधन करून पीएच. डी. संपादन केली आणि पुढे नारिंगी रताळ्याचे सुधारित वाण मोझांबिकमध्ये विकसित केले होते. डॉ. रॉबर्ट यांनी युगांडात परतून बीटा कॅरोटिन समृद्ध रताळे वाण विकसित करण्यासाठी पुढाकार घेतला. त्याद्वारेच युगांडातील जनतेचे कुपोषण निवारण होईल अशी त्यांची खातरी होती. युगांडामधील राष्ट्रीय कृषी संशोधन संघटनांमध्ये रताळ्याच्या राष्ट्रीय प्रकल्पात त्यांनी २००१ ते २००९पर्यंत संशोधन केले.

डॉ. रॉबर्ट यांनी रताळ्याच्या मूल्यसाखळीतील सुधारित वाणांचा विकास, बेण्यांची वृद्धी, लागवड आणि पोषणमूल्य यांविषयी कुटुंबांचे शिक्षण अशा विविध बाबींवर कार्य केले. अधिक उत्पादनासह हानिकारक विषाणू रोग व करपा रोगाला प्रतिरोधक असे वाण विकसित केले. २०१३पर्यंतच्या काळात नारिंगी रताळ्याचे २० वाण लागवडीसाठी प्रसृत करण्यात आले. केवळ एवढ्यावरच न थांबता डॉ. रॉबर्ट यांनी शेतकऱ्यांना या वाणाविषयी विश्वास दिला : 'सुधारित नारिंगी रताळ्यांच्या लागवडीपासून उत्पन्न तर वाढणार आहेच, पण 'अ' जीवनसत्त्वसमृद्ध रताळ्यांच्या आहारातील वापरामुळे शेतकऱ्यांचे आरोग्यसुद्धा

उत्तम राहणार आहे.' त्यामुळे सुधारित वाण युगांडा आणि केनिया येथे लोकप्रिय झाले. या महत्त्वपूर्ण योगदानामुळे पेरूमधील आंतरराष्ट्रीय बटाटा केंद्रातर्फे २००९मध्ये डॉ. रॉबर्ट यांना पूर्व आफ्रिकेतील कंपाला संशोधन केंद्रात (युगांडा) प्रमुख रताळे प्रजनन शास्त्रज्ञ या पदावर बढती मिळाली. २०१४पर्यंत युगांडातील ३० टक्क्यांपेक्षाही जास्त शेतकरी नारिंगी रताळ्याची लागवड करू लागले.

डॉ. जान लो

बालपण व पूर्वायुष्य

अमेरिकेतील कोलोरॅडो राज्यामधील डेन्व्हर शहरात १९५५मध्ये जान यांचा जन्म झाला. माध्यमिक शाळेत असतानाच त्यांच्यावर जेन गुडाल यांच्या लिखाणाचा प्रभाव पडला. त्यामुळे आफ्रिका खंड आणि प्राणिशास्त्राविषयी त्यांना आवड निर्माण झाली. कॅलिफोर्निया राज्यातील क्लेअरमोंट येथील पोमना महाविद्यालयात १९७३मध्ये बी.ए. (प्राणिशास्त्र) पदवीसाठी प्रवेश घेऊन त्यांनी शैक्षणिक कार्यक्रमाचा एक भाग म्हणून केनियातील नैरोबी विद्यापीठात दोन महिने अभ्यास केला. या काळात केनियातील एका कुटुंबात राहण्याची त्यांना संधी मिळाली. समुद्रकिनाऱ्यावरील एका खेड्यात तीन महिने राहून डासांपासून होणाऱ्या रोगाचाही जान यांनी अभ्यास केला. केनियातील पाच महिन्यांच्या वास्तव्यानंतर जान यांनी आपले भावी आयुष्य आफ्रिकेतच व्यतीत करण्याची खूणगाठ बांधली. महाविद्यालयीन शिक्षण पूर्ण केल्यानंतर (१९७८) त्यांनी अमेरिकन 'पीस कॉर्प्स' या संघटनेत सामील होऊन चार वर्षे (१९८२ पर्यंत) झैरे या आफ्रिकन देशात मत्स्यसंवर्धन आणि जलचर प्राण्यांसंबंधी संशोधन केले. झैरेतील सेवेनंतर जान लो यांनी अमेरिकेतील कॉर्नेल विद्यापीठातून १९८५मध्ये कृषी अर्थशास्त्रात एम.एस. पदवी प्राप्त केल्यावर पीएच.डी.साठी प्रवेश घेतला.

पदवीसाठीच्या संशोधनाबरोबरच त्यांनी गाइड डॉ. डॅनिअल सिझलर यांच्या मार्गदर्शनाखाली 'अ' जीवनसत्त्वाचे आणि सूक्ष्म अन्नद्रव्यांचे विकसनशील देशांतील लोकांच्या आहारातील महत्त्व, या विषयाचासुद्धा अभ्यास केला. १९९५मध्ये कृषी अर्थशास्त्रात पीएच.डी. प्राप्त केल्यानंतर जान लो यांनी आंतरराष्ट्रीय अन्न धोरण संशोधन संस्थेअंतर्गत मोझांबिकमध्ये पोषणाविषयी संशोधन केले (१९९६-९९). मिशिगन विद्यापीठाचे सहयोगी प्राध्यापक या नात्याने मोझांबिकमध्ये अर्थशास्त्राच्या सल्लागाराची भूमिका त्यांनी निभावली (१९९९-२००२). २००२ ते २००५ या काळात त्यांनी मिशिगन विद्यापीठाचे आंतरराष्ट्रीय विकास या विषयाचे प्राध्यापक म्हणून मोझांबिकमध्ये नारिंगी रताळ्याच्या प्रसाराचे कार्य केले. त्यांच्या प्रभावी कार्यामुळे पेरूमधील आंतरराष्ट्रीय बटाटा

केंद्राने डॉ. जान लो यांची २००५मध्ये केनियातील नैरोबी येथील आफ्रिकन प्रकल्पाच्या विभागीय प्रमुख पदावर नेमणूक केली.

नारिंगी रताळ्याच्या प्रसारासाठीचे कार्य

आंतरराष्ट्रीय बटाटा केंद्राच्या आफ्रिकेतील संशोधनाच्या नेत्या (२००५-२००९) या नात्याने डॉ. जान यांनी आफ्रिकेतील बालकांच्या आरोग्यावर 'अ' जीवनसत्त्वाच्या अभावामुळे होणाऱ्या विकारांचा तसेच आहारात नारिंगी रताळ्यांच्या अंतर्भावामुळे झालेल्या प्रभावाचा अभ्यास सुरू केला. २००५मध्ये त्यांना आढळून आले की, नारिंगी रताळ्यांच्या सेवनामुळे बालकांच्या आरोग्यात त्वरित १५ टक्के सुधारणा झाली होती. या अभ्यासात त्यांना 'यूएसएआयडी' आणि रॉकफेलर फाउंडेशनतर्फे आर्थिक मदत मिळाली होती. पुढे हार्वेस्ट प्लसच्या मदतीने डॉ. जान यांनी नारिंगी रताळ्याचा प्रसार तळागाळांतील लोकांपर्यंत कसा करता येईल, याचा अभ्यास केला. बालकांना पाणीदार (ओलसर) रताळे आवडते, तर प्रौढांना कोरडे रताळे आवडते हे निरीक्षणसुद्धा त्यांनी केले. रताळ्याच्या आनुवंशिक सुधारणेसाठी त्यांना या अभ्यासाची खूप मदत झाली. २००६मध्ये त्यांनी या संशोधनातील गुंतवणुकीवर भर दिला. सदर प्रकल्पात मोझांबिकमधील त्यांच्या सहकारी होत्या डॉ. मारिया आंद्रेद.

आफ्रिकेतील १७ देशांमधील बालकांच्या आहारात नारिंगी रताळ्याचा अंतर्भाव करून त्यांचे कुपोषण दूर व्हावे आणि रताळ्याची लागवड करून अल्पभूधारक शेतकऱ्यांचे उत्पन्न वाढावे, या उद्देशाने डॉ. जान लो यांनी 'स्वीट पोटॅटो फॉर प्रॉफीट ॲण्ड हेल्थ इनिशिएटिव्ह (एसपीएचआय)' या प्रकल्पाची दशवार्षिक (२००९ ते २०१९) रूपरेषा आखली. २००९मध्ये डॉ. लो यांची एसपीएचआय प्रकल्पाच्या प्रमुखपदी नेमणूक झाली. बिल आणि मेलिंडा गेट्स फाउंडेशनच्या आर्थिक पाठबळावर चालवलेल्या 'साशा' या प्रकल्पाच्या कार्यक्रम व्यवस्थापिका म्हणूनही त्या जबाबदारी पार पाडत आहेत. उत्पादन-पणन-पोषण अशा एकात्मिक साखळीद्वारे कमी खर्चात नारिंगी रताळ्यांचा प्रसार करण्यात डॉ. लो यांचा प्रमुख सहभाग आहे. 'अ' जीवनसत्त्वाने समृद्ध अन्नाचे नारिंगी रंग हे चिन्ह असल्याचा ब्रॅन्ड त्यांनी निर्माण केला. त्यांच्या मोहिमेचे घोषवाक्य आहे, 'आरोग्यासाठी मधुर अन्न'. टी शर्टवर, कपड्यांच्या वेष्टनांवर नारिंगी रताळ्याचे चित्र काढून त्यावर हे घोषवाक्य छापले जाते. अशा प्रकारे त्यांच्या गटाने जनतेमध्ये जैवपूर्तीत (बायोफोर्टिफाइड) 'अ' जीवनसत्त्व समृद्ध रताळ्याविषयी जागृती निर्माण केली आहे.

डॉ. होवर्थ बोयुस

बालपण व पूर्वायुष्य

कॅलिफोर्निया राज्यातील बर्कले शहरात १९५०मध्ये होवर्थ यांचा जन्म झाला. त्यांच्या कुटुंबाने अनेक राज्यांत स्थलांतर केल्यामुळे होवर्थ यांचे शालेय शिक्षण विविध ठिकाणी झाले. १९६८मध्ये स्टॅनफर्ड विद्यापीठात प्रवेश घेतल्यानंतर १९७२मध्ये बी.ए. (अर्थशास्त्र) पदवीपर्यंतचे शिक्षण पूर्ण केले. होवर्थ यांनी तीन वर्षे (१९७२ ते १९७५) अमेरिकन पीस कॉर्प्सचे स्वयंसेवक म्हणून फिलीपीन्समध्ये सेवाकार्य केले. त्यानंतर अमेरिकेत परतून त्यांनी स्टॅनफर्ड विद्यापीठाच्या अन्न संशोधन संस्थेत सेवा सुरू केली. तेथून १९८२मध्ये पीएच.डी. संपादन केल्यानंतर संस्थेतील शास्त्रज्ञ डॉ. पेर पिनस्ट्रप-अँडरसन (२००१चे जागतिक अन्न पुरस्काराचे मानकरी) यांनी डॉ. होवर्थ बोयुस यांना शिष्यवृत्ती देऊन फिलीपीन्समधील एका पोषण प्रकल्पात संशोधन करण्यासाठी पाठवले. दोन वर्षांनंतर डॉ. होवर्थ अमेरिकेत परतले आणि त्यांनी आंतरराष्ट्रीय अन्न धोरण संशोधन संस्थेत (आयएफपीआरआय) डॉ. ॲन्डरसन यांच्याबरोबर संशोधन कार्य सुरू ठेवले. काही वर्षे संशोधन शिष्यवृत्तिधारक म्हणून कार्य केल्यानंतर डॉ. होवर्थ यांची 'जैवपूर्तीत पिकांचे आव्हान' या प्रकल्पाच्या संस्थापक संचालक पदावर नेमणूक झाली. याच प्रकल्पाचे पुढे २००३मध्ये 'हार्वेस्ट प्लस' असे नामकरण झाले.

हार्वेस्ट प्लसमार्फत केलेले कार्य

डॉ. होवर्थ यांच्या प्राथमिक संशोधनातून काही महत्त्वपूर्ण निष्कर्ष समोर आले होते. यात 'प्रमुख अन्नपिकांमधील सूक्ष्म अन्नद्रव्यात वाढ करून दारिद्र्यग्रस्त कुटुंबांच्या आहारात अंतर्भाव केल्यास त्यांच्या कुपोषणाची समस्या बऱ्याच अंशी दूर करता येईल, तसेच या कुटुंबांचे सर्वसाधारण आरोग्य आणि उत्पन्न यात लक्षणीय वाढ घडवून आणता येईल,' असा आशादायक निष्कर्ष होता. १९९०च्या दशकाच्या सुरुवातीला अर्थतज्ज्ञांची परंपरागत अशी समजूत होती की, विकसनशील देशांमधील गरीब लोकांच्या भोजनातील उष्मांक (कॅलरी) पुरवणारा घटक असलेली कर्बोदके व प्रथिने यांची कमतरता त्यांच्या पोषणावर मर्यादा घालते. गरीब आणि श्रीमंत लोकांच्या भोजनात या प्रमुख घटकांच्या प्रमाणात फरक असतो. मात्र, डॉ. होवर्थ यांच्या संशोधन निष्कर्षातून याउलट सत्य उघड झाले : श्रीमंत लोकांच्या आहारात जीवनसत्त्वे व क्षारयुक्त अन्नघटक जास्त असतात; ऊर्जादायक कर्बोदके व प्रथिने हे प्रमुख अन्नघटक नव्हे. डॉ. होवर्थ यांची खातरी झाली की, विकसनशील देशांमधील संशोधनाचा केंद्रबिंदू आहारातील कर्बोदके व प्रथिनांऐवजी सूक्ष्म पोषण अन्नद्रव्यांचा उच्च दर्जा असला पाहिजे.

जैविक पद्धतीने पिकांमधील सूक्ष्म अन्नद्रव्यांची मात्रा वाढवून त्याद्वारे गरिबांना आर्थिकदृष्ट्या परवडेल असे पौष्टिक भोजन मिळून सार्वजनिक आरोग्यात सुधारणा व्हावी या उद्देशाने डॉ. होवर्थ यांनी 'हार्वेस्ट प्लस'ची स्थापना केली.

जागतिक अन्न पुरस्काराचे १९९१ या वर्षाचे मानकरी डॉ. डेव्हिड स्क्रीमशॉ यांनी १९५० आणि १९६०च्या दशकांमध्ये विकसनशील देशांमधील पाच वर्षांच्या आतील वयोगटातील मुलांच्या कुपोषणाविरुद्ध मोहीम उघडली होती. मुलांच्या आहारातील सूक्ष्म अन्नद्रव्ये आणि जीवनसत्त्व यांचा अभाव दूर करण्यासाठी डॉ. स्क्रीमशॉ यांनी लोह, आयोडीन आणि जीवनसत्त्वे मिसळलेले अन्न बालकांना पुरवले. अभावामुळे होणारे विकार दूर होण्यास त्याद्वारे मदत झाली. डॉ. स्क्रीमशॉ यांच्याकडून डॉ. होवर्थ यांनी प्रेरणा घेतली, मात्र वेगळा मार्ग चोखाळला. पीकप्रजनन शास्त्रज्ञांच्या मदतीने पिकांमध्ये सूक्ष्म अन्नद्रव्ये आणि जीवनसत्त्वे यांची आनुवंशिकरीत्या वाढ करून पिकांचे सुधारित वाण शेतकरी कुटुंबाना उपलब्ध करून दिले.

आशिया आणि आफ्रिका खंडांतील गरीब कुटुंबांच्या आहारात जैवसमृद्ध अन्नाचा अंतर्भाव होऊन त्यांच्या आरोग्यात सुधारणा झाली. पुढील देशांना जैवसमृद्ध वाण लागवडीसाठी दिले गेले : बांगला देश (जस्तयुक्त भात), काँगो (लोहयुक्त घेवडा, 'अ' जीवनसत्त्वयुक्त कसावा), भारत (लोहयुक्त बाजरी व ज्वारी, जस्तयुक्त भात व गहू), नायजेरिया ('अ' जीवनसत्त्वयुक्त कसावा आणि मका), रवांडा (लोहयुक्त घेवडा), युगांडा ('अ' जीवनसत्त्वयुक्त नारिंगी रताळे, लोहयुक्त घेवडा), मोझांबिक ('अ' जीवनसत्त्व युक्त नारिंगी रताळे), झांबिया ('अ' जीवनसत्वयुक्त मका), पाकिस्तान (जस्तयुक्त गहू). आशियाई विकास बँक, जागतिक बँक, यूएसएआयडी, इंग्लंड व कॅनडा यांचे आंतरराष्ट्रीय विकास विभाग आणि स्थानिक देशांचे प्रशासन यांचे आर्थिक पाठबळ आणि राजकीय, सामाजिक इच्छाशक्ती यांमुळे हे महान कार्य यशस्वी होऊ शकले. जैवपूर्तीत पिकांची व्यापक लागवड आणि आहारातील समावेश यापासून विश्वातील भूक व कुपोषण मुक्तीस मोठा हातभार लागेल.

❑

आफ्रिकेचे नॉर्मन बोरलॉग

डॉ. अकिन्वुमी अयोदजी अदेसिना

(Dr. Akinwumi Ayodeji Adesina)

(१९६०)

नायजेरियाचे कृषिमंत्री, आफ्रिकन विकास बँकेचे अध्यक्ष या भूमिकांतून डॉ. अकिन्वुमी अयोदजी अदेसिना यांनी आफ्रिकन अल्पभूधारक शेतकऱ्यांना आणि कृषी व्यावसायिकांना पतपुरवठा करण्यासाठी खासगी बँका, आंतरराष्ट्रीय पतपुरवठा संस्थांना उद्युक्त केले. आफ्रिकेतील अनेक देशांतील अन्नसुरक्षेत स्थित्यंतरे घडवून आणली. त्यांच्या या नेतृत्वामुळे डॉ. अदेसिना यांना २०१७चा जागतिक अन्न पुरस्कार प्रदान करण्यात आला.

पार्श्वभूमी

डॉ. अकिन्वुमी अयोदजी अदेसिना यांना आफ्रिका खंडाचे 'नॉर्मन बोरलॉग' मानले जाते. गेली २५ वर्षे ते आफ्रिका खंडातील लक्षावधी अल्पभूधारक शेतकऱ्यांच्या उत्कर्षासाठी महत्त्वाची धोरणे राबवत आहेत. शेतकऱ्यांना सुधारित बियाणे, दर्जेदार खते इत्यादी निविष्ठा पुरवणे, पतपुरवठा करणे आणि कर्जपुरवठा करण्यासाठी सार्वजनिक व खासगी क्षेत्रांना उद्युक्त करणे या कार्यातील त्यांचे नेतृत्व सर्वमान्य झाले आहे. जोपर्यंत आफ्रिकन शेतकरी आवश्यक प्रमाणात खतांचा वापर करत नाहीत तोपर्यंत शेती उत्पादनात आणि त्यांच्या राहणीमानात सुधारणा होणार नाही, अशी खातरी झाल्याने डॉ. अदेसिना यांनी डॉ. नॉर्मल बोरलॉग, रॉकफेलर फाउंडेशन आणि आंतरराष्ट्रीय सेवाभावी संस्थांचे प्रमुख यांना एकत्र आणून आफ्रिकी खत शिखर परिषद भरवली. आफ्रिकेतील खतपुरवठ्याची अणीबाणी दूर करून अन्नसुरक्षेवर प्रकाश टाकणारी ही इतिहासातील सर्वाधिक मोठी उच्चस्तरीय परिषद ठरली. या शिखर परिषदेत ९२ वर्षे वयाचे ज्येष्ठ शास्त्रज्ञ डॉ. नॉर्मन बोरलॉग यांनी भावविवश होऊन सर्व आफ्रिकी नेत्यांसमोर प्रभावीपणे आव्हान केले, "माझ्या मृत्यूपूर्वी मला आफ्रिका खंडात हरितक्रांतीचे स्वप्न साकार झाल्याचे पाहायचे आहे." २००६मध्ये आयोजित या शिखर परिषदेत हजर असलेल्या सुमारे एक हजार नेत्यांनी प्रभावित होऊन, २०३०पर्यंत आफ्रिकेतून भूकमुक्ती करण्याचे महत्त्वपूर्ण निर्णय घेतले. या शिखर परिषदेतून ऊर्जा घेऊन रॉकफेलर फाउंडेशन आणि बिल व मेलिंडा गेट्स फाउंडेशन यांनी 'अलायन्स फॉर ग्रीन रिव्हॉल्युशन इन आफ्रिका (अग्रा)' या नावाने युतीची स्थापना केली. संयुक्त राष्ट्रसंघाचे भूतपूर्व महासचिव डॉ. नमांगा नयोंगी यांची अध्यक्षपदी आणि डॉ. अदेसिना यांची उपाध्यक्षपदी व धोरण समितीच्या प्रमुखपदी नेमणूक झाली.

बँकांनी शेती क्षेत्रात अधिकाधिक गुंतवणूक करावी यासाठी डॉ. अदेसिना यांनी नावीन्यपूर्ण मार्ग शोधले. केनियाचे शासन आणि 'आंतरराष्ट्रीय कृषी विकास निधी' (इंटरनॅशनल फंड फॉर ॲग्रिकल्चरल डेव्हलपमेंट : आयएफएडी) यांचा सहभाग घडवून आणला. त्यातूनच केनियातील सर्वात सक्षम इक्विटी बँकेला संयुक्तपणे जबाबदारी आणि जोखीम स्वीकारण्यास बाध्य केले. त्यामुळे हजारो अल्पभूधारक शेतकऱ्यांना आणि कृषी वितरकांना पाच कोटी अमेरिकन डॉलर इतका कर्जपुरवठा होऊ शकला. हीच कल्पना डॉ. अदेसिना यांनी पुढे इतर आफ्रिकी देशांमध्येसुद्धा राबवली. विविध दात्यांच्या मदतीने टांझानिया, युगांडा, मोझांबिक, बेनीन, टोगो आणि लायबेरियामधील लाखो शेतकऱ्यांना सुमारे दहा कोटी अमेरिकन डॉलरइतका पतपुरवठा होऊ शकला. युगांडातील केळी पिकवणाऱ्या शेतकऱ्यांना कर्जपुरवठा करण्यासाठी डॉ. अदेसिना यांनी बँक ऑफ

युगांडाचे मन वळवले. 'अग्रा' प्रकल्पातील नेत्रदीपक कार्यामुळे डॉ. अकिन्वुमी यांच्याकडे नायजेरियन सरकारचे कृषिमंत्रीपद चालून आले (२०१०).

बालपण व पूर्वायुष्य

नायजेरियामधील इबादान शहरात ६ फेब्रुवारी १९६० रोजी अकिन्वुमी यांचा जन्म झाला. आईवडिलांच्या चार अपत्यांपैकी दुसरे मूल असलेले अकिन्वुमी कुटुंबासमवेत एका लहानशा खोलीत राहत असत. त्यांचे आजोबा आणि वडील शेतमजूर म्हणून काम करून चरितार्थ चालवत असत. कालांतराने वडिलांना शासकीय सेवेत नोकरी मिळाल्याने ते मुलांना शाळेत पाठवू शकले. खेड्यातील शाळेत शिक्षण घेताना अकिन्वुमी यांनी ग्रामीण जीवन, शेती आणि दारिद्र्य यांचा अनुभव घेतला होता. त्यांचे वडील मुलांना सांगत असत, 'शिक्षण हा गरिबीतून बाहेर पडण्याचा मार्ग असला, तरी तुम्ही उच्चपदी पोहोचल्यावर दारिद्र्याला न विसरता गरिबांची मदत करत राहा.'

नायजेरियातील इफे विद्यापीठात प्रवेश घेऊन अकिन्वुमी यांनी कृषी अर्थशास्त्रात बी.एजी. पदवी सर्वोच्च गुणांनी संपादन केली. विद्यापीठातील एका सांस्कृतिक मेळाव्यात त्यांची ग्रेस या तरुणीशी ओळख झाली. ग्रेसचे वडील नायजेरियाचे माजी कृषिमंत्री होते. ग्रेसला मागणी घालण्यासाठी अकिन्वुमी १९८१मध्ये ग्रेसच्या वडिलांना प्रथम भेटले, तेव्हा त्यांच्याशी कृषी क्षेत्राबद्दल विद्वत्तापूर्ण व सखोल चर्चा केल्यानंतरच काहीशा संकोचाने अकिन्वुमींनी ग्रेसला मागणी घालण्याचा विषय काढला. लग्नाला मान्यता मिळाली, पण ओळखीचे लग्नात पर्यवसान होण्यासाठी १९८४ हे वर्ष उजाडावे लागले.

लग्नानंतर अमेरिकेत जाऊन अकिन्वुमी यांनी इंडियाना राज्यातील पर्ड्यू विद्यापीठात प्रवेश घेतला. अकिन्वुमी आणि ग्रेस यांना तेथील प्राध्यापकांनी मदतीचा हात पुढे करून सर्व प्रकारची मदत केली. अकिन्वुमी यांनी कृषी अर्थशास्त्र या विषयात १९८५मध्ये एम.एस. आणि १९८८मध्ये पीएच.डी. संपादन केली. शिक्षण पूर्ण झाल्यानंतर आफ्रिकेत परतून अल्पभूधारक शेतकऱ्यांच्या कल्याणासाठी कार्य करण्याचे ध्येय डॉ. अकिन्वुमी यांनी निश्चित केले होते. लवकरच तशी संधीही त्यांच्याकडे चालून आली. रॉकफेलर फाउंडेशनची शिष्यवृत्ती त्यांना मिळाली आणि 'कन्सल्टेटिव्ह ग्रुप ऑन इंटरनॅशनल ॲग्रिकल्चरल रिसर्च (सीजीआयएआर)'च्या आधिपत्याखाली आफ्रिकेत संशोधन करण्याची संधी मिळाली. भारतातील हैदराबादच्या इक्रिसॅट या संस्थेत काही काळ काम केल्यानंतर त्यांची आफ्रिकेतील माली या देशात नेमणूक झाली.

रॉकफेलर फाउंडेशनमधील कार्य

आयव्हरी कोस्ट या देशातील 'पश्चिम आफ्रिका भात विकास संगठन' (डब्ल्युएआरडीए) मध्ये १९९० ते १९९५ या काळात डॉ. अकिन्वुमी यांनी ज्येष्ठ अर्थतज्ज्ञ पदावर सेवा केली. २००४ या वर्षाचे जागतिक अन्न पुरस्कार विजेते डॉ. माँटी जोन्स याच संस्थेत भातप्रजनन शास्त्रज्ञ पदावर कार्यरत होते. त्यांनी विकसित केलेले 'नेरिका' भात-वाण पुढे कृषिमंत्री झाल्यावर डॉ. अकिन्वुमी यांनी नायजेरियात नेले. 'नेरिका' लागवडीने नायजेरिया भाताच्या गरजेच्या बाबतीत स्वावलंबी झाला. १९९५ ते १९९८ या काळात डॉ. अकिन्वुमी यांनी नायजेरियातील आंतरराष्ट्रीय उष्ण कटिबंधीय कृषी संस्थेत ज्येष्ठ अर्थतज्ज्ञ पदावर कार्य केले. डॉ. अकिन्वुमी यांच्या विलक्षण कार्यक्षमतेची दखल घेतली जाऊन रॉकफेलर फाउंडेशनच्या न्यूयॉर्कमधील मुख्यालयात १९९८मध्ये ज्येष्ठ कृषी अर्थतज्ज्ञपदी त्यांची नेमणूक झाली. वर्षभरातच रॉकफेलर फाउंडेशनतर्फे नव्यानेच स्थापन झालेल्या हरारे, झिंबाब्वे येथील दक्षिण आफ्रिका विभागीय कार्यालयाच्या संचालकपदी त्यांची नेमणूक झाली. २००२मध्ये रॉकफेलर फाउंडेशनच्या अन्नसुरक्षा विभागाच्या सहयोगी संचालक पदाची जबाबदारी डॉ. अकिन्वुमी यांच्या खांद्यावर टाकण्यात आली.

रॉकफेलर फाउंडेशनच्या सेवेत दीर्घ काळ कार्यरत असताना डॉ. अकिन्वुमी यांनी आंतरराष्ट्रीय संस्था आणि स्थानिक अशासकीय संस्था यांच्या साहाय्याने कृषी निविष्ठांच्या वितरणासाठी वितरकांची साखळी निर्माण केली. त्यासाठी त्यांनी स्थानिक दुकानदारांची निवड करून त्यांना प्रशिक्षण दिले. त्यांच्यामार्फत शेतकऱ्यांना सल्ला, तसेच बियाणे, खते व इतर स्रोतांचा पुरवठा केला. दहा वर्षांच्या काळात डॉ. अकिन्वुमी यांनी आफ्रिकेतील राष्ट्राध्यक्षांना भेटून कृषी वितरक मॉडेलविषयी खातरी पटवली आणि त्यांच्या देशातील कायद्यात सुधारणा करण्यासाठी सल्ला पुरवला.

नायजेरियातील कृषिमंत्री पदावरील कार्य

डॉ. अकिन्वुमी यांच्या मंत्री पदाच्या पाच वर्षांच्या कार्यकाळात (२०१०-२०१५) 'नेरिका' भात-वाणांच्या लागवडीपासून हेक्टरी पाच ते सहा टन इतके उच्च उत्पादन मिळून अन्नधान्य उत्पादनाचा २.१ कोटी टनांइतका उच्चांक गाठला गेला. खासगी क्षेत्राकडून ५६० कोटी अमेरिकन डॉलरची गुंतवणूक होऊन भाताच्या गिरण्या सुरू झाल्या. मूल्यवर्धन झाले, शेतमालाला बाजारपेठ मिळाली आणि लक्षावधी ग्रामीण कुटुंबांच्या राहणीमानात सुधारणा झाली. डॉ. अकिन्वुमी यांच्या प्रयत्नातून बँकांतर्फे शेतकरी आणि कृषी व्यावसायिकांना उच्चांकी असा ४०० कोटी अमेरिकन डॉलर इतका कर्जपुरवठा २०११मध्ये झाला.

कृषिमंत्री डॉ. अकिन्वुमी यांनी आणखी एक महत्त्वाची गोष्ट केली. चाळीस वर्षांपासून चालत आलेला खत वितरण पद्धतीमधील भ्रष्टाचार निपटून काढला. मध्यस्थांना वगळल्याने शेतीला उभारी मिळाली. शेतकऱ्यांपर्यंत तंत्रज्ञान पोहोचवण्यासाठी मोबाईल फोनचा वापर करून घेण्यात आला. शेतमालाला बाजारपेठ शोधण्यासाठी ई-वॉलेटचा वापर सुरू झाला. वितरकांकडून खते व बियाणे मिळण्यासाठी शेतकऱ्यांना कूपनचे वाटप सुरू झाले. नायजेरियातील एक कोटी ४५ लाख शेतकरी कुटुंबांच्या जीवनात समृद्धी आली. त्यामुळे डॉ. अकिन्वुमी 'लाडके मंत्री' या बिरुदाने ओळखले जाऊ लागले आहेत.

आफ्रिकन विकास बँकेचे अध्यक्षपद

२०१५मध्ये डॉ. अकिन्वुमी यांची आफ्रिकन विकास बँकेच्या अध्यक्षपदी निवड झाली. त्यांच्या कार्याची व्याप्ती वाढून त्यांचा राष्ट्रप्रमुखांशी आणि उद्योगपतींशी अधिकाधिक संपर्क होऊ लागला आहे. त्याद्वारे अल्पभूधारक शेतकरी आणि कृषी उद्योजकांच्या भरभराटीसाठी मदत होऊ लागली आहे. बालकांच्या वाढीच्या काळातील कुपोषण दूर करण्यावर सध्या त्यांनी लक्ष केंद्रित केले आहे. २०११चे जागतिक अन्न पुरस्काराचे मानकरी आणि घानाचे भूतपूर्व राष्ट्राध्यक्ष जॉन कुफूर यांच्या सहकार्याने डॉ. अकिन्वुमी यांनी 'आफ्रिकन नेत्यांचा पोषण गट' स्थापन केला आहे. संपूर्ण आफ्रिका खंड अन्नस्वावलंबी व्हावा, असे त्यांचे स्वप्न आहे.

डॉ. अकिन्वुमी यांना मिळालेले पुरस्कार

- यारा पारितोषिक (२००७)
- कास्ट संपर्क पारितोषिक (२०१०)
- फोर्ब्जचे 'वर्षातील सर्वश्रेष्ठ आफ्रिकन व्यक्ती' पारितोषिक (२०१३)
- जागतिक अन्न पुरस्कार (२०१७)

सन्मान व पारितोषिके

संयुक्त राष्ट्र संघटनेचे सरसचिव बान की-मून यांनी डॉ. अकिन्वुमी यांची 'सहस्रक विकास ध्येय' प्रकल्पाच्या १७ नेत्यांच्या गटात २०१०मध्ये नेमणूक केली आहे. तसेच त्यांनी २०१६मध्ये पोषण सुधारणा चळवळ गटाच्या सदस्यपदीसुद्धा डॉ. अकिन्वुमी यांची नेमणूक केली आहे. डॉ. अकिन्वुमी यांच्या भूकमुक्तीसाठीच्या अलौकिक नेतृत्वाचा हा गौरवच होय.

❑

डॉ. लॉरेन्स जेम्स हद्दाद
(Dr.Lawrence Haddad)

(१९५९)

डॉ. डेव्हिड नबारो
(Dr. David Nabarro)

(१९४९)

ब्रिटनमधील अन्न अर्थतज्ज्ञ डॉ. लॉरेन्स जेम्स हद्दाद आणि वैद्यकशास्त्रतज्ज्ञ डॉ. डेव्हिड नबारो यांच्या नेतृत्वामुळे माता आणि बालक यांच्या पोषणाला राष्ट्रीय आणि आंतरराष्ट्रीय स्तरावरील अन्नसुरक्षा व विकास धोरणांमध्ये अग्रक्रम मिळाला. त्यांनी शासनकर्ते, देणगीदार आणि सेवाभावी संस्था यांच्यात समन्वय घडवून आणल्याने कुपोषण निवारणासाठी भरघोस निधी उपलब्ध झाला. पोषण प्रकल्प जबाबदारीने राबवल्यामुळे केवळ पाच वर्षे इतक्या कमी वेळात विकसनशील देशांमध्ये कुपोषणामुळे वाढ खुंटलेल्या बालकांची संख्या १ कोटींनी कमी झाली. या अलौकिक कार्याबद्दल २०१८चा जागतिक अन्न पुरस्कार डॉ. हद्दाद आणि डॉ. नबारो यांना दिला गेला.

पार्श्वभूमी

सन २००७-२००८मध्ये जागतिक पातळीवर गहू, मका आणि भात या प्रमुख अन्नधान्यांची किंमत अचानक दुप्पट झाल्याने अन्नधान्य अणीबाणीची परिस्थिती निर्माण झाली. जगातील प्रत्येक सहा व्यक्तींमधील एका व्यक्तीला भुकेला सामोरे जावे लागले. गरिबांच्या उत्पन्नाचा बव्हंशी भाग अन्नधान्याच्या खरेदीसाठी खर्च होऊ लागल्याने फळे, भाजीपाला, दूध इत्यादी पोषक अन्नाच्या खरेदीसाठी पैसा शिल्लक राहत नसे, त्यामुळे कुपोषणग्रस्तांचे प्रमाण वाढले. या अणीबाणीपूर्वी जगातील कुपोषित लोकांची संख्या ८५४ दशलक्ष असल्याचा अंदाज होता. अणीबाणीनंतर अन्नधान्याच्या किमती कमी होईपर्यंत कुपोषणग्रस्तांची संख्या १००० दशलक्ष इतकी वाढली. संयुक्त राष्ट्र संघटनेच्या यापूर्वीच्या 'सहस्रक विकास ध्येया'तील गरिबी व भूक निवारण कार्यक्रमांद्वारे मिळालेल्या यशाला या अणीबाणीने खीळ घालण्याचे काम केले.

अन्नधान्य महागाईच्या कठीण परिस्थितीमुळे जगाला योग्य पोषण धोरण ठरवण्याचे आणि त्यासाठी अधिक निधी उपलब्ध करून देण्याचे महत्त्व कळले. विकास कार्यक्रमात पोषणाचा अंतर्भाव करण्याचे प्रयत्न किती तोकडे आहेत, याची जाणीव झाली. *लॅन्सेट* या जगात अग्रस्थानी असलेल्या वैद्यकीय संशोधन नियतकालिकात २००८मध्ये माता आणि बालक यांच्या कुपोषणावर संशोधनपर लेखांची मालिकाच प्रसिद्ध झाली. वैश्विक पातळीवर पोषण पद्धती खंडित आणि अकार्यक्षम असल्याने कुपोषण निवारण होत नसल्याचे त्यात प्रकर्षाने मांडले गेले. पोषण कार्यक्रमात सगळ्यांना स्वारस्य असले, तरी कुणालाही तो बांधिलकीचा किंवा जबाबदारीचा वाटत नाही, ही गोष्ट प्रतिबिंबीत झाली.

या पार्श्वभूमीवर डॉ. हद्दाद आणि डॉ. नबारो यांनी कृतीसाठी उडी घेतली. अन्नसाखळीतील विभिन्न घटकांना आणि विकास कार्यक्रम राबवणाऱ्यांना त्यांनी एकत्रित केले; आणि योग्य पोषण धोरण व प्रकल्प यांना अग्रक्रम देण्याचे आव्हान स्वीकारण्यासाठी उद्युक्त केले. सुरुवातीला त्यांनी व्यक्तिगतरीत्या सुरू केलेले कार्य संयुक्त राष्ट्र संघटनेच्या छत्राखाली परस्परपूरक कार्यक्रमांद्वारे तडीला नेले.

डॉ. लॉरेन्स जेम्स हद्दाद

बालपण व पूर्वायुष्य

दक्षिण आफ्रिकेत जोहान्सबर्ग येथे १७ जून १९५९ रोजी लेबॅनॉनमधून स्थलांतर केलेल्या कुटुंबात लॉरेन्स यांचा जन्म झाला. चरितार्थासाठी १९६१मध्ये त्यांचे कुटुंब इंग्लंडमध्ये वास्तव्यास गेले. लॉरेन्स सात वर्षांचे असतानाच त्यांचे आईवडील विभक्त झाल्याने आईने हलाखीच्या परिस्थितीत लॉरेन्स आणि लहान मुलीचा सांभाळ केला. निर्वासितांसाठी

असलेल्या शासकीय निवाऱ्यातील एका लहानशा खोलीत त्यांना सात वर्षे राहावे लागले आणि शासनाच्या कल्याणकारी योजनेतून दिल्या जाणाऱ्या अनुदानावर व आईच्या मोलमजुरीतून मिळणाऱ्या तुटपुंज्या मिळकतीवर गुजराण करावी लागली. तथापि, त्यांच्या आईने अत्यंत काटकसरीने राहून आपल्या दोन्ही अपत्यांना कटाक्षाने चांगले शिक्षण दिले. कारण तिची खातरी होती की, कठीण परिस्थितीतून बाहेर पडण्याचा तोच एक मार्ग आहे.

लॉरेन्सला शाळेत मोफत भोजनाचे कूपन मिळत असे. सुस्थितीतीत मुले मात्र भोजनाचे वेगळे कूपन विकत घेत असत. 'शिशू सुरक्षा' या अनुकंपेवर चालवलेल्या कार्यक्रमात स्वयंसेवक म्हणूनही लॉरेन्स आईबरोबर काम करत असे. गरिबांसाठी चालवलेल्या अशा अन्न व पोषण कार्यक्रमांचा लॉरेन्सच्या बालमनावर प्रभाव पडला. गरिबी आणि माणुसकीच्या अशा अनुभवांच्या बळावर लॉरेन्सला आपल्या भावी आयुष्यात सामाजिक सुरक्षा कार्यक्रमांची रूपरेषा चांगल्या प्रकारे आखता आली.

शालेय शिक्षण पूर्ण केल्यानंतर लॉरेन्स यांनी रीडींग विद्यापीठात प्रवेश घेतला. तेथून त्यांनी अन्नशास्त्र आणि अन्न अर्थशास्त्र या विषयात पदवी संपादन केली. रीडींग विद्यापीठातील प्राध्यापकांच्या प्रोत्साहनाने त्यांनी अमेरिकेतील मॅसॅच्युसेट्स विद्यापीठात प्रवेश घेऊन पोषणशास्त्र आणि स्रोतांचे अर्थशास्त्र या विषयात एम.एस. पदवी संपादन केली. त्यांच्या मार्गदर्शकाच्या शिफारशीने त्यांना स्टन्फर्ड या नामवंत विद्यापीठात पीएच. डी.साठी प्रवेश मिळाला आणि शिष्यवृत्तीसुद्धा मिळाली. दोन वर्षांच्या शिक्षणानंतर त्यांनी 'आंतरराष्ट्रीय अन्न धोरण संशोधन संस्था' (आयएफपीआरआय) येथे उन्हाळी सत्रातील अंतर्वासी छात्र कार्यक्रम पूर्ण केला. या प्रशिक्षणांतर्गत त्यांना डॉ. पेर पिनस्ट्रप-अँडरसन (२००१चे जागतिक अन्न पुरस्कार विजेते) यांचे मार्गदर्शन लाभले. डॉ. होवर्थ बोयुस (२०१६चे जागतिक अन्न पुरस्कार विजेते) यांच्याशीसुद्धा चर्चा करण्याची संधी त्यांना मिळाली. पीएच.डी. संशोधनासाठी मार्गदर्शन करण्याविषयीची लॉरेन्स यांची विनंती डॉ. बोयुस यांनी मान्य केली; आणि लॉरेन्स यांना नोकरी देऊन त्यांच्या फिलीपीन्समधील संशोधन प्रकल्पात सामावून घेतले. गरीब कुटुंबातील व्यक्तींमध्ये अन्नाची आणि स्रोतांची विभागणी कशी होते, आणि लिंगभेदाचा या विभागणीवर कसा परिणाम होतो, याची निरीक्षणे नोंदवण्याचे काम या संशोधन प्रकल्पात सुरू होते. या संशोधनावर आधारित कामात १९८७मध्ये लॉरेन्स यांनी पीएच.डी. प्राप्त केली.

वारिक विद्यापीठातील सेवा

पीएच.डी. झाल्यानंतर इंग्लंडमध्ये परतून डॉ. लॉरेन्स यांनी वारिक विद्यापीठात व्याख्यात्याची नोकरी पत्करली. त्यांनी विद्यापीठाच्या एम.एस्सी. पदवीसाठी

'विकासाच्या अर्थशास्त्राचा सांख्यिकी अभ्यास' या अभ्यासक्रमाची रूपरेषा तयार केली. लंडन स्कूल ऑफ इकॉनॉमिक्समध्येही त्यांनी अतिथीतज्ज्ञ म्हणून काम केले. वारिक विद्यापीठातील तीन वर्षांच्या सेवाकाळात त्यांनी कुटुंबातील स्रोतांच्या विभागणीसंबंधी, विशेषत: लिंगभेदावर आधारित अन्नाच्या विभागणीवर अनेक संशोधनपर लेख प्रसिद्ध केले. १९९०मध्ये आयएफपीआरआयमध्ये पोषणासंबंधीच्या नवीन अभ्यास शाखेची निर्मिती झाली होती. डॉ. लॉरेन्स यांची त्या विद्याशाखेत संशोधन फेलो पदावर नेमणूक झाली.

'आयएफपीआरआय'मधील कार्य

संस्थेच्या अन्नसेवन आणि पोषण विभागात १९९०मध्ये संशोधन फेलोपदावर रुजू झाल्यावर १९९४मध्ये त्या विभागाचे संचालकपद डॉ. लॉरेन्स यांच्याकडे चालून आले. संचालकपदावरील त्यांच्या दहा वर्षांच्या कारकिर्दीत विभागाची भरभराट होऊन शास्त्रज्ञांची संख्या दहावरून तीसवर गेली. गरिबी आणि कुपोषण निवारणासाठीची धोरणे आणि कार्यक्रमांची रूपरेषा या विषयावर त्यांच्या संशोधनाचा भर होता.

ब्रिटनमधील विकास अभ्यास संस्था (इन्स्टिट्यूट ऑफ डेव्हलपमेंट स्टडीज - आयडीएस) येथील कार्य

पोषण धोरणविषयीच्या नावीन्यपूर्ण संशोधनामुळे ब्रिटिश शासनाने २००४मध्ये डॉ. लॉरेन्स यांची विकास अभ्यास संस्थेच्या संचालकपदी नेमणूक केली. संस्थेच्या विकास कार्यक्रमांची रूपरेषा ठरवताना डॉ. लॉरेन्स यांनी संशोधन निष्कर्षांवर आधारित धोरण ठरवले. त्यांच्या मार्गदर्शनाखाली भूक आणि पोषण बांधिलकी निर्देशांक (हंगर अँण्ड न्यूट्रिशन कमिटमेंट इंडेक्स - एचएनसीआय) तयार करण्यात आला. या निर्देशांकाद्वारे शासनाच्या भूक आणि कुपोषण निवारण कार्यातील इच्छाशक्तीचे, तसेच निभावलेल्या जबाबदारीचे मूल्यांकन होऊन पारदर्शक चित्र स्पष्ट होऊ लागले. डॉ. लॉरेन्स यांनी दूरदृष्टीने संस्थेची उभारणी केली. त्यांच्या दहा वर्षांच्या कार्यकाळात (२००४ ते २०१४) 'ब्रिटन आणि इतर देशांच्या विकास कार्यक्रमांना योग्य आकार देणारी संस्था' असा आयडीएसचा लौकिक पसरला.

२००७च्या जागतिक अन्नधान्य अणीबाणीच्या पार्श्वभूमीवर ब्रिटिश संसदेच्या कनिष्ठ सभागृहाने अन्न आणि पोषणाविषयी करावयाच्या आंतरराष्ट्रीय मदतीसंबंधी शिफारशी सुचवण्याची जबाबदारी आयडीएसवर टाकली. चांगले पोषण बालकांच्या शारीरिक आणि बौद्धिक वाढीसाठी पायाभूत असून पोषणात सुधारणा केल्याने पाच वर्षांच्या आतील बालमृत्यूचे प्रमाण ५० टक्क्यांनी कमी करता येते, ही बाब डॉ. लॉरेन्स यांनी संशोधन पुराव्यांनिशी मांडली. म्हणूनच बालकांचे पोषण हा विषय केंद्रस्थानी ठेवून अन्नसुरक्षा

आणि आर्थिक वृद्धीसाठी आंतरराष्ट्रीय निधी देण्याचे धोरण शासनाने ठरवले. दक्षिण आशिया आणि सहारा वाळवंटाच्या दक्षिणेकडील देशांच्या कुपोषण निवारणासाठी सुरू असलेल्या संयुक्त राष्ट्र संघटनेच्या 'पोषणवृद्धी' (स्केलिंग अप न्यूट्रिशन - एसयूएन) प्रकल्पात ब्रिटिश शासनाच्या आंतरराष्ट्रीय विकास विभागाने महत्त्वाचा आर्थिक वाटा उचलला. या गुंतवणुकीतून प्राधान्याने गरीब कुटुंबातील गरोदर माता आणि बालक यांना पोषक अन्न दिल्याने बालकांच्या वाढीतील खुरटेपणा दूर होण्यास मदत झाली.ब्रिटनच्या 'शिशू सुरक्षा' प्रकल्पाचे आणि युरोपियन कमिशनच्या पोषण कार्यक्रमाचे मूल्यमापनसुद्धा आयडीएसने केले. त्यामुळे या प्रकल्पाचे कार्य अधिक नियोजनबद्ध झाले.

आंतरराष्ट्रीय विकास विभाग (डिपार्टमेंट फॉर इंटरनॅशनल डेव्हलपमेंट - डीएफआयडी) येथील कार्यातील प्रगती

डॉ. लॉरेन्स यांच्या प्रभावाने डीएफआयडीच्या आंतरराष्ट्रीय पोषण मदत निधीत भरघोस वाढ झाली. २०१०मध्ये हा निधी ३४२ दशलक्ष डॉलर होता. २०१५मध्ये तो १००० दशलक्ष डॉलर इतका वाढला. एसयूएन चळवळीत सढळ हाताने गुंतवणूक करणारा हा प्रथम क्रमांकाचा विभाग होताच; परंतु इतर अनेक देशांतील शासन, देणगीदार, नागरी संघटना आणि संशोधन संस्था यांच्या सहकार्याने डीएफआयडीने वैश्विक स्तरावर पोषण कार्यक्रम राबवण्यात पुढाकार घेतला.

डॉ. लॉरेन्स यांनी पार पाडलेल्या इतर काही प्रमुख जबाबदाऱ्या पुढीलप्रमाणे आहेत :

- संयुक्त राष्ट्र संघटनेच्या वैश्विक अन्नसुरक्षा उच्च-स्तरीय कृती दलाच्या सल्लागार मंडळावर ब्रिटिश शासनाचे प्रतिनिधी (२००९)
- इंग्लंड आणि आयर्लंडच्या विकास अभ्यास संघाचे अध्यक्षपद (२०१०-२०१२)
- वैश्विक पोषण अहवाल (ग्लोबल न्यूट्रिशन रिपोर्ट) प्रति वर्षी तयार करण्यासाठीच्या आंतरराष्ट्रीय गटाचे सहअध्यक्षपद (२०१४-२०१६)

संयुक्त राष्ट्र संघटनेतील कार्य

कुपोषण निर्मूलनासाठी संयुक्त राष्ट्र संघटनेने वैश्विक पोषण सुधारणा गट (ग्लोबल अलायन्स फॉर इम्प्रूव्हड न्यूट्रिशन - जीएआयएन) स्थापन केला आहे. २०१६मध्ये या गटाच्या कार्यकारी संचालकपदी डॉ. लॉरेन्स यांची नेमणूक झाली. सर्वाधिक वंचित लोकांना आरोग्यवर्धक व स्वीकार्य अन्न पुरेशा प्रमाणात आणि रास्त किमतीत उपलब्ध करून द्यावे या उद्देशाने जीएआयएनची स्थापना झाली आहे. सार्वजनिक आणि खासगी क्षेत्रांतील भागीदारांच्या सहभागातून या गटाचे कार्य चालते.

संयुक्त राष्ट्र संघटनेच्या पोषण वृद्धी प्रकल्पाच्या कार्यकारी समितीच्या सदस्यपदीसुद्धा डॉ. लॉरेन्स यांची नेमणूक झाली आहे. संयुक्त राष्ट्र संघटनेच्या विविध अन्नसुरक्षा चळवळीत डॉ. लॉरेन्स आणि डॉ. नबारो यांचे कार्य परस्परपूरक आणि अधिक गतिशील झाले. माता आणि बालक यांच्या पोषणसुरक्षेसाठी दिलेल्या अलौकिक योगदानाप्रीत्यर्थ दोघांना संयुक्तपणे २०१८चा जागतिक अन्नपुरस्कार जाहीर झाला.

कुपोषण निर्मूलनाची कृती हा देशाच्या विकासकार्याचा गाभा आहे, अशी डॉ. लॉरेन्स यांची दृढनिष्ठा आहे. विकसनशील व प्रगत देशांनी बालकांच्या पोषणासाठी अधिकाधिक निधी उपलब्ध करून द्यावा, यासाठी ते सतत प्रयत्नशील आहेत.

डॉ. डेव्हिड नबारो

बालपण व पूर्वायुष्य

डेव्हिड यांचा जन्म लंडनमध्ये वैद्यकीय व्यवसाय करणाऱ्या कुटुंबात २६ ऑगस्ट १९४९ रोजी झाला. त्यांचे वडील सर जॉन नबारो लंडन विद्यापीठाचे वैद्यकीय महाविद्यालय आणि इस्पितळ येथे डॉक्टर होते. कुटुंबाच्या या पार्श्वभूमीमुळे बालपणीच डेव्हिड यांनी डॉक्टर होण्याचे स्वप्न उरी बाळगले होते. नार्दम्पटनशायरमधील शाळेतून १९६६मध्ये शालेय शिक्षण पूर्ण केल्यानंतर त्यांनी यॉर्क येथे तरुणांच्या कृती गटात एक वर्ष स्वयंसेवक म्हणून गरीब, वृद्ध व अपंग यांची सेवा केली. हा अनुभव त्यांच्या भावी आयुष्यतील सामाजिक कार्याची नांदी आणि वैद्यकीय सेवेची दिशा ठरवणारा होता.

१९६७मध्ये त्यांनी ऑक्सफर्ड विद्यापीठात प्रवेश घेऊन तीन वर्षे शरीरशास्त्राचा आणि एक वर्ष अंतःस्रावी ग्रंथीशास्त्राचा अभ्यास केला. १९७३मध्ये वैद्यकीय पदवी प्राप्त करून त्यांनी लंडन विद्यापीठात प्रवेश घेतला. लंडन स्कूल ऑफ हायजीन ॲण्ड ट्रॉपिकल मेडिसीनमधून त्यांनी विकसनशील देशांमधील सार्वजनिक आरोग्य या विषयात पदव्युत्तर पदवी संपादन केली.

इराक आणि नेपाळ येथील वैद्यकीय सेवाकार्य

गरिबांना मदत करण्याच्या ओढीमुळे डॉ. डेव्हिड १९७४मध्ये इराकमध्ये पुनर्वसन कार्य करणाऱ्या गटात आरोग्य अधिकारी म्हणून सामील झाले. तेथे सद्दाम हुसेन यांच्या राजवटीत कुर्द लोक आणि इराकी सैन्य यांच्या युद्धात अडकलेल्या कुर्दिश बालकांना आरोग्य सेवा पुरवण्याचे आणि साथीच्या रोगांविरुद्ध लसीकरण करण्याचे काम या गटाकडे होते. युद्धजन्य परिस्थितीत लोकांना पोषक अन्न आणि आरोग्य सेवा मिळणे किती दुरपास्त होते, याचा अनुभव डॉ. डेव्हिड यांना तेथे मिळाला. या युद्धक्षेत्रावरील शिक्षणातून त्यांचे

व्यक्तिमत्त्व घडत गेले, तसेच भावी कार्याची दिशानिश्चिती झाली. इराकमधील सेवेनंतर थोडा काळा इंग्लंडमधील राष्ट्रीय आरोग्य सेवेत नोकरी केल्यानंतर १९७६ ते १९७८ या काळात डॉ. डेव्हिड यांनी नेपाळमध्ये शिशू आरोग्य अधिकारी पदावर सेवा केली. १९७९मध्ये नेपाळमध्ये बाल आरोग्य सुरक्षा प्रकल्पाची स्थापना करण्यात त्यांनी मदत केली. तेथेच त्यांना कुपोषण आणि साथीचे रोग यांच्यामधील परस्परसंबंध शिकण्याची, बालकांचे कुपोषण दूर करण्याची स्फूर्ती मिळाली.

लंडन स्कूल ऑफ हायजिन ॲण्ड ट्रॉपिकल मेडिसीनमधील अध्यापन कार्य

नेपाळमधील सेवेनंतर डॉ. डेव्हिड इंग्लंडमध्ये परतले आणि त्यांनी लंडन स्कूल ऑफ हायजिन ॲण्ड ट्रॉपिकल मेडिसीनमध्ये अध्यापन कार्य सुरू केले. अध्यापन कार्य सांभाळून १९८२ ते १९८५ या काळात त्यांनी दक्षिण आशियातील बाल आरोग्य सुरक्षा निधीच्या विभागीय व्यवस्थापक पदाची जबाबदारीसुद्धा सांभाळली. यातून कुटुंबाचे उत्पन्न, पोषण आणि आरोग्य यांमधील संबंधाचा त्यांचा अभ्यास झाला. शिशूला जन्म देण्याबरोबरच बालकाच्या पालनपोषणाची जबाबदारीही माताच सांभाळत असल्याने महिलांच्या संपूर्ण सहभागाशिवाय पोषण प्रकल्प राबवता येणार नाही, याविषयी त्यांची खातरी पटली. १९८५ ते १९८९ या काळात डॉ. डेव्हिड यांनी लिव्हरपूल विद्यापीठाच्या स्कूल ऑफ ट्रॉपिकल मेडिसीनमध्ये सामाजिक आरोग्य विभागात अध्यापन केले.

विदेश विकास प्रशासनातील कार्य

डॉ. डेव्हिड १९८९मध्ये ब्रिटिश शासनाच्या विदेश विकास प्रशासनात रुजू झाले. नंतर त्यांचे नाव आंतरराष्ट्रीय विकास विभाग (डिपार्टमेंट फॉर इंटरनॅशनल डेव्हलपमेंट - डीएफआयडी) असे झाले. एक वर्ष त्यांनी केनियातील नैरोबी येथील ब्रिटिश राजदूत कार्यालयात 'आरोग्य आणि लोकसंख्या विभाग'च्या प्रमुखपदी कार्य केले. तेथे त्यांनी केनिया, युगांडा आणि टांझानिया या देशांमधील राष्ट्रीय आरोग्य आणि कुटुंब कल्याण कार्यक्रमात सुधारणा करण्याविषयीची कार्यप्रणाली विकसित केली. केनियातून परतल्यानंतर डॉ. डेव्हिड यांनी १९९० ते १९९९पर्यंत आंतरराष्ट्रीय आरोग्य कार्यक्रमांच्या वृद्धीच्या कार्यात महत्त्वाचे योगदान दिले. ब्रिटिश शासनाने या काळात आपल्या विदेश निधीतील मोठा ओघ आंतरराष्ट्रीय आरोग्य प्रकल्पांकडे वळवला. मानव विकास कार्यक्रमाचे संचालक आणि प्रमुख आरोग्य सल्लागार पदावर असताना डॉ. डेव्हिड यांची संयुक्त राष्ट्र संघटनेच्या जागतिक आरोग्य संघटना (वर्ल्ड हेल्थ ऑर्गनायझेशन - डब्ल्यूएचओ) या संस्थेत निवड झाली.

संयुक्त राष्ट्र संघटनेतील कार्य

डॉ. डेव्हिड यांनी जागतिक आरोग्य संघटनेत १९९९पासून २००८पर्यंत महत्त्वाच्या पुढील पदांवर कार्य केले :

- मलेरिया नियंत्रण कार्यक्रमाचे प्रकल्प व्यवस्थापक (१९९९)
- महासंचालकांच्या कार्यालयात कार्यकारी संचालक (२०००)
- अणीबाणीच्या परिस्थितीत आरोग्य कृती कार्यक्रमासाठी महासंचालकांचे प्रतिनिधी (२००३)
- बर्ड फ्लू (पक्ष्यांचा व माणसांचा इन्फ्लूएन्झा) निर्मूलन कार्यक्रमाचे वरिष्ठ समन्वयक (२००५)

२००८मधील अन्नधान्य अणीबाणीशी सामना करण्यासाठी सरसचिव बान की-मून यांनी स्थापन केलेल्या वैश्विक अन्नसुरक्षा उच्च-स्तरीय कृतिदलाच्या प्रमुख समन्वयक पदावर डॉ. डेव्हिड यांची नेमणूक झाली (२००८-२०१४). २०१०मध्ये त्यांच्या खांद्यावर आणखी एक जबाबदारी टाकण्यात आली. पोषणवृद्धी चळवळीचे (एसयूएन मूव्हमेंटचे) समन्वयक पद (२०१०-२०१४). माता गरोदर राहिल्यापासून १००० दिवसांपर्यंत (म्हणजे बालक दोन वर्षांचे होईपर्यंत) माता-शिशूचे योग्य पोषण होऊन बालकाची शारीरिक व मेंदूची वाढ सामान्यपणे व्हावी यासाठी एसयूएन चळवळीद्वारे सांघिक प्रयत्न केले जातात.

या दोन्ही भूमिका निभावत असताना डॉ. डेव्हिड यांनी कुपोषणग्रस्त देशांचे राज्यकर्ते, संयुक्त राष्ट्र संघटनेच्या विविध प्रकल्पांचे प्रमुख, दानशूर संस्था, आणि नागरी समाज संघटना यांना एकत्र आणले. परिणामस्वरूप, विकसनशील देशांच्या विकास कार्यक्रमपत्रिकेवरील शेती व अन्न या विषयांचा खालच्या पातळीवरील प्राधान्यक्रम बराच उंचावला. विविध घटकांनी चालवलेल्या कुपोषण निवारणाच्या विलग आणि खंडित कार्यक्रमांचे एकसूत्रीकरण झाले. त्यामुळे माता व बालक यांच्या कुपोषणाविरुद्धचा लढा अधिक बळकट झाला. बहुवर्गीय, बहुस्तरीय आणि संस्थात्मक सहभागाद्वारे पोषण व आर्थिक विकास घडवणे हे एसयूएनचे वैशिष्ट्य ठरले. वरील समन्वयक पदांच्या जबाबदारीतून २०१४मध्ये मुक्त झाल्यानंतर डॉ. डेव्हिड यांनी संयुक्त राष्ट्र संघटनेसाठी तसेच इबोला व कॉलरा या रोगांच्या साथींवर नियंत्रण ठेवण्यासाठी विविध पदांवर कार्य केले.

जून २०१७मध्ये डॉ. डेव्हिड यांनी संयुक्त राष्ट्र संघटनेच्या सेवेतून निवृत्ती स्वीकारली. त्यानंतरही ते एसयूएन चळवळीचे उच्च-स्तरीय सल्लागार या नात्याने कार्यरत आहेत. २०१७च्या अखेरीपर्यंत १९ देशांनी (भारतातील महाराष्ट्रासह तीन राज्ये) एसयूएन चळवळीत भाग घेतला आहे. वैश्विक स्तरावर २०१२ ते २०१७ या पाच वर्षांच्या काळात

कुपोषणामुळे वाढ खुंटलेल्या बालकांची संख्या १६५ दशलक्षांवरून १५५ दशलक्षांइतकी खाली येण्यास या चळवळीमुळे मदत झाली आहे.

निवृत्तीनंतर डॉ. डेव्हिड यांनी लंडनच्या इंपिरिअल कॉलेजमधील वैश्विक आरोग्य संशोधन संस्थेत प्राध्यापक पद स्वीकारून अध्यापन कार्य चालू ठेवले आहे.

पुरस्कार व सन्मान

डॉ. डेव्हिड नबारो यांना मिळालेले पुरस्कार

- आंतरराष्ट्रीय सार्वजनिक आरोग्यासाठी ब्रिटिश शासनाचा 'सीबीई' किताब (१९९२)
- वैशिष्ट्यपूर्ण सेवा पुरस्कार, कॅन्सास विद्यापीठ (२००८)
- एसयूएन चळवळीबरोबर संयुक्तपणे 'दृष्टी आणि जीवन पोषण नेतृत्व पुरस्कार' (२०१२)
- 'हेलन केलर मानवतावादी पुरस्कार' (२०१५)
- जागतिक अन्न पुरस्कार (२०१८)

❑

परिशिष्ट १

पुरस्कारार्थींची जन्मभूमी / कर्मभूमी व कार्य

वर्ष	पुरस्कार विजेते	जन्मभूमी / कर्मभूमी	विशेषता / तज्ज्ञता	विशेष कार्य
१९८७	एम.एस. स्वामीनाथन	भारत	अनुवंशशास्त्रज्ञ	गहू व भात उत्पादनवाढीतून भारतीय हरितक्रांती
१९८८	रॉबर्ट फ्लिंट चँडलर	अमेरिका	कृषितज्ज्ञ	आंतरराष्ट्रीय भात आणि भाजीपाला संशोधन संस्थांची स्थापना; भात उत्पादन वाढ
१९८९	वर्गीस कुरियन	भारत	डेअरी अभियंता	सहकारी तत्त्वावर दूध उत्पादन, प्रक्रिया व वितरण; अमूलमार्फत भारतीय धवलक्रांती
१९९०	जॉन एस. नीडरहाऊसर	अमेरिका	वनस्पती रोगशास्त्रज्ञ	लेटब्लाईट रोगास प्रतिरोधक बटाटा वाण विकसित करून बटाटाक्रांती
१९९१	नेव्हिन एस. स्क्रीमशॉ	अमेरिका	पोषणतज्ज्ञ	प्रथिनसमृद्ध, स्वस्त आहाराचा विकास, कुषोषणाविरुद्ध लढा
१९९२	एडवर्ड निपलिंग	अमेरिका	कीटकशास्त्रज्ञ	कीटक नियंत्रणासाठी नर वंध्यत्व तंत्रज्ञानाचा संयुक्तपणे विकास
	रेमंड बुशलँड	अमेरिका	कीटकशास्त्रज्ञ	
१९९३	हे कांग	चीन	चीनचे कृषिमंत्री	योग्य कृषी धोरण व कायद्यांच्या अंमलबजावणीतून अन्नधान्य स्वावलंबन

वर्ष	पुरस्कार विजेते	जन्मभूमी / कर्मभूमी	विशेषता / तज्ज्ञता	विशेष कार्य
१९९४	मुहंमद युनूस	बांगला देश	अर्थशास्त्रज्ञ	ग्रामीण बँकेमार्फत गरिबांना सूक्ष्म कर्जवाटप आणि त्याद्वारे अन्न व रोजगाराची सुरक्षा
१९९५	हान्स रुडॉल्फ हेरन	स्वित्झर्लंड/ नायजेरिया	कीटकशास्त्रज्ञ	जैविक कीटकनियंत्रण तंत्रज्ञानाचा विकास व प्रसार
१९९६	हेन्री बीचेल	अमेरिका / फिलीपीन्स	वनस्पती प्रजननशास्त्रज्ञ	संयुक्तपणे उच्च उत्पादनक्षम वाणांचा विकास करून आशिया खंडात भातक्रांती
	गुरदेव सिंह खुश	भारत/ फिलीपीन्स	अनुवंशशास्त्रज्ञ	
१९९७	रे फ्रेड मिथ	अमेरिका	कीटकशास्त्रज्ञ	एकात्मिक कीटक व्यवथापन तंत्रज्ञानाचा संयुक्तपणे विकास व प्रसार
	पेरी ॲडकिसन	अमेरिका	कीटकशास्त्रज्ञ	
१९९८	बद्रीनारायण रामूलाल बारवाले	भारत	बियाणे उद्योजक	महिको कंपनीमार्फत अन्नधान्य व भाजीपाला पिकांचे संशोधन, दर्जेदार बियाणे उत्पादन व वितरण
१९९९	वॉल्टर प्लोराईट	इंग्लंड / केनिया	पशुवैद्यकतज्ज्ञ	प्राण्यांच्या रिंडरपेस्ट या व्हायरस रोगास प्रतिबंधक लसीची निर्मिती
२०००	इव्हँजेलिना व्हिलेगास	मेक्सिको	जीवरसायन शास्त्रज्ञ	अधिक उत्पादन व दर्जेदार प्रथिनेयुक्त मका (क्यूपीएम) वाणांचा संयुक्तपणे विकास
	सुरिंदर कुमार वासल	भारत / मेक्सिको	अनुवंशशास्त्रज्ञ	
२००१	पेर पिनस्ट्रप-अँडरसन	डेन्मार्क / अमेरिका	अर्थतज्ज्ञ	योग्य अन्न धोरणाचा विकास करून अन्नसुरक्षेत वाढ; शालेय अन्न कार्यक्रम

वर्ष	पुरस्कार विजेते	जन्मभूमी / कर्मभूमी	विशेषता / तज्ज्ञता	विशेष कार्य
२००२	पेड्रो ए. सँचेझ	क्यूबा, अमेरिका / ब्राझील	मृदाशास्त्रज्ञ	ब्राझीलमधील सिरॅडो प्रदेशाच्या जमिनी सुधारून उत्पादन क्रांती
२००३	कॅथरीन बर्टीनी	अमेरिका	राज्यशास्त्र व व्यवस्थापन-तज्ज्ञ	यूनोच्या वैश्विक अन्न प्रकल्पाद्वारे जगात अणीबाणीच्या ठिकाणी पीडितांना अन्नपुरवठा
२००४	माँटी जोन्स	सेरा लिऑन / आफ्रिका	अनुवंशशास्त्रज्ञ	आफ्रिकेतील हवामानास योग्य 'नेरिका' भात- वाणांचा विकास व प्रसार; आफ्रिकेत भातक्रांती
	युआन लाँगपींग	चीन	अनुवंशशास्त्रज्ञ	उच्च उत्पादनक्षम संकरित भात-वाणाचे तंत्रज्ञान विकसित करून चीनमध्ये भातक्रांती
२००५	एम. व्ही. गुप्ता	भारत / आग्नेय आशिया	मत्यविज्ञान-तज्ज्ञ	गोड्या पाण्यातील मत्स्यसंवर्धन तंत्रज्ञानाच्या प्रसाराने लहान शेतकऱ्यांच्या मत्स्य उत्पादनात क्रांती
२००६	अँड्र्यू कोलीन मॅक्लंग	अमेरिका / ब्राझील	मृदाशास्त्रज्ञ	पायाभूत जमीन सुधारणा तंत्रज्ञान विकसित करून ब्राझीलच्या सिरॅडोच्या उत्पादनात वाढ
	एडसन लोबॅटो	ब्राझील	मृदाशास्त्रज्ञ	सुधारित तंत्रज्ञानाच्या प्रसाराने सिरॅडोच्या उत्पादनात वाढ
	ॲलिसन पावलिनेली	ब्राझील	कृषी अभियंता व कृषिमंत्री	कृषिमंत्री या नात्याने सिरॅडोमधील शेती विकास व कृषिक्रांती
२००७	फिलीप इ. नेल्सन	अमेरिका	फळप्रक्रियातज्ज्ञ	विशाल प्रमाणावर फळ प्रक्रिया व पॅकेजींग तंत्रज्ञानाचा विकास

वर्ष	पुरस्कार विजेते	जन्मभूमी / कर्मभूमी	विशेषता / तज्ज्ञता	विशेष कार्य
२००८	रॉबर्ट जे. डोल	अमेरिका	कायदेतज्ज्ञ व सिनेटर	संयुक्तपणे जागतिक अन्न कार्यक्रम राबवून भूकमुक्तीसाठी शासकीय कार्य
	जॉर्ज एस. मॅक्गव्हर्न	अमेरिका		
२००९	गेबिसा इजेटा	इथिओपिया / सुदान व अमेरिका	अनुवंशशास्त्रज्ञ	ज्वारीच्या सुधारित, विशेषतः टारफुला तणप्रतिरोधक वाणांच्या विकासाद्वारे आफ्रिकेत ज्वारी उत्पादनात क्रांती
२०१०	डेव्हिड बेकमन	अमेरिका	ख्रिश्चन धर्मगुरू, अर्थतज्ज्ञ	ब्रेड फॉर दी वर्ल्ड प्रकल्पाचे अध्यक्ष; भुकेविरुद्ध लढा
	जो लक	अमेरिका	प्रशासन तज्ज्ञ	हिफर इंटरनॅशनलच्या अध्यक्षा; गरिबांचे भूक निवारण
२०११	जॉन अग्येकम कुफूर	घाना	अर्थतज्ज्ञ, घानाचे अध्यक्ष	योग्य धोरणे राबवून दारिद्र्य व भूक निवारण कार्य
	लुई इनॅसिओ लुला द सिल्व्हा	ब्राझील	कामगार नेता, ब्राझीलचे अध्यक्ष	
२०१२	डॅनिअल हिलेल	इस्त्राईल/ अमेरिका	मृदा व जल तज्ज्ञ	नावीन्यपूर्ण सूक्ष्मसिंचन तंत्रज्ञानाचा विकास करून अन्नसुरक्षेत वाढ
२०१३	मार्क व्हॅन मॉंटेग्यू	बेल्जियम	जैवरसायन शास्त्रज्ञ	तिघांच्या स्वतंत्र संशोधनातून जनुक अभियांत्रिकी तंत्रज्ञानाचा उदय व विकास; पिकांच्या नावीन्यपूर्ण वाणांचा विकास
	मेरी-डेल किल्टन	अमेरिका	रेणवीय जनुक शास्त्रज्ञ	
	रॉबर्ट टी. फ्रॅले	अमेरिका	जैवरसायन शास्त्रज्ञ	

वर्ष	पुरस्कार विजेते	जन्मभूमी / कर्मभूमी	विशेषता / तज्ज्ञता	विशेष कार्य
२०१४	संजय राजाराम	भारत / मेक्सिको	अनुवंशशास्त्रज्ञ	सुधारित गहू-वाणांच्या विकासातून दुसरी जागतिक हरितक्रांती
२०१५	सर फझल हसन अबेद	बांगला देश	अर्थतज्ज्ञ, समाजसेवक	ब्रॅक या सेवाभावी संस्थेमार्फत आर्थिक / व्यावसायिक स्रोत पुरवून गरिबांचे सबलीकरण
२०१६	मारिया आंद्रेद	केपव्हर्द बेटे (प. आफ्रिका) /मोझंबिक	अनुवंशशास्त्रज्ञ	अ जीवनसत्त्वयुक्त नारिंगी रताळ्यांचा मोझांबिकमध्ये विकास
	रॉबर्ट मवांगा	युगांडा	अनुवंशशास्त्रज्ञ	युगांडामध्ये नारिंगी रताळ्याचा विकास व प्रसार
	जान लो	अमेरिका / मोझांबिक केनिया	अर्थशास्त्रज्ञ	नावीन्यपूर्ण पद्धतीने नारिंगी रताळ्यांचा प्रसार
	होवर्थ बोयुस	अमेरिका	पोषण अर्थतज्ज्ञ	हार्वेस्ट प्लसमार्फत जैवपूर्तीत पिकांचे संशोधन व प्रसार
२०१७	अकिन्वुमी अयोदजी अदेसिना	नायजेरिया	अर्थतज्ज्ञ, कृषिमंत्री	नायजेरियात भातक्रांती
२०१८	लॉरेन्स हद्दाद	इंग्लंड	अन्न अर्थतज्ज्ञ	माता आणि बालक यांच्या पोषणाला विकास कार्यक्रमात प्राधान्यक्रम
	डेव्हिड नबारो	इंग्लंड	वैद्यकशास्त्रतज्ज्ञ	

परिशिष्ट २

संस्था / प्रकल्प यांची संक्षिप्त व पूर्ण इंग्लिश नावे

1.	AGRA	Alliance for Green Revolution in Africa
2.	AIRCA	Association of International Research and Development Centres for Agriculture, Mexico
3.	APSA	Asia Pacific Seed Association
4.	BRAC	Bangladesh Rural Advancement Committee, Bangladesh
5.	CGIAR	Consultative Group on International Agricultural Research
		(a) CGIAR Fund, USA
		(b) Consortium of International Agricultural Research Centres, France
6.	CIFRI	ICAR - Central Inland Fisheries Research Institute, Barrakpore, India
7.	CMFRI	ICAR - Central Marine Fisheries Research Institute, India
8.	EMRC	European Marketing Research Centre, Brussels, Belgium (help for Agricultural Entrepreneurship Development in Africa)
9.	EMBRAPA	(Empresa Brasileira de Pesquisa Agropecuaria) Brazilian Agricultural Research Corporation, Brasilica, Brazil
10.	FAO	Food and Agriculture Organization (of the United Nations), Italy
11.	FARA	Forum of Agricultural Research in Africa
12.	GAIN	Global Alliance for Improved Nutrition
13.	GFAR	Global Forum on Agricultural Research and Innovation, FAO, Italy
14.	IFECNP	McGovern-Dole International Food for Education and Child Nutrition Programme (former Global Food for Education Initiative), USDA
15.	IARI	ICAR - Indian Agricultural Research Institute, India
16.	ICAR	Indian Council of Agricultural Research, India
17.	IDRC	International Development Research Centre, Canada
18.	IFAD	International Fund for Agricultural Development
19.	INCAP	Institute of Nutrition of Central America and Panama
20.	MAHYCO	Maharashtra Hybrid Company, India
21.	NAAS	National Academy of Agricultural Sciences, India
22.	NDDB	National Dairy Development Board, India
23.	SASHA	Sweet Potato Action for Food Security and Health in Africa
24.	SPHI	Sweet Potato for Profit and Health Initiative
25.	SUN	Scaling Up Nutrition

26.	TAAS	Trust for Advancement of Agricultural Science, India
27.	UN	United Nations, USA
28.	UNESCAP	United Nations Economic and Social Commission for Asia and the Pacific, Thailand
29.	UNESCO	United Nations Educational, Scientific and Cultural Organization, France
30.	UNICEF	United Nations International Children's Emergency Fund, USA
31.	USAID	United States Agency for International Development, USA
32.	USDA	United States Department of Agriculture, USA
33.	WHO	World Health Organization
34.	WVC	World Vegetable Centre, Taiwan (Formerly Asian Vegetable Research and Development Centre)
CGIAR Centres : 15		
1.	ARC	Africa Rice Centre, Cote d'Ivoirc (formerly West Africa Rice Development Association)
2.	BI	Bioversity International, Italy (formerly International Bureau of Plant Genetic Resources)
3.	CIAT	International Centre for Tropical Agriculture, Columbia
4.	CIFOR	Centre for International Forestry Research, Indonesia
5.	CIMMYT	International Maize and Wheat Improvement Centre, Mexico (Centro Internacional de Majoramiento de Maiz y Trigo : Spanish acronym)
6.	CIP	International Potato Centre, Peru (Centro Internacional de la Papa : Spanish acronym)
7.	ICARDA	International Centre for Agricultural Research in the Dry Areas, Lebanon
8.	ICRISAT	International Crops Research Institute for the Semi-Arid Tropics, India
9.	IFPRI	International Food Policy Research Institute, USA
10.	IITA	International Institute of Tropical Agriculture, Nigeria
11.	ILRI	International Livestock Research Institute, Kenya
12.	IRRI	International Rice Research Institute, Philippines
13.	IWMI	International Water Management Institute, Sri Lanka
14.	WAFC	World Agro Forestry Centre, Kenya (formerly International Centre for Research in Agro Forestry : ICRAF)
15.	WF	World Fish, Penang, in Bayan Lepas, Malaysia (formerly International Centre for Living Aquatic Resource Management, Philippines : ICLARM)
		World Fish Centre (WFC) : The WF has six centres located in Myanmar, Bangladesh, Cambodia, Egypt, Tanzania and Nigeria

लेखक परिचय

डॉ. योगेंद्र शंकर नेरकर

पत्ता : श्रीराम अपार्टमेंट, १५, मृत्युंजय सोसायटी,

कोथरूड, पुणे ४११ ०३८.

भ्रमणध्वनी : ७७०९५ ६८८१९. E-mail : ysnerkar@gmail.com

जन्म व शिक्षण

- धुळे जिल्ह्यातील नेर येथे सामान्य शेतकरी कुटुंबात जून १९४४मध्ये जन्म
- धुळे येथील कृषी महाविद्यालयातून पुणे विद्यापीठाची बी.एस्सी.(कृषी) पदवी १९६४मध्ये संपादन केल्यानंतर दिल्ली येथील भारतीय कृषी संशोधन संस्थेतून अनुवंशशास्त्रात एम.एस्सी. पदवी १९६६मध्ये आणि पीएच.डी. १९७०मध्ये संपादन
- इंग्लंडमधील वेल्स विद्यापीठात (कॉमनवेल्थ ॲकॅडेमिक स्टाफ फेलो, १९७७-७८) आणि नॉटींगहॅम विद्यापीठात संशोधन (ब्रिटिश कौन्सिल फेलो, १९८८)

कार्यानुभव

- राहुरी येथील महात्मा फुले कृषी विद्यापीठात सहाय्यक प्राध्यापक पदावर सेवेला सुरुवात (१९७१) करून विद्यापीठाच्या कुलगुरू पदावरून सेवानिवृत्ती (१९९९)
- वसंतराव नाईक मराठवाडा कृषी विद्यापीठ (परभणी), महाराष्ट्र कृषी शिक्षण व संशोधन परिषद (पुणे), आणि वसंतदादा शुगर इन्स्टिट्यूट (पुणे) येथे विविध शैक्षणिक-संशोधन पदांवर सेवा
- मराठवाडा वैधानिक विकास मंडळाचे सदस्य (२०००-२००३)
- भारतीय कृषी संशोधन परिषद आणि केंद्र सरकारच्या विविध ४० शिक्षण-संशोधन समित्यांचे अध्यक्षपद.

विशेष योगदान

- वनस्पती अनुवंशशास्त्र व प्रजननशास्त्र आणि जैवतंत्रज्ञानशास्त्र यातील संशोधनास आंतरराष्ट्रीय स्तरावर मान्यता
- भात, भेंडी, कडधान्ये, तेलबिया, कापूस, ऊस इत्यादी पिकांचे विकसित केलेले सुधारित वाण राज्य-राष्ट्रीय पातळीवर लोकप्रिय

पुरस्कार

- कृषी संशोधनाद्वारे उत्पादनवाढीतील योगदानासाठी महाराष्ट्र सरकारचा कृषिभूषण पुरस्कार (१९८५)
- वसंतराव नाईक स्मृती प्रतिष्ठान संशोधन पुरस्कार (१९८६)
- इचलकरंजी येथील फाय फाउंडेशनचा राष्ट्रीय कृषी पुरस्कार (१९९८)
- भारतीय अनुवंशशास्त्र व पादप प्रजननशास्त्र सोसायटीचा सर्वोत्कृष्ट संशोधन पुरस्कार (१९८७)
- भारतीय साखर तंत्रज्ञ संघटनेचा सर्वोत्कृष्ट कृषी संशोधन पुरस्कार (२००४)

सन्मान

- भारतीय अनुवंशशास्त्र व पादप प्रजननशास्त्र सोसायटीच्या फेलोपदी निवड (१९७०)
- राष्ट्रीय कृषिशास्त्र अकादमी, नवी दिल्लीच्या फेलोपदी निवड (१९९८)

सामाजिक कार्य

- किल्लारी येथील प्रलयंकारी भूकंपानंतर त्या परिसरात राहून कृषी पुनर्वसनाचे कार्य (१९९३)
- निवृत्तीनंतर एक तप (२००५ ते २०१६) नेर येथे राहून स्वतःच्या शेतीवरील प्रात्यक्षिकांद्वारे शेतकऱ्यांचे मार्गदर्शन आणि सामाजिक कार्य

www.ingramcontent.com/pod-product-compliance
Lightning Source LLC
LaVergne TN
LVHW100240051026
849517LV00006B/1943
* 9 7 8 9 3 8 7 4 0 8 3 9 5 *